INSIGHT PUBLICA®

INSIGHT PUBLICA®
Nadakkavu, Kozhikode, Kerala
Tel:0495–4020666
www.insightpublica.com
e-mail: insightpublica@gmail.com
Oru Prakrithi Nireekshakante Kadhakal
P. Mannteufel
(Malayalam)
First Insight Edition: March 2020

ISBN 978-93-89804-14-0
Published by
Insightinpublica Publishers Pvt. Ltd.
Printed at Repro India Limited, India

ഒരു പ്രകൃതി നിരീക്ഷകന്റെ കഥകൾ

പ്രൊഫസർ പി മൻതേയ്ഫിൽ

വിവർത്തനം: ഓമന
ചിത്രങ്ങൾ: ജി. നിക്കോൾസ്കിയ്

INSIGHT PUBLICA ®

ഉള്ളടക്കം

ആമുഖം

മനുഷ്യർക്ക് പ്രകൃതിയോടുള്ള സ്നേഹം പലതരത്തിലാണ്. പ്രകൃതിയോടുള്ള സ്നേഹം ഒരു കമ്പമായിട്ടുള്ളതുകൊണ്ടു മാത്രം കൊട്ടിഘോഷിക്കുന്നവരുണ്ട്. 'ഹാ! എത്ര മനോഹരം!' പക്ഷെ ഇക്കൂട്ടർക്ക് കാടിന്റെ ഭംഗിയോ കിളികളുടെ കളകൂജനത്തിന്റെ മാധുര്യമോ ആസ്വദിക്കാനുള്ള കഴിവില്ല.

ഒരു കലാകാരന്റെ യഥാർത്ഥ സ്നേഹമാണ് മറ്റൊന്ന് - പ്രകൃതിയുടെ നിഗൂഢതകളിലേക്ക് ചൂഴ്ന്നിറങ്ങുവാനുള്ള ജിജ്ഞാസയും അന്വേഷണബുദ്ധിയും കലർന്ന സ്നേഹം.

പ്രകൃതിയെ നിയന്ത്രിക്കേണ്ടതെങ്ങിനെയെന്നും അതിനെ മാറ്റിമറിക്കേണ്ടതെങ്ങിനെയെന്നും അതിന്റെ സമ്പൽസമൃദ്ധിയെ ശതഗുണീഭവിപ്പിക്കേണ്ടതെങ്ങിനെയെന്നും പഠിച്ച് അതിനെ കയ്യടക്കാൻ വെമ്പുന്ന ഒരു യജമാനന്റെ സ്നേഹമാണ് ഇനിയൊന്ന്. പ്യോത്തർ മൻതേയ്ഫിലിന് പ്രകൃതിയോടുണ്ടായിരുന്ന സ്നേഹം ഇപ്പറഞ്ഞതാണ്.

ഞാനൊരു ബാലികയായിരുന്നപ്പോൾ അദ്ദേഹത്തോടൊപ്പം കാടുകളിൽ ചുറ്റിത്തിരിയാനുള്ള ഭാഗ്യം എനിക്കുണ്ടായിട്ടുണ്ട്. അദ്ദേഹത്തിന് പഞ്ചേന്ദ്രിയങ്ങൾ വഴി ലഭിക്കുന്നതിനേക്കാൾ വളരെക്കൂടുതൽ ഗ്രഹണശക്തിയുണ്ടെന്ന് താമസിയാതെ എനിക്ക് ബോദ്ധ്യമായി. വിരിഞ്ഞ ചുമലുകളുള്ള ആ വലിയ മനുഷ്യൻ നിശ്ശബ്ദനായി നടന്നുകൊണ്ടിരിക്കുന്നതിനിടയിൽ അദ്ദേഹത്തിന്റെ ബുദ്ധിശക്തിയും സൂക്ഷ്മതയുമുള്ള കണ്ണുകൾ തന്റെ യുവശിഷ്യന്മാരുടെ കണ്ണുകളേക്കാൾ വ്യക്തമായി ചുറ്റുമുള്ളതെല്ലാം വീക്ഷിക്കുന്നുണ്ടാവും. ഓരോ മർമ്മരശബ്ദവും അദ്ദേഹം ശ്രദ്ധിച്ചിരുന്നു. കാട്ടിനുള്ളിലുള്ള സർവ്വതിലും അദ്ദേഹം ആമഗ്നനായിരുന്നെന്നു തോന്നി. അദ്ദേഹം പക്ഷികളെ നോക്കി ചൂളം വിളിക്കും. മറുപടിയായി അവയും ചൂളം വിളിക്കും.

പിന്നീട് അദ്ദേഹം പ്രകൃതിയുടെ പുസ്തകം ഞങ്ങളുടെ മുമ്പിൽ തുറന്നുവയ്ക്കും. ഏറ്റവും ചെറിയ വിശദാംശങ്ങളും ഞങ്ങളുടെ ദൃഷ്ടിയിൽ പ്പെടുന്ന ഓരോ പ്രതിഭാസങ്ങളും അദ്ദേഹം വിശദീകരിച്ചുതരികയും അവയിൽ നിന്ന് നിഗമനങ്ങളിലേക്കും പൊതുനിയമങ്ങളിലേക്കും കടക്കുകയും ചെയ്യും. നിരീക്ഷണം - ധ്യാനം -പരീക്ഷണം ഇതായി രുന്നു പ്രൊഫസർ മൻതേയ്ഫിലിന്റെ മുദ്രാവാക്യം. ഈ സമാഹാര ത്തിലെ കഥകളിൽ ഈ രീതി തെളിഞ്ഞു കാണാം. മഹാനായ ഒരു ശാസ്ത്രജ്ഞൻ എഴുതിയ കഥകളാണ് അവ. വായനക്കാരെ രസിപ്പി ക്കുക മാത്രമല്ല അവരെ വ്യക്തമായ നിഗമനങ്ങളിലെത്തിക്കുക കൂടി ചെയ്യുന്നവയാണ് ഈ കഥകൾ. ഇവ കൂടാതെ മറ്റനേകം കഥകൾ പ്രൊഫസറുടെ എഴുത്തുമേശമേൽ ഇരിക്കുന്നുണ്ട്.

പ്രൊഫസർ മൻതേയ്ഫിൽ ശാസ്ത്രീയവൃത്തിയിൽ പ്രവേശിച്ചത് വളരെ വർഷങ്ങൾക്കുമുമ്പാണ്. വില്യംസ്, മെൻസിബിർ മുതലായ പ്രമുഖ റഷ്യൻ ശാസ്ത്രജ്ഞന്മാരുടെ ശിഷ്യനായിരുന്നു അദ്ദേഹം. 75 വയസ്സുള്ള പ്രൊഫസർ ഒന്നാം ലോകമഹായുദ്ധത്തിനും പിന്നീട് 1921 - 22 ൽ ചുവപ്പുസേനക്കും വേണ്ടി ചെലവഴിച്ച സമയം ഒഴിച്ചുള്ള അദ്ദേഹത്തിന്റെ ജീവിതം മുഴുവൻ തനിക്കേറ്റവും പ്രിയപ്പെട്ട ശാസ്ത്ര ത്തിനുവേണ്ടിയാണ് വിനിയോഗിച്ചത്.

പ്രൊഫസർ മൻതേയ്ഫിൽ അനേകം ഗവേഷണങ്ങൾ നടത്തി യിട്ടുണ്ട്. അവയിൽ പലതും അദ്ദേഹത്തെ സുപ്രസിദ്ധനാക്കി. ശ്യമക (Sable)ങ്ങളുടെ കൃത്രിമോല്പാദനം, മുയലുകൾ, വൻകീരികൾ (Martens) എന്നിവയുടെ സ്വഭാവപഠനം മുതലായവയിൽ അദ്ദേഹം വ്യാപൃതനായിരുന്നു. രോമം ഉൽപ്പാദിപ്പിക്കുന്ന മൃഗങ്ങളെ വ്യത്യസ്ത സാഹചര്യത്തിൽ വളർത്തുന്നതിനെക്കുറിച്ചുള്ള സുധീരമായ പല പരീക്ഷണങ്ങളും അദ്ദേഹം നടത്തി.

മോസ്കോ മൃഗശാലയും - അദ്ദേഹം 14 വർഷം അവിടുത്തെ ശാസ്ത്രീയവിഭാഗത്തിന്റെ അധ്യക്ഷനായിരുന്നു. തന്റെ പര്യടനങ്ങളും സോവിയറ്റ് യൂണിയനിലെ അനേകം വന്യമൃഗസംരക്ഷണകേന്ദ്ര ങ്ങളുമായിരുന്നു പ്രൊഫസർ മൻതേയ്ഫിലിന്റെ പ്രവർത്തനരംഗം. അദ്ദേഹം സന്ദർശിക്കുകയും പഠനം നടത്തുകയും ചെയ്യാത്ത ഒരു മൂല പോലും സോവിയറ്റ് യൂണിയനിൽ ഇല്ലെന്നുതന്നെ പറയാം. വടക്കൻ യക്കുത്തിയ മുതൽ തെക്കൻ ഉസ്ബെക്കിസ്ഥാൻ വരെയും സൈബീരിയ മുതൽ കസാക്കിസ്ഥാൻ വരെയും അദ്ദേഹം സഞ്ചരി ച്ചിട്ടുണ്ട്.

പല വിദ്യാഭ്യാസ സ്ഥാപനങ്ങളിലും അദ്ദേഹം പഠിപ്പിച്ചിട്ടുണ്ട്. പി. മൻതേയ്ഫിൽ അദ്ധ്യക്ഷനായി മോസ്ക്കോ മൃഗശാലയിൽ

സംഘടിപ്പിച്ച യുവജീവശാസ്ത്രജ്ഞന്മാരുടെ വൃത്തത്തിൽ പരിശീലനം നടത്തിയ അദ്ദേഹത്തിന്റെ വിദ്യാർത്ഥികളിൽ പലരും പിൽക്കാലത്ത് പ്രസിദ്ധശാസ്ത്രജ്ഞന്മാരായിത്തീർന്നു.

തന്റെ പുസ്തകങ്ങളിൽ പി. മൻതേയ്ഫിൽ മൃഗങ്ങളെപ്പറ്റിയുള്ള പഠനം നടത്തുന്നത് അവരുടെ ജീവിതസാഹചര്യങ്ങളുമായി ബന്ധപ്പെടുത്തിയാണ്. ഒരു ജന്തുവിനെപ്പറ്റി പഠനം നടത്തുമ്പോൾ അതിന്റെ ചുറ്റുമുള്ള വൃക്ഷലതാദികളുടെയും ജന്തുജാലങ്ങളുടെയും മണ്ണിന്റെയും സ്വഭാവങ്ങളെയും പറ്റി പഠിച്ചാൽ മാത്രമേ ആ ജന്തുവിന്റെ ജീവശാസ്ത്രം ശരിക്കു മനസ്സിലാക്കാൻ സാധിക്കുകയുള്ളുവെന്നാണ് അദ്ദേഹത്തിന്റെ അഭിപ്രായം.

ജന്തുശാസ്ത്രവും ശാസ്ത്രീയ ഗവേഷണ രീതികളും മാത്രം തന്റെ ശിഷ്യന്മാരെ പഠിപ്പിക്കുന്നതിൽ ഒതുങ്ങി നിൽക്കുന്നില്ല പ്രൊഫസർ മൻതേയ്ഫിൽ. അവരിൽ സ്വരാജ്യസ്നേഹവും സ്ഥിരോത്സവും സൂക്ഷ്മ നിരീക്ഷണപാടവവും സൗഹൃദവും കൂറും ധൈര്യവും കരുത്തും വളർത്തിക്കൊണ്ടു വരുവാൻ അദ്ദേഹം സദാ യത്നിച്ചു. തന്റെ ശിഷ്യന്മാരെഴുതിയ ശാസ്ത്രീയ ലേഖനങ്ങളും എഴുത്തുകളും കമ്പിസന്ദേശങ്ങളുമായി പോസ്റ്റുമാൻ അദ്ദേഹത്തെ നിത്യവും സന്ദർശിച്ചിരുന്നതിനാൽ അത്ഭുതപ്പെടാനില്ല. മോസ്ക്കോയിൽ അപ്പോഴുള്ള അദ്ദേഹത്തിന്റെ ശിഷ്യന്മാരെല്ലാവരും അദ്ദേഹത്തിന്റെ ജന്മദിനം അദ്ദേഹത്തോടൊപ്പം ആഘോഷിക്കുവാൻ കൂടാറുണ്ടായിരുന്നു. പ്യോത്തർ അമ്മാവൻ -ഏറ്റവും അടുത്ത ശിഷ്യന്മാർ വിശാലമനസ്കനായ അദ്ദേഹത്തെ അങ്ങനെയാണ് വിളിച്ചുപോന്നത്- ഉച്ചരിക്കുന്ന പ്രോത്സാഹജനകമായ ഓരോ വാക്കും വിലമതിക്കാനാവാത്ത നിധിപോലെയാണ് അവർ കരുതിയത്.

യെലേന ഉസ്പേൻസ്കയ

രസകരമായ ഒരു ജീവിതം

തൈഗയിൽ

മോസ്കോ മൃഗശാലയിലെ മൂന്നു യുവ ജീവശാസ്ത്രജ്ഞരുമൊത്ത് ഒരിക്കൽ ഞാൻ സൈബീരിയയിൽ സഞ്ചരിക്കുമ്പോൾ മഹാനദിയായ യെനിസേയുടെ ഒരു പോഷക നദിയായ കാൻ നദിയുടെ തീരം വരെ പോവുകയുണ്ടായി.

ഞങ്ങൾ നദിയുടെ മുകൾഭാഗത്തേക്കു തുഴഞ്ഞുപോയി. ശരൽക്കാലസൗന്ദര്യത്തിൽ മുങ്ങിക്കിടന്ന വിസ്തൃതമായ പുൽപ്പരപ്പുകൾ താണ്ടി അവസാനം ഒരു പർവ്വതനിരയുടെ ചുവട്ടിലെത്തി. ശാന്തവും വിശാലവുമായ കാൻ നദി വീതികുറഞ്ഞ ഒരു മലയിടുക്കിലൂടെ രോഷാകുലമായി കുതിച്ചുചാടി. ആ മലമ്പ്രദേശത്തുവെച്ച് അൽതായ് പിക്കാ എന്നറിയപ്പെടുന്ന മൂഷികവർഗ്ഗത്തിൽപ്പെട്ട ഒരു ജന്തുവിൽ ഞങ്ങൾക്കു താൽപര്യം തോന്നി. കൂടുതൽ സാമ്യം മുയലിനോടാണെങ്കിലും എലിയുടെ വലിപ്പം മാത്രമുള്ള ഒരു ചെറിയ ജന്തുവാണ് അത്. മുയലിന്റേതുപോലെ തന്നെ രോമം മൂടിയ കാലുകളും മേൽച്ചുണ്ടിനെ പിളർന്നുനിൽക്കുന്ന രണ്ടുനിര പല്ലുകളും അതിനുണ്ടെങ്കിലും അതിന്റെ ചെവികൾ ചെറുതാണ്. വാലില്ല താനും.

ഈ ജന്തുക്കളുടെ വലിയൊരു കോളനിതന്നെ ഞങ്ങൾ കണ്ടെത്തി. ശൈത്യകാലത്ത് തിന്നാനുള്ള ഉണങ്ങിയ പുല്ല് ശേഖരിച്ചുവെയ്ക്കുന്നതിൽ

വ്യാപൃതരായിരുന്ന അവ. പുൽക്കൊടികളും ചെടികളുടെ നാമ്പുകളും കരണ്ടെടുത്ത് അവ പാറക്കെട്ടുകൾക്കിടയിലുള്ള തങ്ങളുടെ ഭൂഗർഭവസതികളുടെ മുമ്പിൽ ശ്രദ്ധയോടെ ഉണങ്ങാനിടും. വെയിൽകൊണ്ട് പുല്ല് ഉണങ്ങിക്കഴിയുമ്പോൾ എടുത്ത് ഉന്തിനിൽക്കുന്ന വലിയ പാറക്കഷ്ണങ്ങളുടെ അടിയിലേക്ക് തിരുകിവയ്ക്കും.

മൂഷികവർഗ്ഗത്തിൽപെട്ട ആ ജന്തുക്കൾ ശേഖരിച്ചുവച്ചിരുന്ന തീറ്റ ഞങ്ങൾ പരിശോധിച്ചുനോക്കി. ഒന്നാന്തരം പോഷകാഹാരമാണ് അതെന്നുള്ള വസ്തുത ഞങ്ങളെ അത്ഭുതപ്പെടുത്തി. ധാരാളം അൽബ്യൂമെൻ അടങ്ങിയിട്ടുള്ള പയറുവർഗ്ഗത്തിൽപ്പെട്ട ചെടികളും, പരിശ്രമശീലരായ ഈ കൊച്ചു ജീവികൾക്ക് ആവശ്യമായ വിറ്റാമിൻ, കൊഴുപ്പ്, കാർബോഹൈഡ്രേറ്റ്, ഔഷധപദാർത്ഥങ്ങൾ എന്നിവ വേണ്ടത്ര അടങ്ങിയിട്ടുള്ള മറ്റു ചെടികളും പാറക്കഷ്ണങ്ങളുടെ അടിയിൽ ശേഖരിച്ചിരിക്കുന്നത് ഞങ്ങൾ കണ്ടു.

ആകാശത്ത് കാർമേഘം നിറയുകയും മഴ ചാറിത്തുടങ്ങുകയും ചെയ്യുമ്പോൾ ആ ചെറിയ ജീവികൾക്കുണ്ടാകുന്ന പരിഭ്രമം ഒന്നു കാണേണ്ടതാണ്. പകുതി ഉണങ്ങിയ പുല്ലുകളും നാമ്പുകളും ധൃതിയിൽ വലിച്ചെടുത്തുകൊണ്ട് പാഞ്ഞുപോയി അവ നനയാത്ത സ്ഥലത്ത് നിക്ഷേപിക്കും. ചിന്താശക്തിയുള്ള ജന്തുക്കളാണ് അവയെന്നു തോന്നിച്ചു. എന്നാൽ അത് ഒരു ബാഹ്യപ്രചോദനത്തോടുള്ള സ്വാഭാവിക പ്രതികരണം മാത്രമാണെന്ന് നമുക്ക് നന്നായി അറിയാം.

നിലനിൽപ്പിനുവേണ്ടിയുള്ള പരസഹസ്രം വർഷങ്ങളിലെ സമരത്തിനിടയ്ക്ക് തങ്ങളുടെ ശൈത്യകാലഭക്ഷ്യശേഖരത്തെ എത്രയോ തവണ നശിപ്പിച്ചിട്ടുള്ള മഴ അവയെ സംബന്ധിച്ചിടത്തോളം ഒരു അപകടസൂചനയായിത്തീർന്നിരിക്കുന്നു. അതുകൊണ്ട് ആദ്യത്തെ മഴത്തുള്ളികൾ ഭൂമിയിൽ പതിക്കുമ്പോൾത്തന്നെ അവ തങ്ങളുടെ തീറ്റ ഒളിച്ചുവയ്ക്കുന്നു. അങ്ങനെ ചെയ്യാത്ത ആ വർഗ്ഗത്തിൽപ്പെട്ട ജീവികൾക്ക് ശൈത്യകാലം മുഴുവൻ വിശന്നിരിക്കേണ്ടിവരുന്നു. പട്ടിണികിടന്ന് പലതും ചാവുന്നു, പരിശ്രമശീലർ മാത്രം അതിജീവിക്കുന്നു.

തൈഗയിൽവച്ച് ഞങ്ങൾ മത്‌വേയ് ഗൊളോവ്ക്കോവിനെ കണ്ടുമുട്ടി. ഒന്നാന്തരം ഒരു മീൻപിടുത്തക്കാരനും നായാട്ടുകാരനുമായ അയാൾ നല്ലൊരു പ്രകൃതിനിരീക്ഷകൻ കൂടിയാണ്. ശൈത്യകാലത്ത് കഠിനമായി മഞ്ഞുപൊഴിയുമ്പോൾ സൈബീരിയൻ മാനുകളും മലയാടുകളും ഇവയുടെ കോളനികൾ ആക്രമിച്ച് ഉന്തിനിൽക്കുന്ന പാറകൾക്കിടയിൽ അവ ഒളിച്ചുവച്ചിട്ടുള്ള വയ്ക്കോൽ മുഴുവൻ തിന്നുകയും അങ്ങനെ അവയെ പട്ടിണിയാക്കുകയും ചെയ്യാറുണ്ടെന്ന്

അയാൾ പറഞ്ഞു. ശ്യാമകം (Sable) വെള്ളക്കീരി (Ermine) മുതലായ ഹിംസ്രജന്തുക്കൾ ഇത്രയും ദ്രോഹം ചെയ്യുന്നില്ല. ആ ഇരപിടിയൻ ജന്തുക്കൾ തമ്മിൽ നിത്യശത്രുതയാണ്. ശ്യാമകങ്ങൾ ഇരപിടിക്കാൻ തിരഞ്ഞെടുക്കുന്ന സ്ഥലത്ത് വെള്ളക്കീരികളോ സൈബീരിയൻ പോക്കൻപൂച്ച(Pole cat)കളോ കാണുകയില്ല, കാരണം ശ്യാമകം അവയെ അവിടെ നിന്നും നിഷ്കാസനം ചെയ്യുന്നു സൈബീരിയൻ പോക്കൻപൂച്ചകളാകട്ടെ, ഈ മൂഷികവർഗ്ഗത്തിന്റെ കൊടിയ ശത്രുക്കളായ വെള്ളക്കീരികളെ ആട്ടിപ്പായിക്കുന്നു. വേഗതയും മെയ്വഴക്കവുമുള്ള വെള്ളക്കീരികൾക്ക് എലികൾ തുരന്നുണ്ടാക്കുന്ന ഏതു മാളത്തിലും പ്രവേശിക്കാൻ കഴിയും.

സൂക്ഷ്മദൃഷ്ടിയോടെ പ്രകൃതിയെ നിരീക്ഷണം ചെയ്യുന്ന ഒരാളായിരുന്നു മത്വേയ് ഗൊളോക്കോവ്. ഒരു തവിട്ടുനിറമുള്ള മൂങ്ങ പൂടകൾ നിറഞ്ഞ കാലുകൾ കൊണ്ട് അള്ളിപ്പിടിച്ച് ഒരു ജൂനിപ്പർമരക്കൊമ്പിലേക്കു കയറുന്നത് ഞാൻ നോക്കിനിന്നതിനേപ്പറ്റി അയാൾ ഞങ്ങളോട് പറഞ്ഞു. വൃദ്ധനായ മാത്വേയ് സൂക്ഷിച്ച് മരത്തിനു വലംവച്ചു. മൂങ്ങ തല വട്ടംകറക്കി ആ സമയമത്രയും അയാളെത്തന്നെ നോക്കിക്കൊണ്ടിരുന്നു. 'അതിന്റെ കഴുത്തിൽ എല്ലില്ലേ?' മത്വേയ് അത്ഭുതപ്പെട്ടു. 'പറന്നുപോകുന്നതിനിടയിൽ അതിന് എങ്ങനെ മരങ്ങളിൽ ചെന്നിടിക്കാതെ കഴുത്ത് പൂർവ്വസ്ഥിതിയിലാക്കാൻ കഴിയുന്നു ?'

അതെങ്ങിനെയെന്ന് ഞാൻ മത്വേയിക്ക് വിശദീകരിച്ചുകൊടുത്തു. പക്ഷികളുടെ, വിശേഷിച്ചും മൂങ്ങകളുടെ കഴുത്ത് നിഷ്പ്രയാസം തിരിക്കാവുന്ന തരത്തിലുള്ളതാണ്; മനുഷ്യരുടെയും മറ്റ് മൃഗങ്ങളുടെയും പോലെ രണ്ടു സന്ധികൾ കൊണ്ടല്ല ഒരൊറ്റ സന്ധികൊണ്ടാണ് അവയുടെ തല കഴുത്തിൽ പിടിപ്പിച്ചിരിക്കുന്നത്. മാത്രവുമല്ല പക്ഷികളുടെ ഓരോ കണ്ണുകശേരുവും സ്വസ്ഥാനത്തുനിന്നും മാറ്റാവുന്നവയുമാണ്.

വൃദ്ധനായ മത്വേയ് ചെങ്കുത്തായ ഒരു പാറ ചൂണ്ടിക്കാട്ടി അതിന്റെ മുകളിൽ കൂറ്റന്മാരായ രണ്ടു ചെമ്പൻ കരടികൾ ഒരു പെൺകരടിക്കു വേണ്ടി ഉഗ്രമായ ഒരു പോരാട്ടം നടത്തിയിട്ടുണ്ട്. ആ സംഘട്ടനത്തിനിടയിൽ അതിനു കാരണഭൂതയായ പെൺകരടിയാകട്ടെ താൻ ഇതൊന്നും കണ്ടില്ല, കേട്ടില്ല എന്ന മട്ടിൽ ശാന്തയായി അടുത്തൊരിടത്ത് ഇരിപ്പുണ്ടായിരുന്നു. ആ കൂറ്റൻ കരടികൾ ഗർജ്ജിക്കുകയും പരസ്പരം ആഞ്ഞടിക്കുകയും ചെയ്തുകൊണ്ടിരുന്നു. ശക്തിയേറിയ ഒരു പ്രഹരമേറ്റ് അവയിലൊന്ന് പാറയുടെ അടിയിലുള്ള അഗാധമായ ഇടുക്കിലേക്ക് മറിഞ്ഞു. ചെങ്കുത്തായ ചരിവിലൂടെ, ഉരുണ്ടുവീഴുന്ന

പാറക്കഷ്ണങ്ങളുടെ അകമ്പടിയോടെ അത് വളരെനേരം ഊർന്നു പോയ്ക്കൊണ്ടിരുന്നു. അവസാനം അത് എഴുന്നേറ്റ് പാറയുടെ മുകളിലേക്ക് ദയനീയമായി നോക്കി. ജേതാവ് പാറയുടെ അറ്റത്ത് തൂങ്ങിക്കിടന്നുകൊണ്ട് അതിന്റെ ഓരോ ചലനവും ശ്രദ്ധിക്കുന്നുണ്ടായിരുന്നു. കുറച്ചുസമയം കഴിഞ്ഞ് പരാജിതനായ കരടി ഞൊണ്ടി ഞൊണ്ടി നടന്നുപോയി.

മത്വേയിയുടെ കൂടാരം സ്ഥിതി ചെയ്തിരുന്നത് കാൻ നദിയുടെ തീരത്താണ്. അതിനടുത്ത് ഒരിടത്തുവെച്ച് തനിക്കുണ്ടായ ഒരനുഭവം താൻ ഒരിക്കലും മറക്കുകയില്ലെന്ന് അയാൾ പറഞ്ഞു. ഒരു രാത്രിയിൽ കൂടാരത്തിന്റെ വാതുക്കലുള്ള അഗ്നികുണ്ഡത്തിൽ കുറെ വിറകു കമ്പുകളിടാനായി അയാൾ പുറത്തിറങ്ങി. വിറക് ഒട്ടും ശേഷിച്ചിരുന്നില്ല. അതുകൊണ്ട് കുറെ ചുള്ളികൾ പെറുക്കാനായി അയാൾ കാടിന്റെ അരികിലേക്കു നടന്നു. ഒരു പിടി ചുള്ളിക്കമ്പുകൾ ശേഖരിച്ച് കൂടാരത്തിലേക്കു മടങ്ങുമ്പോൾ ഫർമരത്തൈകളുടെ കൂട്ടത്തിനടുത്ത് ഒരു കറുത്ത സത്വം പ്രത്യക്ഷപ്പെട്ടു. അത് ഒരു എൽക്കായിരിക്കുമെന്നു വിചാരിച്ച മത്വേയ് അതിനെ വിരട്ടി ഓടിക്കാനായി ശബ്ദമുണ്ടാക്കി. അടുത്ത നിമിഷത്തിൽ ഒരു കൂറ്റൻ കരടിയുടെ ഉരുക്കുപോലുറച്ച പിടിയിൽ അയാൾ അമർന്നു. തനിക്കും കരടിക്കും ഇടയ്ക്ക് വിറകുകമ്പുകൾ ഇല്ലായിരുന്നുവെങ്കിൽ ആ ആശ്ലേഷത്തിലമർന്ന് അയാൾക്ക് സ്വന്തം ജീവൻ നഷ്ടപ്പെട്ടേനെ.

കരടി ചാടിയപ്പോൾ അതിന്റെ കാൽ വഴുതി. രണ്ടുപേരും മറിഞ്ഞു വീണു. ചെരിഞ്ഞ പുഴവക്കിലൂടെ ഉരുണ്ടുരുണ്ട് അവർ പുഴയിലേക്ക് വീണു. വെള്ളത്തിനടിയിൽ വച്ച് കരടി പിടിവിട്ടു. കുറച്ചു ദൂരം അത് ഒഴുകിപ്പോയി. വെള്ളത്തിനുമുകളിലേക്കു പൊന്തിനിന്ന ഒരു പാറയിൽ അത് അള്ളിപ്പിടിച്ചു. മത്വേയ് വെള്ളത്തിനടിയിലുള്ള ഒരു മരക്കുറ്റിയിൽ പിടിച്ചുകൊണ്ട് നാസാരന്ധ്രങ്ങൾ മാത്രം ജലപ്പരപ്പിനുമുകളിൽ കാട്ടി നിന്നു. വെള്ളത്തിൽ കഴുത്തോളം മുങ്ങിനിന്ന കരടി നാലുവശവും സൂക്ഷിച്ചുനോക്കിക്കൊണ്ട് മനുഷ്യൻ ഒഴുകി വരുന്നതും കാത്തിരുന്നു. ഒടുവിൽ അത് സാവാധാനം കരയിലേക്കു നീന്തി. അത് ആയാസപ്പെട്ട് കരയ്ക്കു കയറി. രോമനിബിഡമായ അതിന്റെ ശരീരത്തിൽ നിന്നും വെള്ളം ഒഴുകുന്നുണ്ടായിരുന്നു. അത് പിൻകാലുകളിൽ എഴുന്നേറ്റുനിന്ന് ശബ്ദത്തോടെ ചുറ്റിനും മണം പിടിച്ചു. പക്ഷെ മനുഷ്യഗന്ധം അതിന് അനുഭവപ്പെട്ടില്ല. പിന്നീട് അത് സാവധാനം മുകളിലേക്ക് നടന്നു. അവിടെ അത് മത്വേയിയുടെ പഴയ കാല്പാടുകൾ കണ്ടു. കാല്പാടുകളെ പിൻതുടർന്ന് അത് കാട്ടിലേക്ക് പാഞ്ഞുപോയി. കരടി കാട്ടിനുള്ളിൽ അപ്രത്യക്ഷനായി

ഒന്നു രണ്ടു നിമിഷം കഴിഞ്ഞു മത്‌വേയ് സൂക്ഷിച്ച് തന്റെ കൂടാരത്തി ലേക്ക് പോയി. അയാൾ തന്റെ തോക്കെടുത്തുകൊണ്ട് പുറത്തുവന്ന് തീക്കുണ്ഡത്തിനടുത്തായി നിലയുറപ്പിച്ചു. ഉറക്കെ ചീത്തവിളിച്ചുകൊണ്ട് അയാൾ കരടിയെ വെല്ലുവിളിച്ചു.

പക്ഷേ അത് ഒരു കൗശലക്കാരനായിരുന്നു. മത്‌വേയ് പറഞ്ഞു. 'എന്റെ വെല്ലുവിളിയെ നേരിടാൻ അതു കൂട്ടാക്കിയില്ല. കുറ്റിക്കാട്ടിൽ മറഞ്ഞിരുന്ന് അപ്രതീക്ഷിതമായി ആക്രമിക്കുന്നതുപോലെ വിജയകരമാവുകയില്ല ഇതെന്ന് അതിനറിയാമായിരുന്നു.'

ഈ കഥ എന്റെ യുവസ്നേഹിതരുടെ ഭാവനയ്ക്ക് തീകൊളുത്തി. കരടികൾ വളരെ ചുരുക്കമായേ മനുഷ്യരെ ആക്രമിക്കാറുള്ളുവെന്ന് ഞാൻ അവരോടു പറഞ്ഞു. മനുഷ്യനെ കണ്ടുമുട്ടുമ്പോൾ സാധാരണയായി അവ ആപൽഭീതിയോടെ പിൻവാങ്ങുകയാണ് പതിവ്.

പുഴയിലൂടെ പൊയ്ക്കൊണ്ടിരിക്കുമ്പോൾ കരയിൽ പലസ്ഥലങ്ങളിലും സ്റ്റെർലെറ്റ് മത്സ്യങ്ങളുടെ തലകൾ കൂടിക്കിടക്കുന്നത് ഞങ്ങൾ കണ്ടു. ഓട്ടറുകളുടെ ഭക്ഷണത്തിന്റെ അവശിഷ്ടങ്ങളാണ് അവ. സോവിയറ്റ് യൂണിയന്റെ പല ഭാഗങ്ങളിലും ഓട്ടറുകൾ അപൂർവ്വമായിട്ടുണ്ട്. വേട്ടക്കാർ അവയെ നിശ്ശേഷം നശിപ്പിച്ചിരിക്കുന്നുവെന്നുതന്നെ പറയാം.

മീൻപിടുത്തക്കാരനായ മത്‌വേയ് ഓട്ടറിനെ തന്റെ വിശ്വസ്തമിത്രമായിട്ടാണ് കാണുന്നത്. സ്റ്റെർലെറ്റ് മത്സ്യങ്ങൾ ശീതകാലത്ത് പുഴയുടെ അടിത്തട്ടിലുള്ള ആഴമുള്ള ദ്വാരങ്ങളിൽ കൂട്ടം കൂട്ടമായി ഒളിച്ചിരിക്കുന്നു. സ്റ്റെർലെറ്റ് മത്സ്യങ്ങളുടെ ഈ ശൈത്യകാലതാവളങ്ങൾ ഓട്ടർ നിഷ്പ്രയാസം കണ്ടുപിടിക്കുന്നു. അവയ്ക്കടുത്തായി കരയിൽ ഓട്ടർ മാളങ്ങൾ തുരന്ന് താൽക്കാലികപാർപ്പിടങ്ങൾ ഉണ്ടാക്കുന്നു. ഈ അടയാളങ്ങൾ നോക്കിയാണ് വൃദ്ധനായ മത്‌വേയ് മീൻ പിടിക്കാനുള്ള സ്ഥാനം നിശ്ചയിക്കുന്നത്. മീൻപിടിത്തക്കാരനും ഓട്ടറും ചേർന്ന് സ്റ്റെർലെറ്റ് മത്സ്യങ്ങളുടെ ഒരു താവളം ശൂന്യമാക്കിക്കഴിഞ്ഞാൽ ഓട്ടർ മറ്റൊരു താവളം കണ്ടെത്തും. മീൻപിടുത്തക്കാരൻ അതിനെ പിൻതുടരും.

'ശൈത്യകാലത്ത് ഓട്ടർ അടുത്തുള്ളത് വളരെ ആശ്വാസമാണ്,' മത്‌വേയ് പറഞ്ഞു. 'തൈഗേയിലെ ഈ നദീതീരത്ത് ഞാൻ ഒറ്റയ്ക്കല്ലെന്നും, മറ്റൊരു മീൻപിടുത്തക്കാരൻ അടുത്തുതന്നെ ഉണ്ടെന്നും എനിക്കു തോന്നുന്നു.'

അയാൾ ഇതു പറയുമ്പോൾ അടുത്തുള്ള ഒരു വില്ലോച്ചെടിയുടെ കൊമ്പിൽ മരതകവർണ്ണത്തിലുള്ള ഒരു പക്ഷി വന്നിരുന്നു.

'അതാ, എനിക്ക് വളരെ ഇഷ്ടമുള്ള ഒരു പക്ഷി.' ആ ചെറിയ പൊന്മാനിനെ വാത്സല്യത്തോടെ നോക്കിക്കൊണ്ട് മത്വേയ് പറഞ്ഞു. 'ഇവയെ ഞങ്ങൾ നീലക്കുരുവി എന്നാണ് വിളിക്കുന്നത്. വസന്തകാലത്ത് അവ ഇവിടെയെത്തുന്നു. കുത്തനെയുള്ള പുഴവക്കിൽ കൊക്കുകൾ കൊണ്ട് കൊത്തി ദ്വാരങ്ങളുണ്ടാക്കി അവയിൽ മുട്ടയിട്ടു വിരിയിക്കുന്നു. ചെറുമത്സ്യങ്ങളെ പിടിച്ച് അവ കുഞ്ഞുങ്ങളെ പോറ്റുന്നു. ഞാനും ആ പക്ഷികളും ഒരേ വർഗ്ഗത്തിൽപ്പെട്ടും. വിശ്വസ്തരായ മീൻപിടുത്തക്കാർ.'

പശയിട്ട് വടിപോലെയാക്കിയ കോളറിനുള്ളിൽ ഞെരുങ്ങിയിട്ടെന്നതുപോലെ കഴുത്ത് ഇളക്കിക്കൊണ്ട് പൊന്മാൻ നദിയിലേക്കു ചെരിഞ്ഞുനോക്കിക്കൊണ്ടിരുന്നു. ഒരു നിമിഷം കഴിഞ്ഞ് മൃദുവായ എന്തോ വെള്ളത്തിൽ തട്ടുന്ന ശബ്ദം കേട്ടു: പൊന്മാൻ വെള്ളത്തിൽ മുങ്ങി. പുഴയുടെ ഉപരിതലത്തിൽ പ്രത്യക്ഷപ്പെട്ട ചിറ്റോളങ്ങൾ അപ്രത്യക്ഷമായപ്പോൾ വെള്ളത്തിനടിയിൽ പച്ചച്ചിറകുകൾകൊണ്ട് പൊന്മാൻ നീന്തിപ്പോകുന്നതു കണ്ടു. ഏതാനും സെക്കന്റ് കഴിഞ്ഞപ്പോൾ കൊക്കിൽ ഒരു ചെറിയ മീനിനേയും കൊത്തിയെടുത്തുകൊണ്ടു അത് മുകളിലേക്ക് പൊങ്ങി. അത് ഒരു മരക്കൊമ്പിൽ ചെന്നിരുന്നു. മീനിനെ മരത്തടിയിലടിച്ച് അതിനെ നിശ്ചലമാക്കി. പിന്നീട് കൊക്കുകൾക്കിടയിൽ അതിനെ ഭദ്രമായി പിടിച്ചുകൊണ്ട് വളഞ്ഞുപുളഞ്ഞൊഴുകുന്ന പുഴയിലെ വെള്ളത്തിനു മീതെ പറന്ന് അത് പുഴവക്കിലുള്ള കൂട്ടിലേക്കു പോയി.

അധികം താമസിയാതെ ആ പക്ഷി വീണ്ടും പറന്നുവന്ന് ആദ്യം ഇരുന്ന കൊമ്പിൽത്തന്നെ ഇരുന്നു.

'എനിക്ക് ഏകാന്തത അസഹ്യമായി തോന്നുമ്പോഴൊക്കെ ഞാൻ പുഴവക്കിൽ ഈ പക്ഷിക്കിരിക്കാൻ ഒരു മരക്കൊമ്പ് കുത്തിനിർത്തും,' മത്വേയ് പറഞ്ഞു. 'നിങ്ങൾ തിരഞ്ഞെടുക്കുന്ന കൊമ്പ് എങ്ങനെയുള്ളതാണെന്നുള്ളത് വളരെ പ്രധാനമാണ്. കമ്പിന് വണ്ണം തീരെ കുറവാണെങ്കിൽ ധാരാളം മീനുള്ള സ്ഥലം തിരഞ്ഞെടുത്ത് അത് നാട്ടിയാലും നിങ്ങളുടെ സുഹൃത്തായ ഈ പക്ഷിക്ക് വിശന്നിരിക്കേണ്ടിവരും. അത്തരം കമ്പുകൾ ആവശ്യത്തിൽ കൂടുതൽ വഴങ്ങിക്കൊടുക്കും. അതിന്റെ ഫലമായി പക്ഷി വെള്ളത്തിലേക്കു കുതിക്കുമ്പോൾ അതിന്റെ ലക്ഷ്യത്തിനപ്പുറമായിരിക്കും അതെത്തുക. ഒരു പാടു വണ്ണമുള്ള കമ്പും നന്നല്ല. അത് ഒട്ടും വഴങ്ങിക്കൊടുക്കുകയില്ലെന്നുള്ളതാണ് കുഴപ്പം. ഒരു പ്രത്യേക നിരക്കിൽ വഴങ്ങുന്ന കമ്പുകളാണ് ആവശ്യം. അതു തെറ്റിയാൽ പക്ഷിയുടെ ഉന്നം പിഴയ്ക്കും. എല്ലാം ശരിയായ അനുപാതക്രമത്തിലായിരിക്കണം. ഞാൻ

റൊട്ടിപ്പൊടി വെള്ളത്തിൽ വിതറി ആ പക്ഷിക്കായി ചെറുമീനുകളെ ആകർഷിക്കുന്നു.'

ഇരപിടിക്കാൻ പൊന്മാനുകൾ എപ്പോഴും ഒരേ മരക്കൊമ്പിൽത്തന്നെ ഇരിക്കുന്നതെന്തുകൊണ്ടാണെന്ന് എനിക്ക് ഇപ്പോൾ മനസ്സിലായി.

'അതെ, എനിക്ക് നീലക്കുരുവികളെ വളരെ ഇഷ്ടമാണ്,' മാത്‌വേയ് തുടർന്നു. 'അവ നേരും നെറിയുമുള്ള ജീവികളാണ്. കള്ളന്മാരായ പുള്ളിയണ്ണാൻമാരെപ്പോലെയല്ല. എന്തെങ്കിലും തീറ്റസാധനം കവർന്നെടുത്ത് മണ്ണിനടിയിലുള്ള തങ്ങളുടെ മാളങ്ങളിൽ ഒളിച്ചുവെയ്ക്കാൻ കാത്തിരിക്കയാണ് അവയും. 'ട്രം-ട്രം' എന്ന് അവ ശബ്ദിക്കുന്നത് കേട്ടില്ലേ. അവ ഇത്രയും വലിയ ബഹളം കൂട്ടുന്നതെന്തിനാണെന്ന് അറിയാമോ? ആ മരക്കൊമ്പിൽ ഉണങ്ങിയ റൊട്ടി നിറച്ച ഒരു സഞ്ചി ഞാൻ തൂക്കിയിട്ടിരിക്കുന്നത് കണ്ടോ? രണ്ടു ദിവസം മുമ്പ് ഞാൻ ആ സഞ്ചി എന്റെ കൂടാരത്തിൽ വച്ചിട്ടു പുറത്തുപോയി. പുള്ളിയണ്ണാന്മാർ അതു കണ്ടുപിടിച്ചു. അവ പല്ലുകൊണ്ട് കരണ്ട് സഞ്ചിയിൽ ഒരു ദ്വാരമുണ്ടാക്കി. ചെറിയ റൊട്ടിക്കഷ്ണങ്ങൾ കാലുകൊണ്ട് വലിച്ചെടുത്ത് വായിൽ നിക്ഷേപിച്ചു. വായുടെ ഇരുവശവും റൊട്ടികൊണ്ട് വീർത്ത് സഞ്ചിപോലെയായപ്പോൾ അവ പാർപ്പിടത്തിലേക്കു മടങ്ങി. ഞാൻ ആ സഞ്ചിയിൽ നിറയെ റൊട്ടി നിറച്ചുവച്ചിരുന്നതാണ്. എന്നാൽ തിരിച്ചുവന്നു സഞ്ചി പൊക്കിനോക്കപ്പോൾ അതിൽ ഏതാനും റൊട്ടിക്കഷ്ണങ്ങൾ കിടന്നു കിലുങ്ങുന്ന ശബ്ദമാണു ഞാൻ കേട്ടത്. ഉടലിൽ വരകളോടുകൂടിയ ആ തസ്കരസംഘം എന്നെ കൊള്ളയടിച്ചു! ഇപ്പോൾ ആ തൂക്കിയിട്ടിരിക്കുന്ന സഞ്ചിയുടെ ചുവട്ടിൽ ഏകദേശം മുപ്പതോളം പുള്ളിയണ്ണാന്മാർ കൂടിയിട്ടുണ്ട്. അവയ്ക്ക് അതെടുക്കാൻ എത്തുകയില്ല. എങ്കിലും അവയുടെ വായിലൂടെ വെള്ളമൊഴുകുന്നുണ്ടാവും.'

പുള്ളിയണ്ണാൻമാരുടെ 'ട്രം-ട്രം' എന്ന വിളി ശ്രദ്ധിച്ചുകൊണ്ട് മത്‌വേയ് കുറച്ചുസമയം മൗനം പൂണ്ടു. പിന്നീട് അയാൾ പറഞ്ഞു തുടങ്ങി, 'കുറെ പുള്ളിയണ്ണാന്മാർ സഞ്ചിയുടെ കീഴെ കുറേനേരം ചുറ്റിപ്പറ്റിനിന്നു. പിന്നീടവ വെറും കൈയ്യോടെ (വെറും വായോടെ എന്നു പറയുകയായിരിക്കും കൂടുതൽ ശരി) തിരിച്ചുപോയി മുറവിളി കൂട്ടിത്തുടങ്ങി. അസുഖകരമായ എന്തെങ്കിലും സംഭവിച്ചാലുടനെ അവ ഇങ്ങനെ മുറവിളി കൂട്ടും. ഇടിമുഴങ്ങുകയോ, വെടിയുടെ ശബ്ദം കേൾക്കുകയോ, അവയ്ക്കിഷ്ടമില്ലാത്ത മറ്റെന്തെങ്കിലും സംഭവിക്കുകയോ ചെയ്താലുടൻ അവ കരച്ചിൽ തുടങ്ങും. മരക്കുറ്റിയിൽ ഇരുന്ന് മുൻകാലുകൾ കൊണ്ട് തല താങ്ങിപ്പിടിച്ച് രോമം എഴുന്നു നിൽക്കുന്ന

ദേഹവുമായി അവ വിഷാദത്തോടെ ഉറക്കെ വിളിക്കും: ട്ടും-ട്ടും'. ഇന്ന് വിയർക്കാതെ അപ്പം തിന്നാൻ കിട്ടാത്തതുകൊണ്ടാണ് അവ നിലവിളിക്കുന്നത്. അവയ്ക്ക് വീണ്ടും ഭക്ഷണം തേടി തൈഗയിൽ അലഞ്ഞുതിരിയേണ്ടിയിരിക്കുന്നു.'

തെല്ലിട നിശ്ശബ്ദനായിരുന്നിട്ട് അയാൾ എന്റെ യുവസ്നേഹിതരോട് ചോദിച്ചു.

'ശരി. നിങ്ങൾ ശാസ്ത്രജ്ഞന്മാരാണല്ലോ. സ്റ്റെർലെറ്റ് മത്സ്യത്താവളത്തിനു മീതെ വഞ്ചി നിലയ്ക്കു നിർത്താൻ വേണ്ടി 80 കിലോഗ്രാം ഭാരമുള്ള ഒരു കല്ല് വെള്ളത്തിൽ നിന്നും പൊക്കിയെടുത്ത് വഞ്ചിയിലിടേണ്ടത് എങ്ങനെയെന്ന് നിങ്ങൾക്ക് പറയാമോ?'

എന്റെ കൂടെയുള്ള ചെറുപ്പക്കാരുടെ മറുപടി കേട്ട് പൊട്ടിച്ചിരിച്ചുകൊണ്ട് അയാൾ പറഞ്ഞു. 'അങ്ങനെ ചെയ്താൽ നിങ്ങൾ വെള്ളത്തിനടിയിലാവും.'

അനന്തരം അയാൾ എന്റെ നേരെ നോക്കിക്കൊണ്ട് ചോദിച്ചു:

'നിങ്ങൾക്ക് കഴിയുമോ? നിങ്ങൾക്ക് എല്ലാം അറിയാമല്ലോ.'

'ഞാൻ ഇതേവരെ അതു പരീക്ഷിച്ചുനോക്കിയിട്ടില്ലെങ്കിലും എനിക്കതു ചെയ്യാൻ കഴിയുമെന്നു തോന്നുന്നു.' ഞാൻ മറുപടി പറഞ്ഞു. 'വെള്ളത്തിനടിയിൽ കല്ലിന് ഭാരം തീരെയില്ല. ശക്തിയായി പിടിച്ചു വലിച്ചാൽ കല്ല് വെള്ളത്തിനു മീതെ പൊക്കാം. നിങ്ങൾ അത് ഉടൻതന്നെ വലിച്ചു വഞ്ചിയിലാക്കി തുഴകൾ പിടിച്ച് വഞ്ചി ഒഴുക്കിൽ പെട്ടു മറിയാതെ നിർത്തിയാൽ മാത്രം മതി.'

വൃദ്ധനായ മത്വേയ് ഭീതിയോടെ എന്നെ നോക്കിക്കൊണ്ട് ഉൽക്കണ്ഠാകുലനായി ചോദിച്ചു. 'ആരാണ് നിങ്ങളെ അതു പഠിപ്പിച്ചത്?'

'അർക്കിമെദിസ്,' എന്നായിരുന്നു എന്റെ ഉത്തരം.

'അയാൾ എവിടെയാണ് താമസം?'

'മരിച്ചുപോയി.'

'അയാൾ നിങ്ങളോട് മാത്രമേ ഇക്കാര്യം പറഞ്ഞിട്ടുള്ളോ, അതോ എല്ലാവരോടും നടന്നു പറഞ്ഞിട്ടുണ്ടോ? എന്റെ കുടുംബത്തിൽ മുത്തപ്പൂപ്പന്റെ കാലം മുതലിങ്ങോട്ട് ഓരോ തലമുറയും അടുത്ത തലമുറയ്ക്കു പറഞ്ഞു കൊടുത്തിട്ടുള്ള രഹസ്യമാണിത്. എനിക്കല്ലാതെ എന്റെ ഗ്രാമത്തിലുള്ള മറ്റാർക്കും കാൻ നദിയിൽ നിന്ന് സ്റ്റെർലൈറ്റ് മത്സ്യങ്ങൾ പിടിക്കാൻ അറിയില്ല.'

ആർക്കിമെദിസ് ഇതേപ്പറ്റി തന്റെ ഫിസിക്സ് പാഠപുസ്തകത്തിൽ എഴുതിയിട്ടുണ്ടെന്നും (ആപേക്ഷികസാന്ദ്രതയേപ്പറ്റിയുള്ള അദ്ധ്യായത്തിൽ) എന്നാൽ അത് മത്വേയുടെ ഗ്രാമത്തിൽ എത്തിയിരിക്കാൻ ഇടയില്ലെന്നും ഞാൻ അയാളോട് പറഞ്ഞു.

'കാൻ നദിയിൽ നിന്നും നിങ്ങൾ യെനിസേയിലേക്കു പോകുമ്പോൾ അവിടെയുള്ളവരോട് ആർക്കിമെദിസിനെപ്പറ്റി ദയവുചെയ്ത് പറയരുതേ, അല്ലെങ്കിൽ പുഴയിൽ സ്റ്റെർലെറ്റ് മത്സ്യങ്ങൾ ഒരെണ്ണം പോലും മിച്ചം കാണുകയില്ല. അയാളെ ആരാണിത് പഠിപ്പിച്ചത്?'

'തന്നെത്താനെ കണ്ടുപിടിച്ചതാണ്.'

വൃദ്ധൻ ചിന്താമഗ്നനായി തീക്കുണ്ഡത്തിനടുത്തിരുന്നു. ആശ്ചര്യത്തോടെ അയാൾ ഇങ്ങനെ പറഞ്ഞുകൊണ്ടിരുന്നു. 'ഹോ, എന്തൊരു ബുദ്ധിമാനായിരുന്നിരിക്കണം അയാൾ! അയാളുടെ പേരന്താണെന്നാണു പറഞ്ഞത്?'

'ആർക്കിമെദിസ്,' യുവാക്കൾ പറഞ്ഞു.

ഞങ്ങൾ യാത്ര പറഞ്ഞപ്പോൾ വൃദ്ധൻ ദുഃഖിതനായി കാണപ്പെട്ടു.

'സ്വമനസ്സാലെ തൈഗയിലേക്കു വരുന്ന പട്ടണവാസികളെ ഞാൻ കാണുന്നത് ഇതാദ്യമാണ്. നിങ്ങൾ പോയിക്കഴിയുമ്പോൾ എനിക്ക് ഏകാന്തത തോന്നും. ഈ കാട്ടിൽ എനിക്ക് ഇതിനുമുമ്പ് ഒരിക്കലും അങ്ങനെ തോന്നിയിട്ടില്ല.'

പിറ്റേന്ന് അയാൾ ഞങ്ങളുടെ കൂടെ വന്നു.

ജന്തുക്കൾക്ക് ബുദ്ധിയുണ്ടോ?

ഭയങ്കരനായ ചെന്നായുടേയും സൂത്രക്കാരനായ കുറുക്കന്റേയും രോമം നിറഞ്ഞ കരടിയുടെയും കഥകൾ കേൾക്കാത്തവരായി ആരെങ്കിലുമുണ്ടോ? ചെറുപ്പത്തിൽ കേട്ടിട്ടുള്ള യക്ഷിക്കഥകളുടെ സ്വാധീനം നിമിത്തം ജന്തുക്കൾക്ക് ഏതാണ്ട് മനുഷ്യരുടേതുപോലെ തന്നെയുള്ള തലച്ചോറുണ്ടെന്ന് ചിലർ വിശ്വസിക്കുന്നു. 'ജന്തുക്കൾക്ക് തലച്ചോറുണ്ടോ?' ചിലർ ഞങ്ങളോട് ചോദിക്കാറുണ്ട്. ഇതിന്റെ ശരിയായ ഉത്തരമെന്താണ്? തീർച്ചയായും ജന്തുക്കളുടെ തലച്ചോറ് മനുഷ്യന്റേതിനേക്കാൾ വളരെ താണതരമാണ്. അവ 'വിചാരിക്കുന്നില്ല' ചിരകാലമായി പഴകിപ്പോന്നിട്ടുള്ള പ്രകൃതി സാഹചര്യങ്ങളിലെ ജീവിതത്തിന്റെ എല്ലാ സങ്കീർണ്ണതകളും അവയുടെ പ്രതികരണങ്ങളെ സ്വാധീനിക്കുന്നു.

മൃഗങ്ങളുടെ ബുദ്ധിശക്തി എത്രയുണ്ടെന്നറിയാനായി ഞങ്ങൾ മോസ്ക്കോ മൃഗശാലയിൽ താഴെപ്പറയുന്ന പരീക്ഷണം നടത്തി. ചുറ്റും ഇരുമ്പഴികളടച്ച കൂട്ടിൽ ആഫ്രിക്കയിൽ നിന്ന് ആയിടെ കൊണ്ടുവന്ന കുറെ ആന്റിലോപ്പുകളെ പാർപ്പിച്ചു. കൂടിന്റെ മദ്ധ്യത്തിൽക്കൂടിയുള്ള മറ്റൊരു ഇരുമ്പഴിക്കൂടിനെ രണ്ടു മുറികളായി വിഭജിച്ചിരുന്നു. അതിൽ ഒന്നിലാണ് ഞങ്ങളുടെ തടവുകാർ താമസിച്ചത്. ആദ്യമൊക്കെ അഴിക്കപ്പുറം കടക്കാൻ അവ വിഫലശ്രമങ്ങൾ നടത്താറുണ്ടായിരുന്നു. എന്നാൽ അഴിക്കപ്പുറം കടക്കാൻ സാധ്യമല്ലെന്ന് ക്രമേണ അവയ്ക്ക് ബോധ്യമായി. ആ ബോദ്ധ്യം അവയിൽ ദൃഢമായി ഉറച്ചതിനുശേഷം ഞങ്ങൾ കൂടിനെ രണ്ടായി വിഭജിച്ചിരുന്ന അഴികൾ നീക്കം ചെയ്തു. ആന്റിലോപ്പുകൾ ഇപ്പോൾ കൂട്ടിനുള്ളിൽ എല്ലായിടത്തും ഓടിനടക്കുമെന്ന് ഞങ്ങളിൽ ചിലർ വിചാരിച്ചു. എന്നാൽ അങ്ങനെയല്ല സംഭവിച്ചത്. ഇരുമ്പഴികൾ നിന്നിരുന്ന വരയ്ക്കപ്പുറം കടക്കാൻ അവ ധൈര്യപ്പെട്ടില്ല. അതിനുള്ള 'ബുദ്ധി' അവയ്ക്കില്ലായിരുന്നു. അതുവരെ ഓടിച്ചെന്നിട്ട് അവ അവിടെ നിൽക്കുകയാണ് ചെയ്തത്.

മുൻവാരങ്ങളിൽ അവയിൽ ദൃഢമൂലമായി ത്തീർന്ന സോപാധിക പ്രതികരണം ഏതൊരു വേലിയേക്കാളും സുശക്തമായിരുന്നു. എത്ര കഠിനമായി ശ്രമിച്ചാലും അഴിക്കപ്പുറം കടക്കാൻ കഴിയുകയില്ലെന്ന് അവ ഓർമ്മിച്ചു.

മാനുകൾ, ഒട്ടകപ്പക്ഷികൾ, ആമകൾ എന്നിവയെ ഉപയോഗിച്ച് ഉക്രെയിനിലുള്ള അസ്കാനിയ - നോവ എന്ന വന്യമൃഗസംരക്ഷണകേന്ദ്രത്തിൽ ഇതേ പരീക്ഷണം നടത്തുകയുണ്ടായി. അവിടെയും ജന്തുക്കളിലൊന്നും വിഭജനരേഖയ്ക്കപ്പുറം കടക്കാൻ ധൈര്യപ്പെട്ടില്ല.

മൃഗങ്ങളെ വളർത്തുന്ന കേന്ദ്രങ്ങളിലുള്ളവരും പലപ്പോഴും മൃഗങ്ങളുടെ 'ബുദ്ധിശക്തി'യെ പെരുപ്പിച്ചുകാണുന്നവരാണ്. ശ്യാമകം, വൻകീരി (Marten) മുതലായവയെ ഇടുന്ന കൂടുകളുടെ തറ ഇരുമ്പുവലകൊണ്ട് മൂടുന്നത് ഇതിനൊരു ഉദാഹരണമാണ്. ഈ മൃഗങ്ങൾ ഭൂമിക്കടിയിലൂടെ തുരങ്കമുണ്ടാക്കി രക്ഷപ്പെടാതിരിക്കാൻ വേണ്ടിയാണ് അങ്ങനെ ചെയ്യുന്നത്. എന്നാൽ ഈ മുൻകരുതലിന്റെ ആവശ്യമില്ല. മോസ്കോ മൃഗശാലയിൽ ഇത്തരം മൃഗങ്ങളെ ഇടുന്ന കൂടിന്റെ അടിഭാഗം വെറും മണ്ണാണ്. എന്നിട്ടും മണ്ണ് തുരന്ന് ഒരെണ്ണം പോലും രക്ഷപ്പെട്ടിട്ടില്ല. അവയ്ക്ക് അതിനുള്ള 'ബുദ്ധി'യില്ല. അവ കൂടിന്റെ വലയ്ക്കടുത്തുചെന്ന് തറയിൽ കുഴിച്ചു തുടങ്ങും. എന്നാല് ഇതു മുൻകൂട്ടി മനസ്സിലാക്കിയ ഞങ്ങൾ വലയോടു ചേർത്ത് അടിയിൽ വീതികുറഞ്ഞ പലകകൾ പാകി. അതിന്റെ മുകളിൽ കനം കുറച്ച് മണ്ണ് വിരിച്ചിരിക്കയാണ്. മണ്ണുമാന്തി ത്തുടങ്ങുമ്പോൾ പലകയിൽ ചെന്ന് തട്ടുന്നു. ഏതാനും ഇഞ്ച് മാറി കുഴിക്കുകയാണെങ്കിൽ തങ്ങൾക്ക് നിഷ്പ്രയാസം രക്ഷപ്പെടാമെന്ന് അറിയാനുള്ള 'ബുദ്ധി' അവയ്ക്കില്ല.

സിംഹം, കടുവ എന്നീ മൃഗങ്ങളുടെ 'ബുദ്ധി'യും ഒട്ടും മെച്ചമല്ല. ഞങ്ങളുടെ മൃഗശാലകളിൽ പലപ്പോഴും പ്ലൈവുഡുകൾകൊണ്ടുള്ള

ച്ചുമരുകൾകൊണ്ടാണ് അവയെ തമ്മിൽ വേർതിരിക്കുന്നത്. അവയുടെ കനത്ത കാലടികൊണ്ടുള്ള ഒരടി അതിനെ തകർക്കാൻ പര്യാപ്തമാകും. എന്നാൽ സാധാരണഗതിയിൽ ഈ വന്യമൃഗങ്ങൾ ഇത്തരം ലോലമായ ചുമരുകൾ തകർക്കാൻ ഒരുമ്പെടാറില്ല. ഈ മൃഗങ്ങൾ വളർന്ന് വന്നിട്ടുള്ളത് സുശക്തമായ ഭിത്തികളോടുകൂടിയ കൂട്ടുകളിലാണ് എന്നതാണ് അതിനുകാരണം. ഒരു മൃഗത്തെ കൂട്ടിലിട്ടു ശീലിപ്പിച്ചാൽ അതിന് അതു ശീലമായിത്തീരുന്നു. തങ്ങൾ വളർന്നു വന്നിട്ടുള്ള സുപരിചിതമായ പാർപ്പിടത്തിന്റെ ചുമരുകൾ പൊളിച്ചു പുറത്തു ചാടാൻ ഇക്കാരണത്താൽ അവ ശ്രമിക്കാറില്ല. ഒരിക്കലും പുറത്തുവിടാതെ കൂട്ടിൽത്തന്നെ വളർത്തിയിട്ടുള്ള ഒരു ജന്തുവിനെ മേല്പറഞ്ഞ പ്രതികരണത്തിന്റെ ശക്തിനിമിത്തം ഒരു തുറന്ന വാതിലിലൂടെ പുറത്തു കടത്താൻ പലപ്പോഴും അസാദ്ധ്യമായിത്തീരുന്നു

പുള്ളിമാനുകൾ ഒന്നാന്തരം ചാട്ടക്കാരാണെന്നു നമുക്കറിയാം. എന്നാൽ ഞങ്ങളുടെ മൃഗശാലയിൽ അവയെ ഇട്ടിരിക്കുന്ന വളപ്പിന്റെ ഉയരം കുറഞ്ഞ വേലി ചാടിക്കടന്ന് രക്ഷപ്പെടാൻ അവ ഒരിക്കൽപോലും ശ്രമിച്ചിട്ടില്ല. കൊപ്റ്റ് - ഡാഗ് മുട്ടനാടിന്റെ കഥയും ഇതുതന്നെയാണ്. ശാന്തനുംവിനീതനുമായി അത് തന്റെ വളപ്പിൽ പല വർഷങ്ങൾ താമസിച്ചു. അങ്ങനെയിരിക്കെ ഒരു രാത്രി യാദൃച്ഛികമായി ഒരു പട്ടി വളപ്പിനുള്ളിൽ കടന്ന് ആടിനെ വിരട്ടി. ഭയാക്രാന്തനായ മുട്ടനാട് വളപ്പിനെ പാർക്കിൽ നിന്നു വേർതിരിക്കുന്ന വല ചാടിക്കടന്ന് ഓടിപ്പോയി. ഇവിടെ അതിന്റെ ജന്മസിദ്ധമായ പ്രതികരണം ബാഹ്യസിദ്ധമായ പ്രതികരണത്തെ കീഴ്പ്പെടുത്തുകയാണ് ഉണ്ടായത്.

ജന്തുക്കളിൽ, വാലില്ലാക്കുരങ്ങന്മാർ കഴിഞ്ഞാൽ ഏറ്റവും കൂടുതൽ ബുദ്ധി പ്രകടിപ്പിക്കുന്നത് ചെമ്പൻകരടികളാണ്. നിരക്കി മാറ്റുന്ന വാതിലുകൾ തുറക്കാൻ വളരെ എളുപ്പമാണെങ്കിലും ഒരു സിംഹമോ കടുവയോ, പുലിയോ അങ്ങനെ ചെയ്യാൻ ഒരിക്കലും ശ്രമിച്ചിട്ടില്ല. എന്നാൽ സൂക്ഷിപ്പുകാരൻ അത്തരമൊരു വാതിൽ ഉയർത്തുന്നതു കണ്ടാലുടൻ ഒരു കരടി അനുകരിക്കും. എങ്കിൽപ്പോലും ഒന്നിന്റെ പുറത്തു മറ്റൊന്ന് കയറിനിന്ന് തങ്ങളുടെ കുഴിയിൽ നിന്നു പുറത്തുകടക്കാനുള്ള ബുദ്ധി അവയ്ക്കില്ല. മൂന്നു വയസ്സുള്ള ഒരു കുട്ടിക്കു പോലും തോന്നുന്ന ബുദ്ധിയാണല്ലോ അത്.

വസന്താരംഭത്തിൽ മഞ്ഞ് കുറേശ്ശെ ഉരുകിത്തുടങ്ങിയ ഒരു ദിവസം മല്ലൻ എന്നുപേരുള്ള കരടി കരുത്തുറ്റ മുൻകാലുകൾ കൊണ്ട് കൂറ്റൻ മഞ്ഞുണ്ടകൾ ഉണ്ടാക്കിത്തുടങ്ങി. ഈ മഞ്ഞുണ്ടകൾ കിടങ്ങിൽ

ക്കൂട്ടിയിട്ട് കരടി അതിന്റെ മുകളിൽ കയറിനിന്ന് മുൻ കാലുകൾ മതിലിനു മുകളിൽ ഉറപ്പിച്ചു. അതു പുറത്തുകടക്കുകതന്നെ ചെയ്യുമെന്ന് തോന്നി. 'അതിന്റെ നേരെ ബോംബെറിയൂ.!' ആ സമയത്ത് ആരോ ഇങ്ങനെ വിളിച്ചുപറഞ്ഞില്ലായിരുന്നെങ്കിൽ സംഗതി കുഴപ്പമാകുമായിരുന്നു.

സൂക്ഷിപ്പുകാർ ഓടിപ്പോയി. അടുത്തുള്ള ഒരു ഗുദാമിൽനിന്നും ബോംബുകൾ എടുത്തുകൊണ്ട് ക്ഷണത്തിൽ തിരിച്ചുവന്നു. മനുഷ്യർക്കും ജന്തുക്കൾക്കും അപകടമൊന്നും വരുത്താത്തതും എന്നാൽ ഭയങ്കരശബ്ദത്തോടെ പൊട്ടുന്നതുമായ പ്രത്യേകതരം പടക്കങ്ങളായിരുന്നു ഈ ബോംബുകൾ.

മല്ലന്റെ മഞ്ഞുകൂനയുടെ മുകളിൽ ബോംബുകൾ പൊട്ടി. കൂറ്റൻ കരടി പേടിച്ച് പിൻവാങ്ങി. ഈ സംഭവത്തിനുശേഷം കുറേക്കാലത്തേക്ക് മല്ലനു ആ ഭാഗത്തേക്കു പോകാൻ ഭയമായിരുന്നു. പിന്നീട് അത് രക്ഷപ്പെടാൻ ശ്രമിച്ചിട്ടില്ല.

എന്നാൽ ഏറെനാൾ കഴിയുന്നതിനുമുമ്പുതന്നെ മല്ലൻ മൃഗശാലാധികൃതരെ ഒരിക്കൽക്കൂടി ആശ്ചര്യപരതന്ത്രരാക്കുകയുണ്ടായി. കാറ്റിൽ ആടിക്കൊണ്ടിരിക്കുന്ന ഇലകളോടുകൂടിയ ഒരു മരച്ചില്ലയിൽ അതിന് താല്പര്യം തോന്നി. നിലത്തുനിന്ന് ഏന്തിവലിഞ്ഞ് അത് പറിച്ചെടുക്കാൻ കരടി പലപ്രാവശ്യം ശ്രമിച്ചെങ്കിലും ഫലമുണ്ടായില്ല. ഒടുവിൽ അത് ഒരു വലിയ കല്ലു വലിച്ചുകൊണ്ട് ചെന്ന് മരത്തിന്റെ ചുവട്ടിൽ ഇട്ടു. അതിൽ കയറിനിന്നുകൊണ്ട് കരടി തനിക്കു രസം തോന്നിയ ചില്ല നിന്നിരുന്ന വണ്ണമുള്ള മരക്കൊമ്പ് നിഷ്പ്രയാസം അടർത്തിയെടുത്തു. അതിനു മുമ്പൊരിക്കലും ഒരു കരടി അങ്ങനെ ചെയ്തിട്ടില്ല.

തിബിലിസിയിലുള്ള ഒരു മൃഗശാലയിൽ രസകരമായ ഒരു സംഭവമുണ്ടായി. ഇണങ്ങിയ ഒരു സംഘം കരടികളെ ഇട്ടിരുന്ന വളപ്പിലേക്കു കടക്കാനുള്ള വാതിലിന്റെ താക്കോൽ കൊണ്ടുവരാൻ ഒരു ദിവസം സൂക്ഷിപ്പുകാരൻ മറന്നുപോയി. അതെടുക്കാനായി തിരിച്ചുപോകാനുള്ള മടികൊണ്ട് അയാൾ മതിലിൽക്കൂടി കയറി വളപ്പിനുള്ളിൽ ഇറങ്ങി. മതിലിൽ വിടവുകൾ ഉണ്ടായിരുന്നതുകൊണ്ട്

അതെളുപ്പമായിരുന്നു.

സൂക്ഷിപ്പുക്കാരൻ കൊടുത്ത റൊട്ടി തിന്നുകൊണ്ട് കരടികൾ അയാൾ കൂട്ടവൃത്തിയാക്കുന്നതു നോക്കിനിന്നു. ജോലി കഴിഞ്ഞപ്പോൾ അയാൾ മതിലിൽ പിടിച്ചുകയറി പുറത്തിറങ്ങി. കരടികളും അയാളുടെ പിന്നാലെ അതുപോലെ തന്നെ പുറത്തുകടന്നു രക്ഷപ്പെട്ടു. മതിൽ ചാടിപ്പോയ നാലുകരടികളേയും പിടികൂടാൻ മൃഗശാലാധികൃതർ വളരെ പണിപ്പെടേണ്ടി വന്നു. മതിലിലെ വിടവുകളെല്ലാം താമസംവിനാ സിമന്റിട്ട് അടച്ചു.

കരടികളുടെ അനുകരണവാസന ഗണനീയമാണെന്നുവേണം ഇതിൽ നിന്ന് അനുമാനിക്കാൻ

പറന്നുനടക്കുന്ന ചോരക്കുടിയന്മാർ

ജൂൺമാസത്തിലെ ചൂടുള്ള ഒരു സായാഹ്നത്തിൽ ഗ്രാമത്തിലെ കന്നുകാലിപ്പറ്റം മേച്ചിൽസ്ഥലത്തുനിന്നു തിരിച്ചുവരുന്നത് ഞാൻ കണ്ടു. കാട്ടിൽ നിന്ന് അവയെ പിൻതുടർന്ന കൊതുകുകളേയും മാട്ടീച്ചകളേയും ആട്ടിയകറ്റാനായി കന്നുകാലികൾ തലയിളക്കുകയും വാലാട്ടുകയും ചെയ്തുകൊണ്ടിരുന്നു. കന്നുകാലികൾ ഓടിപ്പോകാതെ തടഞ്ഞുനിർത്താൻ മേച്ചിൽക്കാരൻ വളരെ വിഷമിച്ചു. വേദനയും ക്ഷീണവും അവയെ വെകിളിപിടിപ്പിച്ചു. അവയുടെ ഈ കഷ്ടത കണ്ടപ്പോൾ ഞാൻ കാട്ടുമൃഗങ്ങളുടെ കാര്യം ഓർത്തുപോയി. കാട്ടുമൃഗങ്ങളുടെ ജീവിതം, വേദനയേൽപ്പിക്കുകയും രോഗങ്ങൾ പകരുകയും ചെയ്യുന്ന ചോരക്കുടിയന്മാരായ പരജീവികളുടെ ആക്രമണം നിമിത്തം ദുസ്സഹമായിരിക്കുമെന്നാണല്ലോ നമുക്ക് തോന്നുന്നത്. എന്നാൽ വാസ്തവം അങ്ങനെയല്ല.

ഒരിക്കൽ അമൂർ-ദര്യ നദിയിലെ തുരുത്തിൽ സഞ്ചരിക്കുന്നതിനിടയിൽ ഒരു കാട്ടുപന്നിയെ കണ്ടകാര്യം ഞാൻ ഓർക്കുന്നു. ഇടതൂർന്ന് വളർന്നുനിന്ന പൊന്തക്കാടുകൾക്കിടയിലൂടെ പ്രയാസപ്പെട്ട് മുമ്പോട്ടുപൊയ്ക്കൊണ്ടിരുന്ന ഞാൻ തുറന്ന ഒരു പ്രദേശത്ത് എത്തി. അവിടെ ഏതാനും വാര അകലെ ഒരു കാട്ടുപന്നി അനങ്ങാതെ

നിൽക്കുന്നത് ഞാൻ കണ്ടു. ഞാൻ എന്റെ ശക്തിയുള്ള ബൈനോക്കുലറിൽക്കൂടി നോക്കിയപ്പോൾ അത് കണ്ണടച്ച് മയങ്ങുകയാണെന്ന് മനസ്സിലായി. വലിയ മൈനകളെപോലെയിരിക്കുന്ന നീർക്കോഴികളും പ്രാണികളെ തിന്നുന്ന മറ്റ് പക്ഷികളും അതിന്റെ മുതുകിൽ തത്തി നടന്നു. മാട്ടീച്ചകളോ കൊതുകുകളോ കാട്ടുപന്നിയുടെ തൊലിയിലെ മൃദുവായ ഭാഗങ്ങളിൽ വന്നിരിക്കുന്നതിനു മുമ്പ് തന്നെ അവയെ ആ പക്ഷികൾ കൊക്കിനുള്ളിലാക്കിക്കൊണ്ടിരുന്നു. കൊക്കിൽ പ്രാണികളെ നിറച്ച് പക്ഷികൾ കൂട്ടിനുള്ളിലേക്കു പറന്നുപോയി അവിടെ വാപിളർന്നിരിക്കുന്ന പക്ഷിക്കുഞ്ഞുങ്ങളെ തീറ്റിയിട്ട് ക്ഷണത്തിൽ തിരിച്ചുവരും. കാട്ടുപന്നി തന്നെ ആക്രമിക്കാൻ വരുന്ന പ്രാണികളിൽ നിന്നും പക്ഷികളുടെ സഹായത്താൽ വിമുക്തനായി അസ്തമയസൂര്യന്റെ ഇളംചൂടേറ്റ് മയങ്ങുന്നു. പന്നിയും പക്ഷികളും പരസ്പരം പ്രയോജനപ്പെടുത്തുന്നുവെന്നുള്ളത് പ്രത്യക്ഷമാണ്.

മോസ്കോ ഫെൽറ്റ് ആൻഡ് ഫർ ഇസ്റ്റിറ്റ്യൂട്ടിലെ മൂന്നാം വർഷ വിദ്യാർത്ഥികൾ പ്രായോഗിക പരിശീലനം നടത്തിക്കൊണ്ടിരുന്ന ലെസീനോസ്ത്രോവ്സ്കയ എന്ന സ്ഥലത്തുള്ള വേനൽക്കാല ക്യാമ്പിൽവച്ച് ഇതു പോലൊരു സംഭവം ഞാൻ കണ്ടിട്ടുണ്ട്. വിദ്യാർത്ഥികളുടെ തുറസ്സായ ഭക്ഷണശാലയ്ക്കടുത്ത് രണ്ടു പറ്റം താറാക്കുഞ്ഞുങ്ങൾ എപ്പോഴും ചുറ്റിപ്പറ്റിനിൽക്കും. നല്ല ചൂടുള്ള മദ്ധ്യാഹ്നങ്ങളിൽ അടുത്തുള്ള കാട്ടിൽ മേഞ്ഞുകൊണ്ടിരിക്കുന്ന ക്യാമ്പിലെ പത്തു ആടുകൾ കൊതുകിന്റെയും മാട്ടീച്ചയുടെയും ശല്യം സഹിക്കവയ്യാതെ ഭക്ഷണശാലയ്ക്കടുത്തേക്ക് ഓടിവരും. അവ നിശ്ചലരായി നിലത്തു കിടക്കും. താറാക്കുഞ്ഞുങ്ങൾ ഇവയെ കണ്ടാലുടൻ പൂട നിറഞ്ഞ ചിറകുകൾ വിരിച്ചുകൊണ്ട് അവയ്ക്കടുത്തേക്ക് ഓടിച്ചെല്ലും. ആടുകളുടെ തലയിലും ഉയർന്നു താഴ്ന്ന പള്ളകളിലും കയറി നിന്ന് താറാക്കുഞ്ഞുങ്ങൾ കാട്ടിൽ നിന്ന് ആടുകളുടെ പിന്നാലെയെത്തുന്ന കൊതുകുകളേയും മാട്ടീച്ചകളേയും പിടിച്ചു തിന്നും. ആടുകളുടെ മീതെ വട്ടമിട്ടുപറക്കുന്ന അവയെ താറാകുഞ്ഞുങ്ങൾ നീണ്ട കഴുത്തുനീട്ടി കൊക്കിനുള്ളിലാക്കും. താമസിയാതെ അവ കാട്ടിൽ നിന്നുള്ള ആക്രമണകാരികളെ ഒന്നൊഴിയാതെ തിന്നൊടുക്കും. അതു കഴിഞ്ഞാലുടൻ അവ വീണ്ടും ഭക്ഷണശാലയിലേക്ക് ശ്രദ്ധ തിരിക്കും.

ആടുകളിലും താറാക്കുഞ്ഞുങ്ങളിലും ഈ പുതിയ പ്രതികരണം ഉളവായത് എത്രയോ വേഗത്തിലാണ് എന്നതാണ് ഏറ്റവും വിസ്മയകരമായിട്ടുള്ളത്. ഉഭയകക്ഷികൾക്കും പ്രയോജനപ്രദമായ ഒരു കരാർ വാക്കുകളുടെ സഹായമില്ലാതെ തന്നെ അവ ഉണ്ടാക്കിയെന്നു തോന്നി. മാടത്ത, കാക്ക മുതലായ പക്ഷികളെപ്പോലെ സാധാരണ,

താറാവുകൾ കുളമ്പുള്ള മൃഗങ്ങളുടെ മുതുകിൽ കയറി നിൽക്കാറില്ല.

ചോരകുടിയന്മാരായ പ്രാണികൾക്കെതിരായി യുഗാന്തരങ്ങളായി നടന്നുവരുന്ന സമരത്തിനിടയിൽ എൽക്കുകൾക്ക് അന്യാദൃശമായ ഒരു രക്ഷാകവചം സിദ്ധിച്ചിട്ടുണ്ട്. ശൈത്യകാലത്ത് അവയുടെ സ്വേദഗ്രന്ഥികൾ വിയർപ്പ് ഉണ്ടാക്കുന്ന ഗ്രന്ഥികൾ -പ്രവർത്തനം നിർത്തിവെയ്ക്കുന്നു. വരണ്ട തൊലി ദേഹത്തെ ചൂടുനഷ്ടപ്പെടാതിരിക്കാൻ സഹായകമാണ്. വടക്കൻ പ്രദേശത്തുള്ള മാനുകൾ ശൈത്യകാലത്തും വേനൽക്കാലത്തും വിയർക്കുന്നില്ല. ഓടുമ്പോൾ ശരീരത്തിലെ ചൂട് ക്രമാധികം വർദ്ധിക്കാതിരിക്കാൻ ഈ രണ്ടുതരം മൃഗങ്ങളും വായ് തുറന്നുപിടിക്കുകയും അതിവേഗം ശ്വസിക്കുകയും ചെയ്യുന്നു. വേനൽക്കാലത്ത് വടക്കൻ മാനുകൾ തുറന്ന പീഠഭൂമിയിലാണ് മേയുന്നത്. കാറ്റിന്റെ ശക്തിനിമിത്തം അവിടെ ചോരകുടിയന്മാരായ പ്രാണികൾക്ക് പറന്നുനടക്കാൻ നിർവ്വാഹമില്ല. വേനൽക്കാലത്ത് കാടുകളിൽത്തന്നെ താമസിക്കുന്ന എൽക്കുകളുടെ സ്വേദഗ്രന്ഥികളാണ് അവയെ പരജീവികളിൽ നിന്നും രക്ഷിക്കുന്നത്. വസന്താരംഭത്തിൽ രോമം കൊഴിയുന്ന സമയത്ത് ഈ ഗ്രന്ഥികൾ പ്രവർത്തനനിരതമാവും. ചുവന്ന തവിട്ടുനിറത്തോടുകൂടിയതും എണ്ണമയമുള്ളതുമായ ഒരു തരം വിയർപ്പുകൊണ്ട് വേനൽക്കാലം മുഴുവൻ എൽക്കുകളുടെ രോമങ്ങൾ നനവാർന്നിരിക്കും. ഈ വിയർപ്പ് കൊതുകുകളെ മാത്രമല്ല മാട്ടീച്ചകളെ പോലും ആട്ടിയോടിക്കാൻ പര്യാപ്തമാണ്. ചെറിയ പ്രാണികളുടെ കാര്യം പിന്നെ പറയാനില്ലല്ലോ. ചോര കുടിക്കുന്ന പ്രാണികൾ ശ്വാസോച്ഛ്വാസം ചെയ്യുന്ന സുഷിരങ്ങളിൽ ഈ വിയർപ്പ് കടന്നുകൂടി അവയെ മൂടുകയും തൽഫലമായി പ്രാണികൾ ശ്വാസം മുട്ടി ചാവുകയുമാണ് ഉണ്ടാകുന്നത്. എന്നാൽ എൽക്കിന്റെ ശരീരത്തിൽ രോമമില്ലാത്ത ചില ഭാഗങ്ങളുണ്ട്: മുൻകാലുകളുടെ മുട്ടിനുകീഴെയുള്ള ഭാഗം, പിൻകാൽ മുട്ടുകൾ, ചെവികൾ. പരജീവികളുടെ ഉപദ്രവം നിമിത്തം ഈ ഭാഗങ്ങൾ പലപ്പോഴും ചോരയൊലിക്കുന്ന വ്രണങ്ങളായിത്തീരാറുണ്ട്. വ്രണം സുഖപ്പെടുത്തുവാൻവേണ്ടി ഏൽക്കുകൾ മുട്ടുവരെ വെള്ളത്തിൽ മണിക്കൂറുകളോളം നിൽക്കാറുണ്ട്. ഇടയ്ക്കിടക്ക് അവ തല വെള്ളത്തിൽ മുക്കുകയും ചെവികൾ കുടയുകയും ചെയ്തുകൊണ്ടിരിക്കും.

പരജീവികൾ പല ഉപദ്രവവും വരുത്തിവെയ്ക്കുന്നു. ഒരിക്കൽ എവിടെ നിന്നോ വന്ന ഒരു ചുഴലിക്കാറ്റു വഴി അസ്ക്കാനിയ-നോവ എന്ന റിസർവ്വേഷനിൽ ഒരു തരം ചെറിയ കൊതുകുകൾ വന്നു പെട്ടു. അവ കടിച്ചാൽ അസഹ്യമായ വേദനയും വ്രണവും ഉണ്ടാകും. രണ്ടുമൂന്നു ദിവസത്തേക്ക് അവിടെയുണ്ടായിരുന്ന ആളുകൾക്ക് ജനലുകളും കതകുകളും ഭദ്രമായി അടച്ച് വീടുകൾക്കുള്ളിൽത്തന്നെ ഇരിക്കേണ്ടി വന്നു. എല്ലായിടത്തും ചുഴന്നുകയറിയ ഈ അപകടകാരികളായ കൊതുകുകളുടെ ആക്രമണത്തിനു വിധേയമായി അനേകം കൊക്കിൻകുഞ്ഞുങ്ങൾ കൂടുകൾക്കുള്ളിൽ മരിച്ചുവീണു. ഏറ്റവും ചെറിയ ദ്വാരങ്ങളുള്ള കൊതുകുവലകൾക്കുള്ളിൽപ്പോലും അവയ്ക്ക് കടന്നുചെല്ലാൻ കഴിയും. പല മൃഗങ്ങളും പൂർണ്ണവളർച്ചയെത്തിയ പക്ഷികൾ പോലും ഈ കൊതുകുകൾ അപ്രത്യക്ഷരാകുന്നതുവരെ ഭയങ്കരമായി കഷ്ടപ്പെട്ടു.

താഷ്ക്കണ്ട് പ്രദേശത്ത് കൊതുകുകളെക്കൊണ്ടുള്ള ഉപദ്രവം വളരെ കൂടുതലായിരുന്നു. ആ കൊതുകുകൾ കടിച്ചാൽ ആപത്കരമായ വ്രണങ്ങൾ ഉണ്ടാകും. അക്കാഡമീഷ്യൻ വൈ. എൻ. പവ്ലോവ്സ്കിയുടെ കീഴിലുള്ള പാരസൈറ്റോളജി ഇൻസ്റ്റിറ്റ്യൂട്ട് ഇതേപ്പറ്റി പഠനം നടത്തി. സാൻഡ്‌വർട്ട് മുതലായ മൂഷിക വർഗ്ഗത്തിൽപ്പെട്ട ജന്തുക്കളുടെ മാളങ്ങളിലാണ് മേൽപ്പറഞ്ഞ കൊതുകുകൾ ശൈത്യകാലം കഴിച്ചുകൂട്ടുന്നത് എന്ന് അവർ മനസ്സിലാക്കി. വസന്തത്തിൽ ഈ കൊതുകുകൾ തങ്ങളുടെ ശൈത്യകാലവസതികളിൽ നിന്നും വളരെ ദൂരം സഞ്ചരിക്കുകയും വലിയ പട്ടണങ്ങളിൽപ്പോലും താവളമാക്കുകയും ചെയ്യുമെന്ന് അനേകം പരീക്ഷണങ്ങളിൽക്കൂടി പ്രസ്തുത ഇൻസ്റ്റിറ്റ്യൂട്ട് കണ്ടുപിടിച്ചു. ഇതേത്തുടർന്ന് താഷ്ക്കണ്ട് പ്രദേശത്തുള്ള സാൻഡ് വർട്ടുകളെ ഉൻമൂലനാശം ചെയ്യാനും അവയുടെ മാളങ്ങൾ നശിപ്പിക്കാനും വേണ്ടി വിജയകരമായ ഒരു സമരം നടന്നു. അങ്ങനെ മനുഷ്യന്റെ ചിരകാല ശത്രുക്കൾ നിഷ്ക്കാസനം ചെയ്യപ്പെട്ടു.

കരടികളുടെ കുടുംബം

ആൺകരടികൾക്ക് അവയുടെ ചെറിയ കുട്ടികളെ കണ്ടുകൂടാ. വസന്തത്തിൽ ഭർത്താവിനെ കാണാതെ പെൺകരടി വനത്തിലൊരിടത്ത് ഒളിച്ചിരിക്കാൻ നിർബന്ധിതയാകുന്നു. തന്റെ കുട്ടികളോടൊപ്പം ശൈത്യകാലത്ത് താമസിക്കാനായി പ്രത്യേകം ഒരു ഗുഹ അത് ശരൽക്കാലത്തു തന്നെ കണ്ടെത്തുന്നു. രണ്ടുവർഷത്തിൽ ഒരിക്കൽ കരടികൾ ഇണചേരുകയും അവയ്ക്ക് കുട്ടികളുണ്ടാകുകയും ചെയ്യുന്നുവെന്നുകൂടി കൂട്ടത്തിൽ പറയട്ടെ.

ഏതാനും വർഷങ്ങൾക്ക് മുമ്പ് ഒരു ആൺകരടിയെ അതിന്റെ കുട്ടികളുമായി പൊരുത്തപ്പെടുവാൻ ഞങ്ങൾ ഒരു ശ്രമം നടത്തി. മോസ്കോമൃഗശാലയിലെ കൂറ്റൻ കരടിയായ മല്ലനേയും ക്രൈ-ബേബി എന്ന പെൺകരടിയേയും ഞങ്ങൾ ഒരേ വളപ്പിൽ താമസിപ്പിച്ചു. ശൈത്യകാലത്ത് പെൺകരടി മൂന്ന് കരടിക്കുട്ടികളെ പ്രസവിച്ചു. മല്ലൻ അവയെ പുച്ഛത്തോടെ ഇടങ്കണ്ണിട്ടു

നോക്കുകയും അവയുടെ നേരെ കയ്യോങ്ങുകയും ചെയ്തുകൊണ്ടിരുന്നു. എന്നാൽ സദാ ജാഗരൂകയായിരുന്ന പെൺകരടി അതിനെ അകറ്റി നിർത്തി. പിതാവ് കുട്ടികളുടെയടുത്ത് ചെല്ലാൻ ശ്രമിച്ചാലുടൻ അമ്മ കണ്ണുതുറന്നിട്ടില്ലാത്ത കുട്ടികളുടെ രക്ഷയ്ക്കായി ഇടയ്ക്ക് ചാടിവീഴും. മല്ലന് പെൺകരടിയേക്കാൾ രണ്ടിരട്ടി വലിപ്പവും അതിനേക്കാൾ കൂടുതൽ ശക്തിയുമുണ്ടായിരുന്നു. എങ്കിലും രോഷാകുലയായി നിൽക്കുന്ന പെൺകരടിയെ മല്ലന് ഭയമായിരുന്നു. വഴക്കുകൂടിയാൽ പെൺകരടി ഭയങ്കരമായി അടിക്കും. തുരുതുരെയുള്ള അതിന്റെ കനത്ത പ്രഹരങ്ങൾ മല്ലനെ പരാജയപ്പെടുത്തി. സഹധർമ്മിണിയുടെ അടിയേൽക്കാതെയിരിക്കാനായി മുൻകാലുകളുയർത്തി തല താങ്ങിപ്പിടിച്ചുകൊണ്ട് അത് പിൻവാങ്ങും. അങ്ങനെ പോകുന്ന പോക്കിൽ ഒരിക്കൽ അത് കിടങ്ങിൽ ചെന്നു വീണു.

മല്ലൻ പരാജയം സമ്മതിക്കുന്നതുവരെ ഈ കുടുംബകലഹം നീണ്ടുനിന്നു. കുട്ടികൾ തന്റെ നേരെ വരുന്നതു കണ്ടാലുടൻ മല്ലൻ തല താങ്ങിപ്പിടിച്ച്, ഭാര്യയെ ദയനീയമായി നോക്കിക്കൊണ്ട് നിന്നിടത്ത് നിന്ന് ഓടിപ്പോകും. പെൺകരടിയുടെ കഠിനമായ മർദ്ദനത്തെ അതിന് അത്ര ഭയമായിരുന്നു.

കുടുംബത്തിലെ തന്റെ സ്ഥാനവുമായി മല്ലൻ പഴകിക്കഴിഞ്ഞെന്ന് ഞങ്ങൾ വിചാരിച്ചു. എന്നാൽ ഞങ്ങൾക്ക് തെറ്റു പറ്റി. അഞ്ചംഗങ്ങളുള്ള ആ കരടിക്കുടുംബത്തെ ഇട്ടിരുന്ന വളപ്പിന്റെ നടുക്കായി ഒരു പൊക്കമുള്ള മരക്കുറ്റി നിന്നിരുന്നു. ഒരിക്കൽ കരടിക്കുട്ടികളിലൊന്ന് ആ മരക്കുറ്റിയിൽ പിടിച്ചുകയറി അതിന്റെ പുറത്ത് കിടന്ന് വെയിൽ കാഞ്ഞുകൊണ്ടിരുന്നു. പെൺകരടി ഉറക്കമാണെന്നു മനസ്സിലാക്കിയ മല്ലൻ മരക്കുറ്റിയുടെ അടുത്തേക്ക് പതുങ്ങിച്ചെന്ന് ശക്തിയായി അതിന്മേൽ ഒന്നടിച്ചു. ഒരു നിലവിളിയോടെ കരടിക്കുട്ടി ദൂരെ തെറിച്ചുവീണു. പെൺകരടി ചാടിയെണീറ്റ് മല്ലനെ കഠിനമായി പ്രഹരിച്ചു. മല്ലൻ ഒരു മൂലയിലേക്ക് പിൻവാങ്ങി. തന്റെ ദുഃഖം മാറാൻ നിദ്രാദേവിയെ ശരണം പ്രാപിച്ചു.

തുടർന്ന് കുറെ നാളത്തേക്ക് കുടുംബത്തിൽ ശാന്തത കളിയാടി. ക്രൈ-ബേബിയുടെ ജാഗ്രത കുറച്ചൊന്ന് കുറഞ്ഞു. വേനൽക്കാലത്തെ ഒരു സുന്ദരമായ പ്രഭാതത്തിൽ അത് ഒന്ന് മയങ്ങി. കരടിക്കുട്ടികളിലൊന്ന് കിടങ്ങിനടുത്ത് ചെന്ന് മുൻകാലുകൾ വെള്ളത്തിൽ മുക്കിക്കളിക്കുന്നത് മല്ലൻ കണ്ടു. മല്ലൻ കിടങ്ങിലിറങ്ങി, ജലക്രീഡ നടത്തിക്കൊണ്ടിരുന്ന കരടിക്കുട്ടിയുടെയടുത്തേക്ക് ആരും കാണാതെ ഇഴഞ്ഞുചെന്നു. അച്ഛൻ മകന്റെ കഴുത്തിൽ കടിച്ചുപിടിച്ച് മകനെ വെള്ളത്തിൽ മുക്കി. കരടിക്കുട്ടി നിലവിളിക്കാൻ ശ്രമിച്ചു. പക്ഷെ

വെള്ളം അവനെ ശ്വാസം മുട്ടിച്ചു. മല്ലനും വെള്ളത്തിനടിയിൽ അധികനേരം മുങ്ങിക്കിടക്കാൻ കഴിഞ്ഞില്ല. ശ്വാസം വിടാനായി അത് തലപൊക്കി. അതിന്റെ പല്ലുകൾക്കിടയിൽ അപ്പോഴും തൂങ്ങിക്കിടന്നിരുന്ന കരടിക്കുട്ടി ആ സമയത്ത് ഭയങ്കരമായി ഒന്നു നിലവിളിച്ചു. മോസ്കോ മൃഗശാലയിലെ മൃഗങ്ങളുടെ ദ്വീപിന്റെ എല്ലാ ക്കോണുകളിലും ആ വിളി മാറ്റൊലികൊണ്ടു. അമ്മ ചാടിയെഴുന്നേറ്റ് ഘാതകനായ പിതാവിന്റെനേർക്കടുത്തു.

പിന്നീടവിടെ നടന്ന കാഴ്ച കാണേണ്ടതായിരുന്നു! കലിയിളകിയ പെൺകരടി മല്ലനെ അടിച്ച് അവശനാക്കി. നിസ്സഹായനായി തലതാങ്ങിപ്പിടിച്ചുകൊണ്ട് മല്ലൻ കിടങ്ങിന്റെ മറ്റേയറ്റത്തേക്ക് പിൻവാങ്ങി. ഈ സംഭവത്തിനുശേഷം ഏതാണ്ട് ഒന്നൊന്നരമ ണിക്കൂറോളം അത് വെള്ളത്തിൽത്തന്നെ കിടന്നു. ക്ഷുഭിതയായ സഹധർമ്മിണി കിടങ്ങിന്റെ കരയ്ക്ക് ഉലാത്തിക്കൊണ്ടിരിക്കുമ്പോൾ കരയ്ക്കുകയറാൻ മല്ലനു ധൈര്യമുണ്ടായിണ്ടായിരുന്നില്ല.

അന്നുമുതൽ കുടുംബത്തിൽ ക്രമസമാധാനം സ്ഥാപിക്കപ്പെട്ടു. പെൺകരടി കുട്ടികളുടെ ശുശ്രൂഷയിൽ മുഴുകിക്കഴിഞ്ഞു. അവയുടെ അച്ഛനെ അത് തിരിഞ്ഞുനോക്കിയതേയില്ല.

മല്ലന് പുതിയൊരു രോമക്കുപ്പായം കിട്ടി. അതിന് തന്റെ സന്താ നങ്ങളിൽ യാതൊരു താല്പര്യവും തോന്നിയില്ല. അധികസമയവും അത് കാലുകൾ നീട്ടിവെച്ച് മലർന്ന് കിടന്നുറങ്ങും.

ശൈത്യകാലം ആഗതമായി. കരടികൾ നിലത്ത് ആഴമുള്ള കുഴികൾ കുഴിച്ച് അവയിൽ കിടന്നുറങ്ങി. സമയം ചിലവഴിച്ചു. ക്രൈ-ബേബി കുട്ടികളോടൊപ്പമായിരുന്നു ഉറക്കം. വളപ്പിന്റെ മറ്റേ അറ്റത്തായിരുന്നു മല്ലന്റെ ഗുഹ. ചൂടുള്ള ദിവസങ്ങളിൽ കരടിക്കുട്ടികൾ ഗുഹയിൽനിന്നു പുറത്തിറങ്ങി മഞ്ഞിൽ കളിക്കാറുണ്ടായിരുന്നു. ചിലപ്പോൾ അവ ധൈര്യമായി അച്ഛന്റെ അടുത്ത് ചെല്ലും. മല്ലൻ

കുട്ടികളെ അമ്മയുടെ ഗുഹയിൽ കടത്താതിരിക്കാൻ ശ്രമിക്കാറുണ്ടായിരുന്നു. ശീതകാലത്ത് ക്രൈ-ബേബിയുടെ മാതൃവാത്സല്യം പഴയതുപോലെ ശക്തമായിരുന്നില്ല. കുട്ടികൾ എല്ലാവരും ഗുഹയ്ക്കുള്ളിലുള്ളപ്പോൾ മാത്രമേ അത് അവയുടെ സംരക്ഷണത്തിന് നിന്നുള്ളൂ. എന്നാൽ കുട്ടികൾ ഇതിനകം സ്വന്തം കാലിൽനിൽക്കാൻ ത്രാണിയുള്ളവരായിക്കഴിഞ്ഞിരുന്നു. മല്ലന് പിടികൊടുക്കാതെ ഒഴിഞ്ഞുമാറാൻ അവ വിരുതന്മാരായിരുന്നു. ഒരിക്കൽ മാത്രം അതിലൊരു കരടിക്കുട്ടിയെ അച്ഛൻ ഒറ്റയടിക്ക് നിലംപതിപ്പിച്ചു. കരടിക്കുട്ടി അപകടമേഖലക്ക് ഏതാനു വാര അകലെ തെറിച്ചു വീണു.

വസന്തത്തിൽ വലിയ കുടുംബകലഹങ്ങളൊന്നും കൂടാതെ കഴിഞ്ഞു. കരടിക്കുട്ടികൾക്ക് നല്ല ധൈര്യവും തന്റേടവും ഉണ്ടായിക്കഴിഞ്ഞു.

ഒരു ദിവസം ഞാൻ മൃഗശാലയിൽക്കൂടി കടന്നുപോകുമ്പോൾ കരടികളുടെ വളപ്പിനടുത്ത് ആളുകൾ കൂടിനിന്ന് ആർത്തു ചിരിക്കുന്നത് കണ്ടു. കരടികളുടെ നാടകം കണ്ടുരസിക്കുകയായിരുന്നു അവർ. മല്ലൻ കിടങ്ങിൽ നിൽക്കുകയായിരുന്നു. അത് മുമ്പൊരിക്കൽ അടിച്ചു വീഴ്ത്തിയ കരടിക്കുട്ടി കരയിൽ അതിനെത്തന്നെ നോക്കിനിന്നു. മല്ലൻ കല്ലുകൊണ്ടുള്ള ഭിത്തിയുടെ ഓരം പിടിച്ച് മുകളിലേക്ക് കയറാൻ ശ്രമിച്ചു. കരടിക്കുട്ടി ആ നിമിഷം ഓടിയെത്തി അതിന്റെ ചെകിട്ടത്ത് ഇടവിടാതെ മൂന്നു പ്രാവശ്യം അടിച്ചിട്ട് അമ്മയുടെ അടുത്തേക്ക് ഓടിപ്പോയി.

വ്യായാമം ആവശ്യമാണ്

മോസ്കോ മൃഗശാലയിലെ അന്തേവാസികളിൽ കാട്ടുകോഴികൾ, മുയൽക്കുട്ടികൾ, പാടുന്ന പക്ഷികൾ മുതലായവ വളർന്നുവന്നത് ചെറിയ കൂട്ടുകൾക്കുള്ളിലാണ്. അവയുടെ വളർച്ച ഞങ്ങൾ എല്ലായ്പ്പോഴും നിരീക്ഷിച്ചുപോന്നു. ഒരിക്കലും ഞങ്ങൾക്ക് പരിഭ്രമത്തിന് ഇടയുണ്ടായിട്ടില്ല. അവ യാതൊരു അസാധാരണത്വവും പ്രകടിപ്പിച്ചിട്ടില്ല. ഏറ്റവും നല്ല പോഷകാഹാരമാണ് അവയ്ക്ക് നൽകിപ്പോന്നത്. കാട്ടിലെ അവയുടെ കൂട്ടുകാരിൽ നിന്ന് അവയ്ക്കുണ്ടായിരുന്ന ഒരേയൊരു വ്യത്യാസം അവയ്ക്ക് വേണ്ടത്ര വ്യായാമം ഇല്ലായിരുന്നുവെന്നതാണ്. അതിനുള്ള കാരണം കൂട്ടുകളുടെ വലിപ്പക്കുറവായിരുന്നു.

പക്ഷികുഞ്ഞുങ്ങളും മൃഗക്കുട്ടികളും വളർന്നപ്പോൾ ഞങ്ങൾ മുൻകൂട്ടി നിശ്ചയിച്ചിരുന്ന പരീക്ഷണം നടത്തി. കൂട്ടിലെ ജീവിതം അവയുടെ വളർച്ചയെ എങ്ങനെ ബാധിച്ചുവെന്ന് അറിയുകയായിരുന്നു ഞങ്ങളുടെ ലക്ഷ്യം. മുയലിനെയാണ് ആദ്യം പരീക്ഷണ വിധേയമാക്കിയത്.

മുയലിനെ ഇട്ടിരുന്ന ചെറിയ കൂട്ടു തുറന്ന് അതിനെ ഞങ്ങൾ വിസ്തൃതമായ പുൽപ്പരപ്പിലേക്ക് ഇറക്കിവിട്ടു. അത് ഇടംവലം നോക്കിക്കൊണ്ട് കുറച്ച് സമയം ഇരുന്നു. സൂര്യൻ തെളിഞ്ഞുപ്രകാശിച്ചു. നിറമുള്ള പൂക്കൾ പുൽപ്പരപ്പിൽ പരവതാനി വിരിച്ചു. തുറസ്സായ ആ സ്ഥലം മുയലിനെ അമ്പരപ്പിച്ചു. അത് മുകളിലേക്ക് കുതിച്ചു ചാടി. വീണ്ടും കുതിച്ചു ചാടി. ഓരോ നിമിഷവും അതിന്റെ ശക്തിയും മെയ്‌വഴക്കവും വർദ്ധിച്ചുവരികയാണെന്നു തോന്നി. ശക്തിയായ ഒരു ചാട്ടത്തിനായി അതിന്റെ പിൻകാലിലെ മാംസപേശികൾ വലിഞ്ഞു. അതു മുകളിലേക്കു ചാടി... ഉടൻതന്നെ നിലംപതിക്കുകയും ചെയ്തു. ഞങ്ങൾ ഓടിയെത്തിയപ്പോഴേക്കും അതു മരിച്ചുകഴിഞ്ഞിരുന്നു. പെട്ടെന്നുണ്ടായ ഹൃദയസ്തംഭനമാണ് മരണകാരണമെന്ന് പ്രേതപരിശോധനയിൽ നിന്ന് മനസ്സിലായി.

മറ്റൊരു ചെറിയ കൂട്ടിനുള്ളിൽ ഒരു കാട്ടുകോഴിക്കുഞ്ഞ് വളർന്നു വന്നു. കൂട്ട ചെറുതായിരുന്നതുകൊണ്ട് അത് ഒരിക്കലും പറന്നിട്ടില്ല. തൊണ്ണൂറ്റൊന്നാം ദിവസം അതിന്റെ വാലിൽ കറുത്ത തൂവലുകൾ മുളച്ചു. അത് ഇരുണ്ട തൂവലുകളോടുകൂടിയ സുന്ദരനായ ഒരു പൂവനായിമാറിക്കഴിഞ്ഞു. പൂർണ്ണവളർച്ച യെത്തിയ ഒരു കാട്ടുകോഴിയിൽ നിന്നും അതിന് ഒരു വ്യത്യാസം ഉണ്ടായിരുന്നില്ല. വസന്താരംഭത്തിൽ അതിനെ കാട്ടുകോഴിപ്പിടകളെ ഇട്ടിരുന്ന ഒരു വലിയ കൂട്ടിലേക്ക് മാറ്റി. ആ വലിയ കൂട്ടിലെ അതിന്റെ ജീവിതം ആരംഭിച്ച ദിവസം തന്നെ അവസാനിക്കുകയും ചെയ്തു. തലേദിവസത്തെ തടവുകാരൻ പീലി വിടർത്തിനിന്ന് പാട്ടുപാടുകയും വിവാഹമന്ത്രം 'ഉരുവിടുക'യും ചെയ്തു. ഇണചേരുന്നിടത്ത് പൂവൻകോഴികൾ ചെയ്യാറുള്ളതുപോലെ അതും വട്ടം കറങ്ങി. പെട്ടന്ന് അത് പിടഞ്ഞുകൊണ്ട് മലർന്നു വീണു. ക്ഷണം കൊണ്ട് എല്ലാം അവസാനിച്ചു. മഹാധമനിയുടെ പ്രധാന കുഴൽ പൊട്ടിയതാണ് മരണഹേതുവെന്ന് പ്രേതപരിശോധനയിൽ വെളിപ്പെട്ടു.

ചെറിയൊരു കൂട്ടിനുള്ളിൽ വളർന്നുവന്ന ഒരു രാപ്പാടിയും ഇതുപോലെ മരിക്കുകയുണ്ടായി. തൊള്ള തുറന്നുള്ള അതിന്റെ ആദ്യത്തെ ഗാനധാര മാരകമായ ഒരു രക്തസ്രാവത്തിനിടയാക്കുകയും അതിന്റെ മരണത്തിൽ കലാശിക്കുകയുമാണുണ്ടായത്.

ഈ പരീക്ഷണങ്ങൾ തെളിയിക്കുന്നതെന്താണ്? പ്രകൃത്യായുള്ള ചുറ്റുപാടിൽ പക്ഷികൾക്കും മൃഗങ്ങൾക്കും സ്വാഭാവികമായിട്ടുള്ള പറക്കുക, പാടുക

മുതലായ വ്യായാമങ്ങളുടെ അഭാവത്തിൽ അവയുടെ ആന്തരികാവയവങ്ങൾ വേണ്ടത്ര വികാസം പ്രാപിക്കുന്നില്ല. ഹൃദയത്തിന്റെയും രക്തധമനികളുടെയും ഭിത്തികൾക്ക് വേണ്ടത്ര കരുത്തില്ല ; അവ ദുർബ്ബലമായതുകൊണ്ട് രക്തസമ്മർദ്ദം പെട്ടെന്ന് ഉയരുമ്പോൾ അതു താങ്ങാനുള്ള കെല്പ് അവയ്ക്കില്ല. പ്രകൃതിദത്തമായ സാഹചര്യങ്ങളിൽപ്പോലും കൂടുവിട്ടുപോകുന്ന പക്ഷിക്കുഞ്ഞുങ്ങൾ ആഘാതം കൊണ്ട് മരിക്കുന്നത് അപൂർവ്വമല്ല. കഴുകൻ മുതലായ ശത്രുക്കളെ ഭയന്ന് പ്രാണരക്ഷാർത്ഥം പറന്നുപോകുന്ന പക്ഷിക്കുഞ്ഞുങ്ങൾ ആഘാതം കൊണ്ട് മരിക്കുന്നത് അപൂർവ്വമല്ല. കഴുകൻ മുതലായ ശത്രുക്കളെ ഭയന്ന് പ്രാണരക്ഷാർത്ഥം പറന്നുപോകുന്ന പക്ഷികൾക്കിടയിൽ ഇങ്ങനെ സംഭവിക്കുന്നത് സാധാരണമാണ്. ഒരു പറ്റം തിലിയർ പക്ഷികളുടെ പിന്നാലെ ഒരു കഴുകൻ പറന്നു ചെന്നപ്പോൾ അക്കൂട്ടത്തിലുണ്ടായിരുന്ന പ്രായം കുറഞ്ഞ അനേകം പക്ഷികൾ മരിച്ചുവീഴുകയുണ്ടായെന്ന് പറഞ്ഞുകേട്ടിട്ടുണ്ട്. വേട്ടക്കാരന്റെ വെടിയുടെ ശബ്ദം കേട്ട് ഭയചകിതരാകുന്ന അരയന്നങ്ങൾ പറന്നു രക്ഷപ്പെടാൻ വേണ്ടി അതിവേഗം ചിറകുകളിട്ടടിക്കുമ്പോൾ അവയിൽ പ്രായം കുറഞ്ഞവ മരിച്ചുവീഴുന്നതും സാധാരണയാണ്.

ഉദാസീനമായ ജീവിതം മുയലുകൾക്ക് വിനാശകാരിയായി ഭവിക്കുന്നു. അവയുടെ പിൻകാലുകളിലെ മാംസപേശികൾക്ക് വേണ്ടത്ര ഉറപ്പുണ്ടെങ്കിലും അവയുടെ ഹൃദയം ദുർബ്ബലമാണ്. കൂടു തുറന്ന് ഓടിച്ചാടി നടക്കാൻ അനുവദിച്ചാൽ പ്രായം കുറഞ്ഞ മുയലുകളുടെ പിൻകാലുകളിലെ വേണ്ടത്ര പുഷ്ടി പ്രാപിക്കാത്ത എല്ലുകൾ ഒടിയുകപോലും ചെയ്യും. പൂർണ്ണ വളർച്ചയെത്തിയ ഒരു മുയലിനെ 25 ദിവസം കൂട്ടിലടച്ചിട്ട് തുറന്നു വിടുമ്പോൾ അതിന്റെ പിൻകാലുകളിലെ എല്ലുകൾ ഒടിയാൻ വളരെയധികം സാദ്ധ്യതയുണ്ട്. തവിട്ടുനിറമുള്ള മുയലുകളെ സൈബീരിയയിൽ തുറന്നുവിട്ടപ്പോൾ ഇക്കാര്യം വെളിപ്പെടുകയുണ്ടായി.

രണ്ടു ചെമ്പൻ കരടികൾ, കാട്ടുകോഴിയുടെയും രാപ്പാടിയുടെയും മുയലിന്റെയും കാലടികളെ പിൻതുടർന്നു. അവ ജീവിതകാലം മുഴുവൻ ചെലവഴിച്ച ചെറിയ കൂടുകളിൽ നിന്നും അവയെ വലിയൊരു കൂട്ടിലേക്കു മാറ്റാൻ ബലപ്രയോഗം തന്നെ വേണ്ടി വന്നു. അതേവരെ അനുഭവിച്ചിട്ടില്ലാത്ത ചലനസ്വാതന്ത്ര്യം അവയുടെ രക്തസമ്മർദ്ദം വർദ്ധിപ്പിച്ചു. ആന്തരിക രക്തസ്രാവം മൂലം അവ മരണമടഞ്ഞു.

ഒരിക്കൽ ഒരു വേട്ടക്കാരൻ മോസ്കോ മൃഗശാലയ്ക്കു നൽകിയ ഒരു വെള്ളമുയൽ കൂട്ടിൽനിന്നു പുറത്തുചാടി നമ്മുടെ സുഹൃത്തായ മല്ലന്റെ വീട്ടുവളപ്പിനുള്ളിൽ കടന്നുകൂടി. ചെമ്പൻ കരടി അതിന്റെ നേരെ

ചാടിച്ചെന്നു. എന്നാൽ മല്ലൻ എത്ര ശ്രമിച്ചിട്ടും ചുറുചുറുക്കും മെയ്വഴക്കവുമുള്ള ആ മുയലിനെ പിടിക്കാൻ കഴിഞ്ഞില്ല. രണ്ടടിപ്പൊക്കത്തിൽ കുതിച്ചുചാടി അത് മതിലിൽ ഉന്തിനിൽക്കുന്ന ഒരു കല്ലിൽ ചെന്നുപറ്റി. അത് അവിടെ പതുങ്ങിയിരുന്നു. കരടിക്ക് അതിനെ കാണാൻ വയ്യായിരുന്നു. കരടി ഓരോ മുക്കിലും മൂലയിലും തിരഞ്ഞു. പിൻകാലുകളിൽ നിന്ന് മണം പിടിച്ചു. മതിലിൽ ഉടനീളം അത് മുൻകാലുകൾ കൊണ്ട് തപ്പിനോക്കുകയും മൂക്കുമുട്ടിച്ചു നോക്കുകയും ചെയ്തു. ഒടുവിൽ അതിന് മുയലിന്റെ ഇരിപ്പിടം മണത്തറിയാൻ കഴിഞ്ഞു. മുൻകാലുകളുയർത്തിക്കൊണ്ട് കരടി മുയലിന്റെയരികിലേക്ക് അടുത്തു. ഓർക്കാപ്പുറത്ത് മുയൽ ഒരു ചാട്ടം കൊടുത്തു. അതു ചെന്നു നിന്നത് കരടിയുടെ തലയിലാണ്. അതിനെ പിടികൂടാനുള്ള ശ്രമത്തിനിടയിൽ കാൽ തെറ്റി മല്ലൻ നിലത്തുവീണു. കല്ലുകൊണ്ടുള്ള മതിലിൽ മല്ലന്റെ തല ഇടിച്ചു. രണ്ടു മണിക്കൂർ നേരം മല്ലൻ മുയലിനെ പിടിക്കാനുള്ള പ്രയത്നം തുടർന്നുകൊണ്ടിരുന്നു. ഒടുവിൽ കരടി സംശയം തോന്നിയ ഒരിടം ലക്ഷ്യമാക്കി കൊടുത്ത ഒരടിയേറ്റ് ചാട്ടക്കാരനായ മുയൽ നിലംപതിച്ചത് കേവലം യാദൃച്ഛികം മാത്രമായിരുന്നു.

രോമാവൃതനായ ആ കുറ്റൻ കരടിക്ക് അന്നത്തെ വേട്ടയുടെ അനുഭവം അവിസ്മരണീയമായിരുന്നു. അപരിചിതമായ ആ വ്യായാമം അതിനെ ആകെ തളർത്തി. രണ്ടു ദിവസത്തേക്ക് അത് യാതൊരാഹാരവും കഴിക്കാതെ മലർന്നുകിടന്നു. അതിന്റെ ഓരോ ചലനത്തിലും വേദനയോടെ അതു ഞരങ്ങിക്കൊണ്ടിരുന്നു. മൃഗശാലയിലെ തന്റെ നീണ്ട ജീവിതത്തിനിടയ്ക്ക് അതിനു മുമ്പ് ഒരിക്കലും മല്ലൻ ഒരു ദിവസം കൊണ്ട് ഇത്രയേറെ വ്യായാമം ചെയ്തിട്ടില്ല. അതുകൊണ്ട് അതിന്റെ മാംസപേശികൾ കഠിനമായി വേദനിച്ചിരിക്കണം.

ധീരന്മാരും ഭീരുക്കളും

നമ്മളിൽ പലർക്കും പഴഞ്ചൊല്ലുകളിലും യക്ഷിക്കഥകളിലും കെട്ടുകഥകളിലും അതിർകടന്ന വിശ്വാസമാണ് ഉള്ളത്. സിംഹത്തിനും കടുവയ്ക്കും നല്ല ധൈര്യമാണ്. കഴുതയ്ക്ക് ബുദ്ധിയില്ല. പന്നി വൃത്തികെട്ട ജന്തുവാണ്. മുയൽ ഭീരുവാണ് എന്നൊക്കെ നമ്മൾ വിശ്വസിക്കുന്നു. എന്നാൽ ഈ വിശ്വാസങ്ങളിൽ പലതും അബദ്ധങ്ങളാണ്.

ഉസ്സൂരി കടുവകൾ അധിവസിക്കുന്ന ഒരു വളപ്പിലേക്ക് ഒരിക്കൽ ഒരു ആട്ടിൻകുട്ടി കടന്നുചെന്നു. ആ കടുവകൾ അതിനുമുമ്പൊരിക്കലും ഒരു ആടിനെ കണ്ടിട്ടില്ലായിരുന്നു. ആട്ടിൻകുട്ടി സധൈര്യം തങ്ങളുടെ നേർക്കു വരുന്നതു കണ്ട് അവ ഭയന്നുപോയി. മുറുമുറുക്കുകയും പല്ലിളിക്കുകയും ചെയ്തുകൊണ്ട് അവ മതിലിനടുത്തേയ്ക്ക് പിൻവാങ്ങി. അമ്മയെ തിരഞ്ഞുനടന്ന ആ ആട്ടിൻകുട്ടി തുള്ളിച്ചാടി മുമ്പോട്ടു ചെന്നു. കടുവകൾ കണ്ണുകൾ ഇറുക്കി അടച്ച് മതിലിനു പുറം

തിരിഞ്ഞ് പിൻകാലുകളിൽ നിന്നുകൊണ്ട് മുൻകാലുകൾ വായുവിൽ വീശിക്കൊണ്ടിരുന്നു. യാദൃശ്ചികമായി ഒരടി ആട്ടിൻകുട്ടിയുടെ മേൽ പതിക്കുകയും അത് ചത്തുവീഴുകയും ചെയ്തു. ആട്ടിൻകുട്ടിയുടെ നിശ്ചലമായ ജഡത്തിനു ചുറ്റും കടുവകൾ വട്ടമിട്ടു നടന്നതുപോലും വളരെ കരുതലോടെയായിരുന്നു.

കടുവകളുടെ വളരെയേറെ കൊട്ടിഘോഷിക്കപ്പെട്ടിട്ടുള്ള ധൈര്യത്തെപ്പറ്റി കൂടുതലൊന്നും പറയേണ്ടതില്ലല്ലോ. തീർച്ചയായും അവ കൊലയാളികളാണ്. എന്നും രാവിലെ കൂടുകളിലേക്കു ഭക്ഷണം കൊണ്ടുവരുന്ന വണ്ടികളിൽ പൂട്ടിയിട്ടുള്ള കുതിരകളെ കാണുമ്പോൾ അവയുടെ മേൽ ചാടിവീഴാൻ തയ്യാറായി പതിയിരിക്കും. അവയ്ക്ക് വീതിയുള്ള കിടങ്ങു ചാടിവീഴാൻ കഴിയാത്തത്ത് കുതിരകളുടെ ഭാഗ്യം.

മൃഗശാലയിലെ അക്വേറിയത്തിൽ ഒരു പൈക്ക് മത്സ്യത്തിന്റെ വായ്ക്കകത്തുകൂടി ഒരു ഗോൾഡ് ഫിഷ് യാതൊരു ഭയവും കൂടാതെ നീന്തിപ്പോകുന്നത് കണ്ട് സന്ദർശകർ അത്ഭുതപ്പെടാറുണ്ട്. ഈ പ്രത്യേക ഗോൾഡ് ഫിഷ് അസാധാരണ ധൈര്യശാലിയാണോ? അല്ല തന്നെ. പ്രകൃതിദത്തമായ ചുറ്റുപാടിൽ പൈക്ക് മത്സ്യം വെള്ള നിറത്തിലുള്ള ചെതുമ്പലുകളുള്ള മത്സ്യങ്ങളെ മാത്രമെ വേട്ടയാടിയിട്ടുള്ളൂ. അതുകൊണ്ട് അതു സ്വർണ്ണനിറമുള്ള ഗോൾഡ്ഫിഷിനെ ശ്രദ്ധിക്കുന്നേയില്ല എന്നാണ് വാസ്തവം. കുളങ്ങളിൽ മാത്രം കാണാറുള്ള കെണ്ടമത്സ്യങ്ങളേയും പൈക്ക് പാട്ടിനുവിടുന്നു. കാരണം അത്തരം മത്സ്യങ്ങളെ അത് മുമ്പുകണ്ടിട്ടില്ല.

മോസ്കോ മൃഗശാലയിലെ എട്ടു ഗജം നീളമുള്ള കൂറ്റൻ പെരുമ്പാമ്പിന് മുലകുടിമാറാത്ത വെളുത്ത പന്നിക്കുട്ടികളെയാണ് പതിവായി തിന്നാൻ കൊടുത്തിരുന്നത്. വെളുത്ത പന്നിക്കുട്ടികളെ മാത്രം തിന്ന് അതിന് ശീലമായി. വെളുത്ത പന്നിക്കുട്ടിയെ കണ്ടാലുടൻ അത് അതിനെ തന്റെ ബലമുള്ള ദേഹം കൊണ്ട് വരിഞ്ഞ് ശ്വാസംമുട്ടിച്ച് കൊല്ലുന്നു. എന്നിട്ട് പന്നിക്കുട്ടിയുടെ മോന്ത വായ്ക്കുള്ളിലാക്കി അതിനെ വിഴുങ്ങുന്നു. എന്നാൽ പുള്ളികളുള്ള ഒരു പന്നിക്കുട്ടിയെയാണ് കൂട്ടിലേക്കു കയറ്റിയിട്ടുള്ളതെങ്കിൽ അതിന്റെ ഭാവം മാറുന്നു. ചുരുണ്ടുകൂടി ആ വലിയ പെരുമ്പാമ്പ് സ്വയരക്ഷയ്ക്കു തയ്യാറെടുത്തു നിൽക്കും.

ഒരിക്കൽ, തന്റെ പരിചയക്കാരനായ ജി.ജി. ഷൂബിൻ എന്ന നായാട്ടുകാരനെ ലാപ്‌ലാൻഡ് റിസർവ്വേഷനിലുള്ള വനത്തിൽ വെച്ച് ഓർക്കാപ്പുറത്ത് ഒരു കരടി പിടികൂടി. കരടി കുറ്റിക്കാട്ടിനുള്ളിൽ വെച്ച് താൻ അപ്പോൾ മാത്രം കൊന്ന ഒരു ഏൽക്കിന്റെ അടുത്തായിരുന്നു.

അത് കുറ്റിക്കാട്ടിൽ നിന്നും പാഞ്ഞെത്തി വേട്ടക്കാരനെ അയാളുടെ സ്കീയിൽനിന്നു മറിച്ചിട്ട് അയാളുടെ ഒരു കാൽപ്പത്തിയിൽ കടിച്ചു പിടിച്ചു. മഞ്ഞിൽ കിടന്നുകൊണ്ടുതന്നെ അയാൾ തോക്കുകൊത്തി വലിച്ചുവച്ച് ഇരട്ടക്കുഴലുള്ള തോക്കിൽ നിന്ന് കരടിയുടെ നേരെ ഒരു പ്രാവശ്യം നിറയൊഴിച്ചു. പക്ഷെ അയാൾക്കു ഉന്നം പിഴച്ചു. അപരി ചിതമായ ശബ്ദം, തോക്കിന്റെ ക്ലിക്ക് ശബ്ദം കേട്ട് കരടി പേടിച്ച് ഒരു വശത്തേക്കു ചാടി. തോക്കിന്റെ മറ്റേ കുഴലിൽ നിന്നുള്ള ഒരു വെടി ക്ഷണത്തിനുള്ളിൽ അതിന്റെ മേൽ തറച്ചു. മുറിവേറ്റ കരടി കാട്ടിനുള്ളിലേക്ക് ഓടിപ്പോയി.

ആഫ്രിക്കയിൽ പര്യടനം നടത്തിയ ഒരു ചലച്ചിത്രനിർമ്മാണ സംഘം സിംഹങ്ങളുമായുള്ള തങ്ങളുടെ കൂടിക്കാഴ്ചകളെപ്പറ്റി എന്നോടു പറയുകയുണ്ടായി. പര്യടന സംഘത്തിന്റെ കാറിന്റെ നേർക്കാണ് കാറ്റുവീശുന്നതെങ്കിൽ വെളിപ്രദേശത്ത് വിഹരിക്കുന്ന ഒരു കൂട്ടം സിംഹങ്ങളുടെ വളരെയടുത്തെത്താൻ അവർക്കു കഴിയുന്നു. എന്നാൽ കാറ്റിന്റെ ഗതി മറിച്ചായാലുടൻ മനുഷ്യസാന്നിദ്ധ്യം മണത്തറിഞ്ഞ് സിംഹങ്ങൾ ഓടിപ്പോകും. മറ്റു പല മൃഗങ്ങൾക്കുമെന്നപോലെ സിംഹങ്ങൾക്കും മാർഗ്ഗദർശനം നൽകുന്നത് കാഴ്ചശക്തിയേക്കാൾ കൂടുതൽ ഘ്രാണശക്തിയാണെന്ന് ഇതു കാണിക്കുന്നു.

ബുദ്ധിയില്ലാത്ത കഴുത എന്ന പ്രയോഗം സർവ്വസാധാരണമായി ട്ടുണ്ട്. എന്നാൽ കഴുതയ്ക്ക് വാസ്തവത്തിൽ ബുദ്ധിയി ല്ലേ? ഉണ്ടെന്നാണ് താഴെ കൊടുക്കുന്ന സംഭവം തെളിയിക്കുന്നത്.

മറ്റു പല വളർത്തുമൃഗങ്ങളേയും പോലെ കഴുതകളും കൊതുക് മാട്ടീച്ച മുതലായ പരജീവി കളെ ആട്ടിയോടിക്കുന്നത് വാലാട്ടിയും ദേഹം ശക്തിയായി കുടയുകയെന്ന ലളിതമായ മാർഗ്ഗം ഉപയോഗിച്ചുമാണ്. മധ്യേഷ്യയിലൊരിടത്തുവെച്ച് ഒരു വികൃതിച്ചെറുക്കൻ പട്ടിയുടെ ദേഹത്തിരുന്ന ഒരു മാട്ടീച്ചയെ പിടിച്ച് ഒരു കഴുതയുടെ ദേഹത്ത് വയ്ക്കുന്നത് ഞാൻ കണ്ടു. മാട്ടീച്ച ദേഹത്തു പറ്റി പ്പിടിച്ചിരിക്കുന്നതു മനസ്സിലാക്കിയ കഴുത ആ പ്രാണിയുടെ ഉറപ്പുള്ള പരന്ന ഉടൽ ഞെരിച്ചു കളയാനായി നിലത്തു കിടന്നുരുണ്ടു. എന്നാൽ വികൃതിച്ചെറുക്കൻ കഴുതയെ ഉപദ്രവിച്ചേ അടങ്ങൂ എന്ന വാശിയിലാണെന്നു തോന്നി. അവൻ മറ്റൊരു മാട്ടീച്ചയെ പിടിച്ച് അതിനെ കഴുതയുടെ

പുറത്തുവെയ്ക്കാൻ വേണ്ടി കരുതലോടെ മുമ്പോട്ടു ചെന്നു. കഴുത കുട്ടിയുടെ കയ്യിൽ ഈച്ചയിരിക്കുന്നതു കണ്ടു. ഉടൻതന്നെ അതു ചാടിയെണീറ്റ് പിൻകാലുകൾ കൊണ്ട് അവനെ തൊഴിച്ച് ഒരു കുഴി യിലേക്കു മറിച്ചിട്ടു. വിഢിയായ ഒരു ജന്തുവിന് ഇത്ര ബുദ്ധിപൂർവ്വം പെരുമാറാൻ കഴിയുകയില്ലെന്ന് പറയേണ്ടതില്ലല്ലോ.

'മുയലിനെപ്പോലെ പേടിച്ച,' എന്നാണ് ഒരു റഷ്യൻ പ്രയോഗമു ള്ളത്. എന്നാൽ മുയലുകൾ അത്ര പേടിയുള്ളവയോ ഭീരുക്കളോ അല്ല. നിലനിൽപിനുവേണ്ടിയുള്ള സമരത്തിൽ മുയലുകൾക്ക് അവയുടെ ബലമുള്ള കാലുകൾ ഒരനുഗ്രഹമാണെന്ന വസ്തുത പലരും മനസ്സിലാ ക്കിയിട്ടില്ല. മുയലുകൾക്ക് അതിവേഗം ഓടാൻ കഴിവില്ലായിരുന്നു വെങ്കിൽ ശത്രുക്കൾ അവയെ പണ്ടേ നാമാവിശേഷമാക്കുമായിരുന്നു. പിന്നാലെ വരുന്നവരിൽ നിന്നും ഓടിരക്ഷപ്പെടാനുള്ള കഴിവാണ് സ്വരക്ഷയ്ക്കുള്ള മുയലുകളുടെ പ്രധാന ആയുധം. ശത്രുക്കളുടെയടുത്തുനി ന്ന് കണ്ണുമടച്ച് ഓടുകയല്ല മുയൽ ചെയ്യുന്നത്. അടിയന്തിരഘട്ടത്തിൽ മാത്രമേ അത് സർവ്വശക്തിയുമെടുത്ത് ഓടുകയുള്ളൂ. വേഗതകുറഞ്ഞ ഒരു വേട്ടപ്പട്ടിയുടെ മുമ്പിൽ മുയൽ ഇടയ്ക്കിടയ്ക്ക് പട്ടിയെ തിരിഞ്ഞു നോക്കിക്കൊണ്ട് സാവധാനത്തിലായിരിക്കും ഓടുക. എന്നാൽ മുയ ലുകളുടെ അത്രതന്നെ വേഗത്തിലോ ഒരു പക്ഷെ അതിൽ കൂടുതൽ വേഗത്തിൽ ഓടാൻ കഴിവുള്ള ബൊർസായ് പട്ടിയാണ് മുയലിനെ പിൻതുടരുന്നതെങ്കിൽ മുയൽ സർവ്വശക്തിയുമെടുത്ത് ഓടി അതിനെ പിന്നിലാക്കുന്നു. പട്ടിയെ പിന്നിലാക്കിയശേഷവും അത് ഏതാണ്ട് ഒരു മൈൽ ദൂരത്തോളം അതേ വേഗതയിൽ ഓടിക്കൊണ്ടിരിക്കും. ഇത് ഭീരുത്വമല്ല. ഒരു മുയലിന് തന്റെ ജീവൻ രക്ഷിക്കാൻ മറ്റൊരു മാർഗ്ഗവുമില്ല.

അസ്കാനിയ - നോവ റിസർവ്വേഷനിൽവെച്ച് ഞാൻ കണ്ട ഒരു സംഭവമാണ് ചുവടെ ചേർക്കുന്നത്. ഒരു കുതിരക്കുട്ടി സ്റ്റെപ്പിയിൽ മേഞ്ഞുകൊണ്ടിരിക്കുകയായിരുന്നു. പെട്ടെന്ന് ഒരു തവിട്ടുനിറമുള്ള മുയൽ പിൻകാലുകളിൽ നിന്നുകൊണ്ട് മുൻകാലുകളുയർത്തി അതിനെ മാന്തിത്തുടങ്ങി. കുതിരക്കുട്ടി പെട്ടെന്ന് ചാടിമാറി . കുതിര മേഞ്ഞുകൊണ്ടുനിന്ന സ്ഥലത്ത് മുയൽ കിടന്നു വിശ്രമിച്ചു. ഒരു സംഘം നായ്ക്കളിൽ നിന്നു രക്ഷപ്പെടാനായി മൂന്ന് തവിട്ടുമുയലുകൾ ഒരു പേടിയും കൂടാതെ ഒരു ആട്ടിൻപറ്റത്തിനിടയിലേക്ക് പാഞ്ഞുക യറുന്നത് മറ്റൊരവസരത്തിൽ ഞാൻ കാണുകയുണ്ടായി.

പട്ടിയെ കാണുമ്പോഴെല്ലാം മുയലുകൾ പേടിച്ചോടാറില്ല. പകൽമുഴവൻ തന്നെ ഇട്ടോടിച്ചതും ഇപ്പോൾ പൂട്ടിയിടപ്പെട്ടതു മായ ഒരു പട്ടിയുടെ ഒരു കുരയെ അവഗണിച്ചുകൊണ്ട് ഒരു മുയൽ

ശൈത്യകാലരാത്രിയിൽ പച്ചക്കറിത്തോട്ടത്തിലിരുന്ന് എന്തെങ്കിലും ഒരു കിഴങ്ങ് കരണ്ടുതിന്നുന്ന കാഴ്ച നിങ്ങൾക്കു കാണാൻ കഴിഞ്ഞെന്നു വരാം.

അനേകം വേട്ടക്കാരെ മുയലുകൾ മാന്തി കഠിനമായി മുറിവേൽപ്പിച്ചിട്ടുണ്ട്. മുറിവേറ്റ ഒരു മുയലിനെ ചെവികളിൽ തൂക്കിപ്പിടിച്ചെടുക്കുമ്പോൾ പോലും അത് പിൻകാലുകൾകൊണ്ട് ശക്തിയായി മാന്താറുണ്ട്.

ഇരപിടിക്കാനെത്തുന്ന പല പക്ഷികളേയും ജീവൻ രക്ഷിക്കാനുള്ള സമരത്തിൽ മുയലുകൾ കൊല്ലാറുണ്ട്. കഴുകനിൽനിന്നു രക്ഷപ്പെടാനായി മലർന്നുകിടന്ന് പിൻകാലുകൾകൊണ്ട് മുയലുകൾ തൊഴിക്കുന്ന കാഴ്ച ചില നായാട്ടുകാർ കണ്ടിട്ടുണ്ട്. ചിലപ്പോൾ മുയലിന് കഴുകന്റെ വയർ പിളർക്കാൻ കഴിയാറുണ്ട്.

ഒരു പട്ടി പിടക്കോഴിയെ കാണുമ്പോൾ കരുതലോടെ നടക്കുന്നത് നിങ്ങൾ കണ്ടിരിക്കും. കോഴിക്കുഞ്ഞുങ്ങളെ രക്ഷിക്കുവാനുള്ള ശ്രമത്തിൽ ഒരു പിടക്കോഴി ആ പട്ടിയെ എപ്പോഴെങ്കിലും കൊത്തിയിട്ടുണ്ടെന്നാണ് അതിനർത്ഥം. അത്ഭുതമെന്നു പറയട്ടെ ഉപദ്രവകാരികളായ ജന്തുക്കളെ ഭയപ്പെടുത്താൻ കോഴിക്കുഞ്ഞുങ്ങൾക്കുപോലും ചിലപ്പോൾ കഴിയും.

ഞങ്ങളുടെ തെക്കൻ സ്റ്റെപ്പികളിൽ വസിക്കുന്ന വീറ്റിയർ എന്നറിയപ്പെടുന്ന ചെറിയ പക്ഷികളുടെ കഥ വളരെ രസകരമാണ്. സസ്‌ലിക്കുകൾ ഉപേക്ഷിച്ചുപോകുന്ന പഴയ മാളങ്ങളിലാണ് അവ താമസിക്കുന്നത്. എന്നാൽ സസ്‌ലിക്കിന്റെ കുഞ്ഞുങ്ങൾ മാതാപിതാക്കളുടെ വീടുവിട്ടുപോകുമ്പോൾ തങ്ങളുടെ മുൻഗാമികൾ ഉപേക്ഷിച്ചുപോയ മാളങ്ങൾ കൈവശപ്പെടുത്താൻ ശ്രമിക്കുന്നു. രക്ത ദ്രുഷിതമായ ഏറ്റുമുട്ടലുകൾ നടക്കുന്നത് അപ്പോഴാണ്. ആ ചെറുപക്ഷി തന്റെ സാമ്രാജ്യത്തിലേക്കു കടന്നു വരുന്ന ശത്രുവിനെ സധൈര്യം ചെറുത്തുനിൽക്കുന്നു. അത് ആ ജന്തുവിന്റെ പുറത്തു ചാടിക്കയറി ചെവികൾ കൊത്തിമുറിക്കുകയും അതിന്റെ പുറത്തിരുന്ന് സ്റ്റെപ്പിയിലാകെ സവാരി ചെയ്യുകയും ചെയ്യുന്നു. ഇങ്ങനെയുള്ള ഏതാനും ഏറ്റുമുട്ടലുകൾ കഴിഞ്ഞാൽ പിന്നെ ഭവനരഹിതനായ സസ്‌ലിക്ക് ഈ പക്ഷികളെ കണ്ടാലുടൻ സ്ഥലം വിടും.

തല മണലിനുള്ളിൽ പൂഴ്ത്തിവെയ്ക്കുമെന്നു പറയപ്പെടുന്ന ഒട്ടകപക്ഷിയുടെ കാര്യം നാം മറന്നുകൂടാ. ഒട്ടകപ്പക്ഷി ഭയങ്കരനായ ഒരു എതിരാളിയാണ്. അതിന്റെ കാലുകൾകൊണ്ടുള്ള അടിക്ക് കുതിരയുടെ തൊഴിയേക്കാൾ ശക്തിയുണ്ട്. എന്നാൽ നാം ഒരു തൊപ്പി ഒരു കമ്പിന്റെ അഗ്രത്തിൽവെച്ചിട്ട് കമ്പുയർത്തിപ്പിടിച്ചാലുടൻ അത്

പിൻവാങ്ങും. ഒട്ടകപ്പക്ഷി അതിനേക്കാൾ ചെറിയ ജന്തുക്കളെ മാത്രമേ ആക്രമിക്കയുള്ളൂ.

പല ജന്തുക്കളെക്കുറിച്ചും പരക്കെയുള്ള തെറ്റിദ്ധാരണകളുടെ പൊള്ളത്തരം തുറന്നുകാട്ടുന്ന ഈ അദ്ധ്യായത്തിൽ പന്നികൾക്ക് അവ അർഹിക്കുന്ന സ്ഥാനം നൽകി അവയെ വെള്ളയടിച്ച് കാണിച്ചില്ലെങ്കിൽ അതൊരു കുറവുതന്നെയായിരിക്കും. പന്നി ഏറ്റവും വൃത്തിയും വെടിപ്പുമുള്ള ജന്തുക്കളിൽ ഒന്നാണെന്നു പറയാൻ ഞങ്ങൾക്ക് മതിയായ കാരണങ്ങളുണ്ട്. പന്നികളെ വളരെ ശ്രദ്ധയോടെ വളർത്തുന്ന കൂട്ടുകൃഷിക്കളങ്ങളിലും സ്റ്റേറ്റ് കൃഷിക്കളങ്ങളിലുമുള്ള പന്നികളുടെ സ്വഭാവത്തിൽ നിന്ന് ഇതു മനസ്സിലാക്കാം. അവ കൂട്ടുകൾ വൃത്തിയായി വയ്ക്കുകയും മലമൂത്ര വിസർജ്ജനത്തിന് ഏറ്റവും ദൂരെയുള്ള മൂലകൾ തിരഞ്ഞെടുക്കുകയും ചെയ്യുന്നു. ചൂടുള്ള ദിവസങ്ങളിൽ പന്നി വെള്ളത്തിൽ കിടക്കാൻ ഇഷ്ടപ്പെടുന്നു. എന്നാൽ അതിനെ സ്വാഗതം ചെയ്യുന്നത് നീന്തൽക്കുളങ്ങളല്ല ചെളിവെള്ളക്കുഴികളാണ് എന്നുള്ളത് തീർച്ചയായും അതിന്റെ കുറവല്ലല്ലോ!

കൂട്ടു കുടുംബം

മോസ്കോ മൃഗശാലയിലുള്ള വലിയൊരു വളപ്പിനുള്ളിൽ വിവിധ വർഗ്ഗത്തിൽപ്പെട്ട അനേകം മൃഗങ്ങൾ ഒരുമിച്ച് വളർന്നുവന്നു. രണ്ടു ചെന്നായ്ക്കൾ, ഒരു ചെമ്പൻ കരടി, മൂന്ന് അളക്കരടികൾ, ആറ് ഉസ്സൂറി റാക്കൂണുകൾ, ആറ് കുറുക്കൻമാർ എന്നിവയായിരുന്നു ആ വളപ്പിലുണ്ടായിരുന്നത്.

അവ കുട്ടികളായിരുന്നപ്പോഴാണ് അവയെ ആദ്യമായി ഒരുമിച്ചു കൊണ്ടുവന്നത്.

'നിങ്ങൾ ഈ ചെയ്യുന്നത് എന്താണ്?' ഞങ്ങളോട് സന്ദർശകരിൽ ചിലർ ചോദിച്ചു. 'ഈ ജന്തുക്കൾ വളർന്നു വരുമ്പോൾ ബലവാന്മാർ ബലഹീനരെ വകവരുത്തും. പ്രകൃതി അതിന്റെ തനിനിറം പുറത്തു കാട്ടും.'

രണ്ട് വർഷം കഴിഞ്ഞു. മൃഗങ്ങൾ എല്ലാം വളർന്നു. എന്നിട്ടും പ്രകൃതി അതിന്റെ തനിനിറം പുറത്തുകാട്ടിയില്ല. ആ സംഘത്തിലുണ്ടായിരുന്ന ജന്തുക്കൾക്ക് പരസ്പരം യാതൊരു ഭയവുമുണ്ടായിരുന്നില്ല. ചുവന്ന രോമമുള്ള ചെന്നായ് മാത്രം ഇതിനൊരു അപവാദമായിരുന്നു. ഫെർഗ്ഗന സ്റ്റെപ്പിയിൽനിന്നെത്തിയ ആ ചെന്നായ് എല്ലാവർക്കും വഴങ്ങിക്കൊടുത്തു. നല്ല പൊക്കവും ഉറപ്പുമുള്ള ദേഹമുണ്ടായിരുന്നെങ്കിലും അത് വെറും നിസ്സാരനും അസ്വസ്ഥനുമായി കാണപ്പെട്ടു. ഏറ്റവും ചെറിയ കുറുക്കനുപോലും അതു വഴങ്ങിക്കൊടുക്കും. മറ്റു ജന്തുക്കൾ അതിനെ അവജ്ഞയോടെയാണ് നോക്കിയത്. മൂകമായ ഒരു കരാറിനാലെന്നപോലെ മൃഗക്കുട്ടികളെല്ലാം ദീക്ത എന്ന കണിശക്കാരിയായ പെൺചെന്നായെ അനുസരിച്ചുപോന്നു. എന്നാൽ സമാധാനലംഘനങ്ങൾ വളരെ വിരളമായിരുന്നതു കൊണ്ട് എന്നാൽ സമാധാനപാലകൻ എന്ന നിലയ്ക്ക് അധികമൊന്നും ചെയ്യേണ്ടിവന്നിട്ടില്ല. തീറ്റത്തൊട്ടിക്കടുത്തുവെച്ച് ദീക്ത ചിലപ്പോൾ തന്റെ വെളുത്ത വലിയ പല്ലുകൾ പുറത്തു കാട്ടും, അതോടെ ക്രമ്പ് എന്ന് പേരുള്ള കരടി മര്യാദക്കാരനാകും. ദൂരമൂത്ത കുറുക്കന്മാർ അവയുടെ പങ്കിൽ കൂടുതൽ വായിലാക്കുകയാണെങ്കിൽ ചെന്നായകൾ മോന്തകൊണ്ട് അത് തട്ടി താഴെയിടീക്കും.

അളകരടികൾ എല്ലാവരുടേയും സുഹൃത്തുക്കളായിരുന്നു. അവ കരടികളോടുപോലും വലിയ ബഹുമാനമൊന്നും കാട്ടിയിരുന്നില്ല.

ചിലപ്പോഴൊക്കെ വഴക്കുകൾ ഉണ്ടാകാറുണ്ട്. പക്ഷെ ദീക്ത പെട്ടെന്നു തന്നെ അത് ഒതുക്കിത്തീർക്കും. അത് വഴക്കുണ്ടാക്കുന്ന ജന്തുക്കളുടെ ഇടയിൽ ചാടിവീണ് അവയെ വേർപെടുത്തും.

ജന്തുക്കൾ തമ്മിലുള്ള മൽപിടുത്തം കണ്ടു രസിക്കാമെന്ന പ്രതീക്ഷയോടെ വളരെ നേരം ആ വളപ്പിനടുത്ത് കാത്തുനിന്ന സന്ദർശകർക്ക് നിരാശപ്പെടേണ്ടിവന്നു. പട്ടാളനിയമം പ്രഖ്യാപിക്കപ്പെട്ടില്ല. വളപ്പിനുള്ളിൽ ക്രമസമാധാനം പാലിക്കപ്പെടുന്നു എന്നുള്ളതിന്റെ കാരണം തീരെ ചെറുപ്പത്തിൽത്തന്നെ അതിനുള്ളിലെ ജന്തുക്കൾ പരസ്പരം ഇടപഴകിക്കഴിഞ്ഞു എന്നതാണ്. തങ്ങളുടെ ദംശനം അപകടകരമായിത്തീരുന്ന പ്രായത്തിനു മുമ്പുതന്നെ തങ്ങളിൽ വികസിതമായ കുറെ സോപാധിക പ്രതികരണങ്ങൾ അവയ്ക്ക് പൊതുവായുണ്ട്. വലിയ കലഹങ്ങൾക്ക് ഇടകൊടുക്കാതെ പരസ്പരബന്ധത്തിൽ

തന്ത്രപൂർവ്വം പെരുമാറാൻ അവ പഠിച്ചുകഴിഞ്ഞു. ഉദാഹരണത്തിന് ചെന്നായക്കുട്ടികളോടൊപ്പം വളർന്നുവന്ന ഒരു കുറുക്കൻ ഒരു ചെന്നായ്ക്കു കൊടുക്കുന്ന മാംസത്തിൽ ഒരിക്കലും കണ്ണുവയ്ക്കുകയില്ല എന്നാൽ ആ കുറുക്കൻ മഞ്ഞിൽകിടന്നുറങ്ങുന്ന ചെന്നായുടെ പുറത്തു കയറി കിടന്ന്, ഒരു കിടക്കയിലെന്നപോലെ സുഖമായി ഉറങ്ങും.

വിവിധ ജന്തുക്കളെ ഒരു സമൂഹത്തിൽ വളർത്തിക്കൊണ്ടുവരുന്ന ഈ പരീക്ഷണം അവയുടെ സ്വതേയുള്ള പരസ്പരബന്ധത്തെ മനുഷ്യന് എങ്ങനെ മാറ്റിമറിക്കാൻ കഴിയും എന്ന് തെളിയിക്കുന്നു.

വിദേശികൾ തങ്ങളുടേതായ കലണ്ടർ സൂക്ഷിക്കുന്നു

സുന്ദരമായ കാലാവസ്ഥയായിരുന്നു അന്ന്. മഴയുണ്ടായിരുന്നില്ല. നല്ല വെയിലുണ്ടായിരുന്നു. ചോലമരപ്പാതകളിൽ പോലും നല്ല ചൂടനുഭവപ്പെട്ടു. പക്ഷേ ഇന്ത്യയിൽ നിന്ന് മോസ്കോ മൃഗശാലയിൽ കൊണ്ടുവന്നിരുന്ന വലിയ പെരുമ്പാമ്പ് ശീതകാലത്തെപ്പോലെയാണ് പെരുമാറിയത്. അത് യാതൊരു ഉന്മേഷവുമില്ലാതെ ഉറക്കം തൂങ്ങിയിരുന്നു. തിന്നാനിട്ടുകൊടുത്ത പന്നിക്കുട്ടിയെ അത് തിരിഞ്ഞുനോക്കില്ല. തന്റെ സ്വദേശമായ ഇന്ത്യയിൽ അപ്പോൾ തുടങ്ങിക്കഴിഞ്ഞ വർഷകാലത്തെ തണുത്ത മഴയിൽ നിന്നും രക്ഷപ്പെടാനെന്നപോലെ ആ പെരുമ്പാമ്പ് ഉന്തിനിന്ന ഒരു പാറയുടെ അടിയിൽ നിശ്ചലനായി ചുരുണ്ടുകൂടി.

ശീതകാലത്ത് ചാരനിറമാർന്ന മേഘങ്ങൾ ഭൂമിയോടടുക്കുകയും പൊഴിഞ്ഞുകൊണ്ടിരിക്കുകയും ചെയ്യുമ്പോൾ, ആസ്ത്രേലിയൻ ഒട്ടകപ്പക്ഷികൾ മുട്ട വിരിയിക്കാൻ തുടങ്ങുന്നു. മൃഗശാലയിലെ പാർക്കുമുഴുവൻ പൊടിമഞ്ഞണിഞ്ഞ് വെളുത്തിരിക്കുന്നെങ്കിൽ തങ്ങൾക്കെന്താണ്? ഒട്ടകപ്പക്ഷികളുടെ നാടായ ആസ്ത്രേലിയയിൽ വസന്തം ആരംഭിച്ചു കഴിഞ്ഞു.

ആസ്ത്രേലിയയിൽ നിന്നു കൊണ്ടു വന്ന കറുത്ത അരയന്നങ്ങൾ ഒക്ടോബർ നവംബർ മാസങ്ങളിൽ കൂടുകെട്ടിത്തുടങ്ങി. കോരപ്പുല്ലു കൊണ്ട് നിഷ്കർഷയോടെ മെടഞ്ഞെടുത്ത കൂട്ടിനുള്ളിൽ മഞ്ഞിന്റെ വെള്ള പൊടിയണിഞ്ഞ് ആ കറുത്ത പക്ഷികൾ ഇരിക്കുന്ന കാഴ്ച സന്ദർശകർക്കു കാണാൻ കഴിഞ്ഞു. ഓരോ കൂട്ടിലും അഞ്ചുമുട്ടകൾ വീതം ഉണ്ടായിരുന്നു. അച്ഛനും അമ്മയും മാറിമാറി മുട്ടയുടെ മേൽ അടയിരിക്കും.

ശീതകാലത്തു കൂടുകെട്ടി മുട്ടവിരിയിക്കുന്ന ഈ വിചിത്രമായ

സ്വഭാവവിശേഷത്തിനു കാരണം പാരമ്പര്യമാണ്. തങ്ങളുടെ സ്വദേശത്തു നിന്നും വിഭിന്നമായ അക്ഷാംശത്തിൽ കിടക്കുന്ന വിദേശങ്ങളിലേക്ക് മാറ്റിത്താമസിപ്പിക്കപ്പെടുന്ന ചില ജന്തുക്കൾ അങ്ങനെ ചെയ്യാറുണ്ട്. കുറെ കൊല്ലങ്ങൾക്കുശേഷവും ഈ ജന്തുക്കൾ അവയുടെ സ്വന്തം നാട്ടിലെ രീതിയനുസരിച്ചുതന്നെ ജീവിതം തുടരുന്നുവെന്ന വസ്തുത ജീവശാസ്ത്രപരമായ താളക്രമങ്ങളുടെ സ്വാധീനത്തിന്റെ പ്രത്യക്ഷമായ പ്രകടനമാണ്. പ്രകൃതിസാഹചര്യങ്ങൾ ഒരു ജന്തുവിൽ യുഗയുഗങ്ങളായി രൂപം നൽകിയിട്ടുള്ള സുപ്രധാന സവിശേഷതകളുടെ ആവർത്തിച്ചുള്ള പ്രകാശനമാണത്.

എന്നാൽ ഈ പ്രക്രിയകൾ മാറ്റാൻ സാദ്ധ്യമല്ല എന്നു ധരിക്കുന്നത് തെറ്റായിരിക്കും. 1936 ൽ കറുത്ത അരയന്നങ്ങളെ ഞങ്ങൾ ഇത്തരം പരീക്ഷണത്തിനു വിധേയരാക്കി. വസന്തകാലം സമാഗതമാകുന്നതുവരെ കൂടുകെട്ടാൻ അവയെ ഞങ്ങൾ അനുവദിച്ചില്ല. അവ കൂടുകെട്ടാൻ തുടങ്ങിയാലുടൻ ഞങ്ങൾ ആ കൂടുകൾ നശിപ്പിച്ചുപോന്നു. എന്നാൽ വസന്തകാലാരംഭത്തിൽ ഞങ്ങൾ അവയെ പാട്ടിനു വിട്ടു. അവ കൂടുകെട്ടി മുട്ടയിട്ടു.

കാലം കുറെ കഴിഞ്ഞു. കറുത്ത അരയന്നങ്ങളുടെ ഒരു പുതിയ തലമുറ വളർന്നുവന്നപ്പോൾ അവ വസന്തകാലത്തെ ആദ്യത്തെ മഞ്ഞുരുകലിനു മുമ്പ് മുട്ടയിട്ടു തുടങ്ങി.

പൂച്ചയുടെ വിചിത്ര കുടുംബം

ഒരിക്കൽ നാലു പോക്കൻപൂച്ചക്കുഞ്ഞുങ്ങളെ അവ കണ്ണുതുറക്കുന്നതിനു മുമ്പുതന്നെ മോസ്കോ മൃഗശാലയിൽ കൊണ്ടുവരികയുണ്ടായി. ആയിടെ പ്രസവിച്ച ഒരു നാടൻ പൂച്ചയുടെ സംരക്ഷണയിൽ അവയെ ആക്കി.

മൃഗങ്ങൾ കാഴ്ചയേക്കാൾ കൂടുതലായി ഗന്ധത്തിനാണ് പ്രാധാന്യം കൊടുക്കുന്നതെന്ന് അറിയാമായിരുന്ന മൃഗശാലയിലെ യുവജീവശാസ്ത്രജ്ഞന്മാർ ഒരു തൊട്ടി വെള്ളമെടുത്ത് പൂച്ചക്കുഞ്ഞുങ്ങളെയെല്ലാം അതിൽ കുളിപ്പിച്ചു. ആ വെള്ളത്തിൽ തന്നെ അവർ പിന്നീട് പോക്കൻപൂച്ചക്കുഞ്ഞുങ്ങളേയും കുളിപ്പിച്ചു. അതിനുശേഷം പോക്കൻ പൂച്ചക്കുഞ്ഞുങ്ങളേയും സാധാരണ പൂച്ചക്കുഞ്ഞുങ്ങളേയും ഒരുമിച്ച് പൂച്ചയുടെ അടുത്താക്കി. പൂച്ച കുറച്ചൊന്നു സംശയിച്ചു നിന്നു. എന്നാൽ ഒരേ വെള്ളത്തിൽ കുളിപ്പിച്ചതുകൊണ്ട് പോക്കൻപൂച്ചക്കുഞ്ഞുങ്ങൾക്കും പൂച്ചക്കുഞ്ഞുങ്ങളുടെ മണം തന്നെയായിരുന്നു. അതുകൊണ്ട് പൂച്ച അവയും തന്റെ സ്വന്തം കുട്ടികളാണെന്നു വിചാരിച്ചു. അത് എല്ലാ കുട്ടികളെയും നക്കിത്തുടച്ചു.

കുറെ ദിവസങ്ങൾ കഴിഞ്ഞു. പോക്കൻപൂച്ചക്കുഞ്ഞുങ്ങളും പൂച്ചക്കുഞ്ഞുങ്ങളും ഒരുമിച്ചു കളിച്ചു തുടങ്ങി. പൂച്ച ജാഗ്രതയോടെ അടുത്തു നിൽപുണ്ടായിരിക്കും.

മൃഗശാലയിൽ ഇണങ്ങിയ പോക്കൻപൂച്ചകളെ വളർത്തിയെടുത്തത് ഇങ്ങനെയാണ്. തങ്ങളുടെ പാർപ്പിടം വിട്ട് അവ ദൂരെ പോകാറില്ലായിരുന്നു. അപരിചിതരെ കണ്ടാലുടൻ അവ ചീറുകയും ഓടി ഒളിക്കുകയും ചെയ്യുമായിരുന്നു. എന്നാൽ യുവപ്രകൃതിശാസ്ത്രജ്ഞ[1]രുടെ ശബ്ദം കേട്ടാലുടൻ അവ ഓടിയെത്തി പല വിചിത്ര മാർഗ്ഗങ്ങളിൽ കൂടി അവരോടുള്ള തങ്ങളുടെ സ്നേഹം പ്രകടിപ്പിക്കും. തള്ളപ്പൂച്ച ഒരു ചുണ്ടെലിയെ പിടിച്ചു കൊണ്ടുവന്ന് കുട്ടികളെ അത്താഴത്തിനു

1 പ്രകൃതി പാഠത്തിൽ താല്പര്യമുള്ള കുട്ടികളുടെ സംഘടന.

ക്ഷണിക്കുമ്പോൾ ആദ്യം ഓടിയെത്തുന്നത് പോക്കൻപൂച്ചക്കുഞ്ഞുങ്ങളായിരിക്കും. ഏറിയ പങ്കും തിന്നുന്നത് അവ തന്നെ ആയിരുന്നു.

ഒരിക്കൽ കൂട്ടിൽ നിന്നു രക്ഷപ്പെട്ട ഒരു കുറുക്കൻ പൂച്ചകളുടെ പാർപ്പിടത്തിൽ കയറിച്ചെന്ന് പോക്കൻപൂച്ചകളെ ആക്രമിക്കാൻ തുടങ്ങിയപ്പോൾ വളർത്തമ്മ അവയുടെ രക്ഷക്ക് പാഞ്ഞെത്തി. പൂച്ച നട്ടു വളച്ച് വില്ലുപോലെയാക്കി. ദേഹം കൊണ്ട് പോക്കൻപൂച്ചക്കുഞ്ഞുങ്ങളെ മറച്ചുപിടിച്ചു കൊണ്ട് കൂർത്ത നഖങ്ങൾ പുറത്തു കാട്ടി കുറുക്കനെ നോക്കി ചീറി.

കുറേക്കാലം കഴിഞ്ഞ് ഇത്തരത്തിലുള്ള മറ്റൊരു രസകരമായ പരീക്ഷണം നടത്തുകയുണ്ടായി.

ഞങ്ങളുടെ യുവപ്രകൃതിശാസ്ത്രജ്ഞർ ഒരു എലിമാളം കണ്ടുപിടിച്ചു. അവർ അതു കുഴിച്ചുനോക്കിയപ്പോൾ അതിനുള്ളിൽ ഇനിയും കണ്ണുതുറന്നിട്ടില്ലാത്ത ഒൻപത് എലിക്കുഞ്ഞുങ്ങൾ ഉറങ്ങിക്കിടപ്പുണ്ടായിരുന്നു.

അവർ അതിലൊന്നിനെ എടുത്ത് അപ്പോൾ പ്രസവിച്ച ഒരു പൂച്ചയുടെ അടുത്തു കൊണ്ടുചെന്നു. പൂച്ച ഉടൻതന്നെ ആ ചെറിയ എലിയുടെ നേരെ ചാടിച്ചെന്നു. കുട്ടികൾ മിന്നൽവേഗത്തിൽ എലിയെ എടുത്തുമാറ്റിയില്ലായിരുന്നെങ്കിൽ അത് പൂച്ചയുടെ വായിലാകുമായിരുന്നു.

അവർ എലിയെ തിരിച്ചുകൊണ്ടുപോയി ആദ്യത്തെ പരീക്ഷണം ആവർത്തിച്ചു. അവർ പൂച്ചക്കുഞ്ഞുങ്ങളെ കുളിപ്പിച്ച വെള്ളത്തിൽ ഒൻപത് എലിക്കുഞ്ഞുങ്ങളേയും കുളിപ്പിച്ചു. എല്ലാറ്റിനേയും ഒരുമിച്ച് അവര് പൂച്ചയുടെ അടുത്താക്കി. നനഞ്ഞ പൂച്ചക്കുഞ്ഞുങ്ങൾ ദയനീയമായി നിലവിളിച്ചു. പൂച്ചയുടെ മാതൃസഹജമായ വാസന ഉണർന്നു. അത് പൂച്ചക്കുഞ്ഞുങ്ങളേയും എലിക്കുഞ്ഞുങ്ങളേയും നക്കിത്തുടച്ചു. കുളികഴിഞ്ഞ എലിക്കുഞ്ഞുങ്ങൾക്ക് പൂച്ചക്കുഞ്ഞുങ്ങളുടെ ഗന്ധം തന്നെയായിരുന്നു എന്നതാണ് അതിനു കാരണം.

ഈ അസാധാരണ കുടുംബത്തെ പാർപ്പിച്ചിരുന്ന കൂട്ടിനു മുമ്പിൽ മൃഗശാലയിലെ സന്ദർശകർ തടിച്ചുകൂടി. താമസിയാതെ പൂച്ചക്ക് ഈ 'തട്ടിപ്പ് ' മനസ്സിലാകുമെന്നും അത് എലികളെ അപ്പോൾ തന്നെ ശാപ്പിടുമെന്നും സംശയാലുക്കൾ ദീർഘദർശനം ചെയ്തു. ഒരു വൃദ്ധ പൂച്ചയേയും എലികളേയും കുറേനേരം നോക്കിനിന്നശേഷം അമർഷത്തോടെ ഇങ്ങനെ പറഞ്ഞു. 'കർത്താവെ! എന്തൊരു ചതിയാണ് ഈ ജീവിയോട് കാട്ടുന്നത്.'

എന്നാൽ ഞങ്ങളുടെ അഭിപ്രായം അതായിരുന്നില്ല. പരീക്ഷണം വിജയകരമായതിൽ ഞങ്ങൾ ആഹ്ലാദിച്ചു.

എലികൾ വളർന്നു. തങ്ങളുടെ വളർത്തമ്മയും പൂച്ചക്കുഞ്ഞുങ്ങളുമായി അവ രമ്യതയിൽ കഴിഞ്ഞു. ഒൻപത് എലികളിൽ അഞ്ചെണ്ണം മാത്രമേ ജീവിച്ചുള്ളൂ. എന്നാൽ ഈ അഞ്ചെണ്ണം കൂട്ടത്തിൽ ഏറ്റവും കൂടുതൽ ശക്തിയും ഉറപ്പും ചുറുചുറുക്കുമുള്ളവയായിരുന്നു. തീരെ ശക്തിയില്ലാത്ത എലിക്കുഞ്ഞുങ്ങളാണ് ചത്തുപോയത്. അവയിൽ ചിലതിന്റെ വായ് തീരെ ചെറുതായിരുന്നതിനാൽ അവയ്ക്ക് പൂച്ചയുടെ മുലകുടിക്കാൻ കഴിഞ്ഞിരുന്നില്ല.

പൂച്ച എലിക്കുഞ്ഞുങ്ങളോടും പൂച്ചക്കുഞ്ഞുങ്ങളോടും ഒരു പോലെയാണ് പെരുമാറിയത്. അവയ്ക്കെല്ലാം അത് സ്നേഹനിധിയായ അമ്മയായിരുന്നു. ഒരു എലിക്കുഞ്ഞ് കൂട്ടത്തിൽ നിന്ന് വളരെ ദൂരെ പോയാലുടൻ പൂച്ച അതിനെ മെല്ലെ കടിച്ചെടുത്ത് മറ്റുള്ളവയുടെ അടുത്ത് കൊണ്ടുവന്നാക്കും.

എലികൾ വളർന്നശേഷവും അവ തങ്ങളുടെ പോറ്റമ്മയോടൊപ്പം സമാധാനമായി ജീവിച്ചുപോന്നു. പൂച്ച ചിലപ്പോൾ മലർന്നു കിടന്ന് അവയോടൊപ്പം കളിക്കാറുണ്ടായിരുന്നു.

പൂച്ചകളുടെ മാതൃവാസന അസാമാന്യമായി വികസിച്ചിട്ടുള്ളതാണ്. സാവിനോ എന്ന സ്റ്റേഷനിലെ ഒരു റെയിൽവേ ജീവനക്കാരന്റെ ഭാര്യ എനിക്ക് ഒരിക്കൽ എഴുതിയ ഒരു കത്തിൽ ഒരു പൂച്ച ഒരു പറ്റം കോഴിക്കുഞ്ഞുങ്ങളെ വളർത്തിക്കൊണ്ടുവന്നതെങ്ങിനെ എന്ന് വിവരിച്ചിരുന്നു.

കോഴിക്കുഞ്ഞുങ്ങൾ മുട്ടയിൽ നിന്നു പുറത്തുവന്ന ഉടൻതന്നെ തള്ളക്കോഴി എങ്ങനെയോ മരിച്ചുപോയി. ആ പിഞ്ചുകുഞ്ഞുങ്ങൾക്ക് ആഹാരം മാത്രമല്ല ചൂടും ആവശ്യമുള്ള പ്രായമായിരുന്നു അത്.

ഒരു പൂച്ചയുടെ ശരീരത്തിൽനിന്നാണ് അവയ്ക്ക് ചൂടു ലഭിച്ചത്.

ആ സ്ത്രീ, മൂർക്ക എന്ന പൂച്ചയും അതിന്റെ കുഞ്ഞുങ്ങളും കിടന്നിരുന്ന കൊട്ടയ്ക്കുള്ളിൽ ആ അഞ്ചു കോഴിക്കുഞ്ഞുങ്ങളേയും കൊണ്ടുവച്ചു.

അത്ഭുതമെന്നു പറയട്ടെ പൂച്ച അവയോട് മാതൃസഹജമായ വാത്സല്യം കാട്ടി. അവ കരഞ്ഞപ്പോൾ പൂച്ച അവയെ സ്നേഹപൂർവ്വം നക്കി.

അഞ്ചു കോഴിക്കുഞ്ഞുങ്ങളിൽ ഒരുപൂവൻ മാത്രമേ ജീവിച്ചുള്ളൂ. അത് പൂച്ചക്കുഞ്ഞുങ്ങളുടെ വലിയ ചങ്ങാതിയായിരുന്നു. കുഞ്ഞുങ്ങൾക്ക് കൊടുക്കാൻ കുരുവികളേയും മറ്റു ചെറുപക്ഷികളേയും പിടിച്ചു കൊണ്ടുവരാറുള്ള മൂർക്ക ആ ചെറിയ പൂവൻകോഴിയെ പിടിക്കാൻ ഒരിക്കലും തുനിഞ്ഞിട്ടില്ല.

സ്വെർദ്‌ലോവ്സ്ക് പ്രദേശത്തെ ഗാരി എന്ന ഗ്രാമത്തിൽ നിന്നു കിട്ടിയ ഒരു കത്തിൽ ഇതിലും അത്ഭുതകരമായ ഒരു സംഭവം വിവരിച്ചിട്ടുണ്ട്.

ഒരു സംഘം കുട്ടികൾ അടുപ്പിനു മുകളിൽ വച്ച ഒരു രോമത്തൊപ്പിക്കുള്ളിൽ വച്ചു മൂന്നു കോഴിമുട്ടകൾ വിരിയിച്ചു. കോഴിക്കുഞ്ഞുങ്ങളെ പൂച്ചക്കുഞ്ഞുങ്ങളുള്ള ദീംക്ക എന്ന പൂച്ചയുടെ സംരക്ഷണയിലാക്കാമെന്ന് അവർ വിചാരിച്ചു.

അവർ കോഴിക്കുഞ്ഞുങ്ങളെ പൂച്ചക്കുഞ്ഞുങ്ങളോടൊപ്പം പൂച്ചയുടെ അടുത്താക്കി. പൂച്ച മണം പിടിച്ചിട്ട് അവയിലൊന്നിനെ വായിലാക്കാൻ ശ്രമിച്ചു. എന്നാൽ കുട്ടികൾ പൂച്ചക്കിട്ട് നല്ല ഒരടികൊടുത്തു. ഒടുവിൽ പൂച്ച കുട്ടികളെ അനുസരിച്ചു.

ആദ്യത്തെ ദിവസം കോഴിക്കുഞ്ഞുങ്ങൾ പൂച്ചയോടൊപ്പം രണ്ടുമണിക്കൂർ ചെലവഴിച്ചു. ആ സമയം മുഴുവൻ കുട്ടികൾ അടുത്തു നിന്ന് പൂച്ചയെ ശ്രദ്ധിക്കുന്നുണ്ടായിരുന്നു. പിറ്റേന്ന് കോഴിക്കുഞ്ഞുങ്ങൾ കൂടുതൽ സമയം പൂച്ചയോടൊപ്പം ഉണ്ടായിരുന്നു. മൂന്നാം ദിവസം കുട്ടികൾ കോഴിക്കുഞ്ഞുങ്ങളെ രാത്രിമുഴുവൻ പൂച്ചയുടെ കൂടെ വിട്ടിട്ടുപോകാൻ ധൈര്യപ്പെട്ടു. ഈ പരീക്ഷണം ഒരു പൂർണ്ണമായ വിജയമായിരുന്നു.

ആഴ്ചകൾ മൂന്നു കഴിഞ്ഞു. കോഴിക്കുഞ്ഞുങ്ങൾ പൂച്ചക്കുഞ്ഞുങ്ങളോടൊപ്പം ശാന്തമായി ഉറങ്ങി. തള്ളപ്പൂച്ച കോഴിക്കുഞ്ഞുങ്ങളേയും പൂച്ചക്കുഞ്ഞുങ്ങളേയും തുല്യ വാത്സല്യത്തോടെ നക്കി. നാലാമത്തെ ആഴ്ചയിൽ ഒരു ദിവസം രണ്ടു കോഴിക്കുഞ്ഞുങ്ങൾ മരിച്ചുകിടക്കുന്നതു കണ്ടു. പൂച്ച രാത്രിയിൽ യാദൃശ്ചികമായി അവയുടെ മീതെ കയറി കിടക്കുകയും ശ്വാസം മുട്ടി അവ മരിക്കുകയുമാണ് ഉണ്ടായത്.

മരിച്ച കോഴിക്കുഞ്ഞുങ്ങളെ കുട്ടികൾ കളപ്പുരയുടെ പിന്നിലേക്ക് എറിഞ്ഞു. എന്നാൽ പൂച്ച അവയെ ഉടൻ തന്നെ കണ്ടുപിടിച്ചു. അത് അവയെ തിരിച്ചും മറിച്ചും ഇട്ട് ദീർഘനേരം മണം പിടിച്ചുകൊണ്ട് നിന്നു. പൂച്ച കുറച്ചുദൂരം നടന്നിട്ട് തിരിച്ചുവരും. തന്നെ പിൻതുടരാൻ

അതു കോഴിക്കുഞ്ഞുങ്ങളെ ക്ഷണിക്കുകയാണെന്നു തോന്നി. പൂച്ചയെ ശാന്തയാക്കാൻ കുട്ടികൾ ഒടുവിൽ കോഴിക്കുഞ്ഞുങ്ങളെ കുഴിച്ചുമൂടി.

ഒരു കോഴിക്കുഞ്ഞ് ജീവിച്ചു. രണ്ടു മാസം മുഴുവൻ അത് പൂച്ചയോടൊപ്പം നടന്നു. ഒടുവിൽ പൂച്ചക്കുഞ്ഞുങ്ങളെ എല്ലാം ഓരോരുത്തർ കൊണ്ടു പോയപ്പോഴാണ് അത് കൂട്ടുപിരിഞ്ഞത്. അതിനുശേഷവും ആ പൂച്ചയും കോഴിയും ഉറച്ച ചങ്ങാതിമാരായി വർത്തിച്ചു.

ചെന്നായ് സഹോദരങ്ങൾ

രണ്ടു ചെന്നായ്ക്കുട്ടികളെ മോസ്കോ മൃഗശാലയിൽ കൊണ്ടുവരികയുണ്ടായി. അവ സഹോദരനും സഹോദരിയുമായിരുന്നു. കസ്കിർ എന്നും കസ്കിർക്ക എന്നുമായിരുന്നു അവയുടെ പേര്. കസാക്ക് ഭാഷയിൽ പേരിന്റെ അർത്ഥം, 'ആൺചെന്നായ്' എന്നും 'പെൺചെന്നായ്' എന്നുമായിരുന്നു. അറാൾ ഉൾക്കടലിന്റെ വടക്കുഭാഗത്തുള്ള വലിയ ഒരു മരുഭൂമിയിൽനിന്നുമാണ് അവയെ പിടിച്ചത്.

മോസ്കോ മൃഗശാലയിൽ അനേകം ചെന്നായ്ക്കളെ കൊണ്ടുവന്നിട്ടുണ്ട്. അവയിൽ ഓരോന്നിന്റെയും സ്വഭാവം ഓരോ തരത്തിലായിരുന്നു. പൂർണ്ണ വളർച്ചയെത്തിയശേഷമാണ് പിടിക്കപ്പെട്ടിട്ടുള്ളതെങ്കിലും അവയിൽ ചില ചെന്നായ്ക്കളെ ഇണക്കാൻ വളരെ എളുപ്പമായിരുന്നു. എന്നാൽ മറ്റു ചിലവയിൽ പെറ്റുവീണ നിമിഷം മുതൽ രക്തദാഹം പ്രകടമായിരുന്നുവെന്ന് വേണമെങ്കിൽ പറയാം. കസ്കിറും കസ്കിർക്കയും ആദ്യദിവസം മുതൽക്കെ വളരെ ശാന്തരായിരുന്നു. അവ വളരെ വേഗം നന്നായി ഇണങ്ങി.

താമസിയാതെ, തൊഴിലാളി ക്ലബ്ബിലും, മിലിട്ടറിയൂണിറ്റുകളിലും സ്കൂളുകളിലും പ്രഭാഷണങ്ങൾ നടത്താൻ പോകുമ്പോൾ ഞാൻ അവയെ കൂടെ കൊണ്ടുപോയി തുടങ്ങി. ഈ യാത്രകളുമായി വേഗം തന്നെ അവ പഴകിക്കഴിഞ്ഞു. അവ സ്വമനസ്സാലെ എന്റെ കാറിൽ ചാടിക്കയറുകയും പ്രഭാഷണം നടത്തുമ്പോൾ എന്റെ മുമ്പിലുള്ള മേശപ്പുറത്ത് എന്നെയും ശ്രോതാക്കളേയും സൂക്ഷ്മനിരീക്ഷണം ചെയ്തുകൊണ്ട് ശാന്തരായി ഇരിക്കുകയും ചെയ്തുപോന്നു.

ഒരിക്കൽ മോസ്കോ മൃഗശാലയിലെ

വലിയ ഹാളിൽ വെച്ച് വീട്ടുനായ്ക്കളുടെ ഉത്ഭവത്തെപ്പറ്റി ഞാൻ സംസാരിച്ചുകൊണ്ടു നിൽക്കുകയായിരുന്നു. ഹാൾ ശ്രോതാക്കളെക്കൊണ്ട് നിറഞ്ഞു കവിഞ്ഞു. തന്നെ ഹാളിലേക്ക് കൂട്ടിക്കൊണ്ടു വരാനുള്ള ജോലിക്കാരനെയും കാത്ത് കസ്കിർക്ക അണിയറയിൽ നിന്നു. എന്നാൽ അതിനെ ഹാളിൽ പ്രദർശിപ്പിക്കേണ്ട സമയമായപ്പോൾ അത് അവിടെയെങ്ങും ഉണ്ടായിരുന്നില്ല. കൂടുവിട്ടുപോന്നതിലുള്ള സങ്കടം കൊണ്ടായിരിക്കണം അതു കഴുത്തുപട്ടയിൽ നിന്നും തല വലിച്ചു പുറത്തെടുത്ത് ഓടിപ്പോയത്.

ഞങ്ങൾ വല്ലാതെ പരിഭ്രമിച്ചു. കാരണം, അന്ന് മൃഗശാലയിൽ സന്ദർശകർ തിങ്ങിക്കൂടിയ ദിവസമായിരുന്നു. എന്നാൽ കസ്കിർക്ക സ്വന്തം കാര്യത്തിൽ മാത്രം വ്യാപൃതയായിരുന്നു. അത് പാർക്കിലുണ്ടായിരുന്ന ആൾക്കൂട്ടത്തിനിടയിലൂടെ കടന്ന് നേരെ തന്റെ കൂട്ടിലേക്ക് പോയി. അടച്ചിട്ട വാതിലിനു മുമ്പിൽ ചെന്ന് അത് ഉള്ളിൽ കയറ്റാൻ കെഞ്ചി.

മറ്റൊരു ദിവസം കസ്കിർക്ക ഞങ്ങളെ ഇതിലും കൂടുതൽ ഭയപ്പെടുത്തി. പട്ടണത്തിന്റെ മറ്റൊരു ഭാഗത്തുള്ള ഒരു പ്രഭാഷണവേദിയിൽ നിന്നും അത് ഓടിപ്പോയി. എന്നാൽ ഇത്തവണയും ഞങ്ങളുടെ ഭയപ്പാട് അസ്ഥാനത്തായിരുന്നു. ഞങ്ങൾ അതിനെ പ്രഭാഷണരംഗത്തേക്കു കൊണ്ടുപോയത് ഒരു കാറിലായിരുന്നുവെങ്കിലും അത് മോസ്കോ തെരുവുകളിലൂടെ ഓടി നേരെ മൃഗശാലയിൽ തിരിച്ചെത്തി. വഴിയിൽ ഒരുത്തരേയും ഒന്നു തൊടുക പോലും ചെയ്യാതെ അത് തന്റെ കൂട്ടിനടുത്തേക്ക് ഓടിച്ചെന്നു.

തെരുവുകളിൽ വച്ച് ചെന്നായ് ആരുടെയും ശ്രദ്ധയിൽപ്പെട്ടില്ല. അത് ഒരു വലിയ അൾസേഷ്യൻ പട്ടിയാണെന്നാണ് കണ്ടവർ വിചാരിച്ചത്.

ചെന്നായ് സഹോദരങ്ങൾക്ക് നല്ല പരിചയമുള്ള ആളുകളോട് വലിയ സ്നേഹമായിരുന്നു. പരീക്ഷണാർത്ഥം ഞങ്ങൾ അവയുടെമേൽ ഏതാനും ആക്രമണങ്ങൾ സംഘടിപ്പിച്ചു; ശാന്തരായ ആ ജന്തുക്കൾ ഉടൻതന്നെ ഹിംസ്രജന്തുക്കളായി മാറി.

തങ്ങളുടെ ഉദ്ദേശം എന്തെന്നു പുറത്തുകാണിക്കാതെ അവ 'ആക്രമണകാരികളുടെ' നേർക്ക് ചാടിച്ചെന്നു. മാത്രവുമല്ല തങ്ങളുടെ ശത്രുക്കളെ അവ വളരെ കാലത്തേക്ക് ഓർമ്മിക്കുകയും ചെയ്തു. 'കയ്യേറ്റക്കാർ ചെന്നായ് കൂട്ടിനടുത്തെത്തിയാൽ ഉടൻതന്നെ ചെന്നായ്ക്കൾ ചീറുകയും അഴികൾക്കിടയിൽക്കൂടി അവരെ ആക്രമിക്കാൻ തയ്യാറാവുകയും ചെയ്യും.'

കസ്കിറും കസ്കിർകയും വളർന്ന് വലിയ രണ്ടു ചെന്നായ്ക്കളായി ത്തീർന്നിട്ടും ഞാൻ അവയെ പട്ടണത്തിനു വെളിയിൽ ഉലാത്താൻ കൊണ്ടുപോകുമായിരുന്നു. തുടലുകളിടാതെയാണ് ഞാൻ അവയെ കൂടെ കൊണ്ടുപോയിരുന്നത്. 'ചെന്നായെ എത്ര നന്നായി തീറ്റിയാലും അത് കാട്ടിലേക്കു തിരിച്ചുപോകാൻ ശ്രമിക്കും.' എന്നുള്ള റഷ്യൻ പഴമൊഴി ശരിയല്ലെന്ന് ഞങ്ങൾ തെളിയിച്ചു. മനുഷ്യരുടെ അടുത്തുനിന്നും ഓടിപ്പാവാനുള്ള ഒരു ശ്രമവും ഈ രണ്ടു ചെന്നായ്ക്കളും നടത്തിയില്ല.

ചെന്നായ്ക്കളേയും അവയുടെ സ്വഭാവവിശേഷങ്ങളേയും പറ്റിയുള്ള പഠനത്തിൽ നിന്ന് ഞങ്ങൾ താഴെ പറയുന്ന നിഗമനങ്ങളിൽ എത്തിച്ചേർന്നു. ഏതാണ്ട് ഇരുപതിനായിരം വർഷങ്ങൾക്കുമുമ്പ് ഈ ജന്തുക്കളെ മനുഷ്യർ മെരുക്കിയെടുക്കുകയും വീട്ടുമൃഗങ്ങളുമായി മാറ്റുകയും ചെയ്തിട്ടുണ്ട്. ഇപ്പോൾ നാം കാണുന്ന വിവിധ ഇനം പട്ടികളുടെ പിതാക്കന്മാർ അവരായിരുന്നു.

ചെന്നായ്ക്കൾ കാഴ്ചയിൽ ഒരുപോലെയിരിക്കുന്നെങ്കിലും സ്വഭാവത്തിൽ അവ തമ്മിൽ വലിയ അന്തരമുണ്ട് എന്ന് മൃഗശാലയിലെ സൂക്ഷ്മനിരീക്ഷകരായ സന്ദർശകർക്ക് നേരിട്ട് കാണാവുന്നതാണ്. ഈ വ്യത്യാസം വിവിധ പാരമ്പര്യമുള്ള ജന്തുക്കളെ തിരഞ്ഞെടുക്കുവാനും അങ്ങനെ വിവിധ ഇനത്തിലുള്ള നായ്ക്കളെ സൃഷ്ടിക്കുവാനും നമ്മുടെ അതിഭൂതകാലത്തെ പിതാമഹന്മാരെ സഹായിച്ചു. ഹിമശകടം വലിക്കുന്ന പട്ടികളുടെ സ്ഥാനം വഹിക്കാൻ തക്കവണ്ണം ഏതു തരം ചെന്നായ്ക്കളേയും ഇണക്കാൻ കഴിയും എന്ന് കൂട്ടത്തിൽ പറയട്ടെ. വിദൂരോത്തരപ്രദേശങ്ങളിൽ ഇണങ്ങിയ ചെന്നായ്ക്കളെ ഉപയോഗിക്കുന്നതായിരിക്കും പട്ടികളെ ഉപയോഗിക്കുന്നതിനേക്കാൾ നല്ലത്. കാരണം അവയ്ക്ക് പട്ടികളേക്കാൾ ശക്തിയും ഉറപ്പും കൂടുതലുണ്ട്.

പരിശീലിപ്പിച്ച് വീട്ടുമൃഗങ്ങളാക്കിത്തീർത്ത ചെന്നായ്ക്കളുടെ സന്താനപരമ്പരകളാണ് നമ്മുടെ സുഹൃത്തുക്കളായ വീട്ടുനായ്ക്കൾ എങ്കിലും ജന്തുക്കളെ വളർത്തുന്ന കേന്ദ്രങ്ങളിലും നായാട്ടു പ്രധാനമായിട്ടുള്ള പ്രദേശങ്ങളിലും കാട്ടു ചെന്നായ്ക്കൾ വരുത്തിവയ്ക്കുന്ന നാശനഷ്ടങ്ങൾ കണക്കിലെടുക്കുമ്പോൾ ചെന്നായ്ക്കളെ കൊല്ലുന്നത് - വിമാനത്തിൽ നിന്ന് വെടിവെച്ചു കൊല്ലുന്നതുപോലും ന്യായീകരിക്കത്തക്കതാണ്.

പേ പിടിച്ച നീർനായ്

കാസ്പിയൻ കടൽക്കരയിലുള്ള ദെർബെന്റ് എന്ന സ്ഥലത്തിനടുത്തുവെച്ച് ഒരിക്കൽ അസാധാരണമായ ഒരു സംഭവം ഉണ്ടായി. ആ പ്രദേശത്തുള്ള ഒരു ശാസ്ത്രജ്ഞൻ എന്നോടു പറഞ്ഞ കഥയാണ് താഴെ കൊടുക്കുന്നത്.

നീന്താൻ വശമില്ലാത്ത ഒരാൾ ഒരു കാർ ടയറിന്റെ കാറ്റു നിറച്ച അകത്തെ ട്യൂബിൽ പിടിച്ചു കിടന്നുകൊണ്ട് കടലിൽ കുറെ ദൂരം പോയി.

പെട്ടെന്ന് ഒരു കാസ്പിയൻ നീർനായ് (Seal) ജലപ്പരപ്പിലേക്ക് പൊങ്ങിവന്ന് നിസ്സഹായനായ ആ മനുഷ്യനെ ആക്രമിച്ചു. ഈ ആപത്ഘട്ടത്തിൽ തന്റെ ടയർ നഷ്ടപ്പെടാതിരിക്കാനായി അയാൾ ധൈര്യസമേതം നീർനായോടു പോരാടി. മുഷ്ടി ചുരുട്ടി അതിനെ അടിക്കുന്നതിനിടയിൽ അയാൾ സ്വന്തം ദേഹം രക്ഷിക്കുന്ന കാര്യത്തിൽ ശ്രദ്ധിച്ചില്ല.

'സഹായിക്കണേ! സഹായിക്കണേ!' അയാൾ ഉറക്കെ വിളിച്ചു. അയാളുടെ ശബ്ദം വളരെ ദൂരെ കേട്ടു.

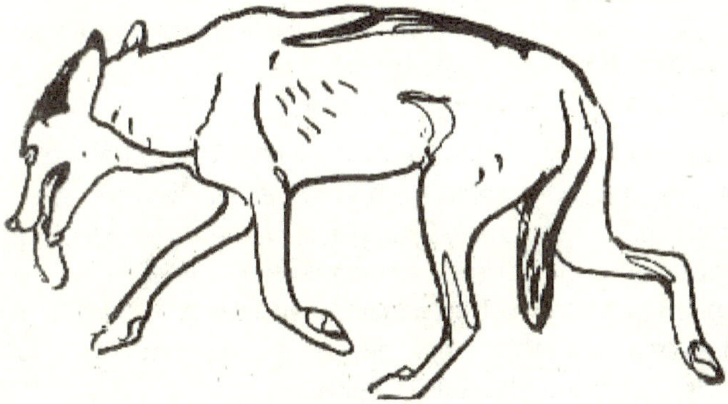

അടുത്തുണ്ടായിരുന്ന കുറെ മീൻപിടുത്തക്കാർ അയാളുടെ കരച്ചിൽ കേട്ടു. നീർനായ് ടയർ കടിച്ചു കീറിയ നിമിഷത്തിൽത്തന്നെ അവർ സംഭവസ്ഥലത്ത് തുഴഞ്ഞെത്തി. മീൻപിടുത്തക്കാർ വെള്ളത്തിൽ ക്കിടന്നയാളെ പിടിച്ച് പൊക്കിയില്ലായിരുന്നെങ്കിൽ അയാൾ ഒരു കല്ലുപോലെ വെള്ളത്തിലേക്ക് താണുപോകുമായിരുന്നു. അയാളുടെ കാലുകളിൽ നീർനായ് ഭയങ്കരമായി കടിച്ചു മുറിവേൽപിച്ചിരുന്നു. മുറിവുകളിൽ നിന്ന് ചോര ധാരധാരയായി ഒഴുകി.

മീൻപിടുത്തക്കാരിലൊരാൾ തുഴകൊണ്ട് നീർനായയുടെ തലയ്ക്കിട്ട് അടിച്ചു. ആ ജന്തു വെള്ളത്തിനടിയിലേക്കു താണു. പിന്നീട് അത് കരയിലേക്ക് നീന്തിപ്പോയി. അത് ഇഴഞ്ഞു കരയ്ക്ക് കയറിയ ഉടനെ അവർ ഒരു കത്തികൊണ്ട് അതിനെ കൊന്നു.

ഒരു കാസ്പിയൻ നീർനായയുടെ ഈ അസാധാരണമായ പെരുമാറ്റത്തിനു കാരണമെന്താണെന്ന് എന്നോട് ആരാഞ്ഞു. ഒരു നീർനായ് മനുഷ്യനെ ആക്രമിച്ചതായി അതിനുമുമ്പ് ഒരിക്കലും കേട്ടിട്ടില്ല. അതുകൊണ്ട് വിവിധ സമുദ്രങ്ങളിലെ നീർനായ്ക്കളെപ്പറ്റി പഠനം നടത്തിയിട്ടുള്ള വിദഗ്ധന്മാരോട് ഞാൻ ഇതേപ്പറ്റി അന്വേഷിച്ചു. എന്നാൽ അവർക്കാർക്കും തന്നെ ഇതിനൊരു വിശദീകരണം നൽകാൻ കഴിഞ്ഞില്ല. സമയം ഒട്ടും പാഴാക്കാനില്ലെന്ന് അപ്പോൾ എനിക്കു മനസ്സിലായി.

നീർനായയുടെ കടിയേറ്റ ആ നിർഭാഗ്യവാനായ മനുഷ്യന് ഞാൻ ഉടൻ തന്നെ ഇങ്ങനെയൊരു കമ്പിയടിച്ചു. 'നീർനായ്ക്ക് പേപിടിച്ചിരുന്നു. കുത്തിവെയ്പ്പ് അനുപേക്ഷണീയമാണ്.'

പക്ഷേ നീർനായ്ക്ക് പേ പിടിക്കുന്നത് എങ്ങനെയാണ്? കരയ്ക്ക് മന്ദം ചലിക്കുന്ന നീർനായ് വെയിൽ കാഞ്ഞുകൊണ്ട് കിടക്കുമ്പോൾ

പേ പിടിച്ച വല്ല കുറുക്കനും അതിനെ കടിച്ചതാവാനാണ് സാധ്യത. ആ പ്രദേശത്ത് ധാരാളം കുറുക്കൻമാരുണ്ടായിരുന്നുവെന്നും അവയ്ക്ക് പേ പിടിക്കുക സാധാരണമായിരുന്നുവെന്നും ഉള്ള വസ്തുത ഈ നിഗമനത്തിന് പിൻതുണ നൽകുന്നു.

ആരോഗ്യമുള്ള ഒരു ജന്തുവിനെ പേ പിടിച്ച ഒരു ജന്തു കടിക്കുന്നതിൽക്കൂടി മാത്രമാണ് ഈ രോഗം പകരുന്നത്. പേ പിടിച്ച എലികൾ, ചുണ്ടെലികൾ, പൂച്ചകൾ മുതലായവ പലപ്പോഴും മറ്റു ജന്തുക്കളെ കടിക്കാറുണ്ട്. ഒരിക്കൽ പേ പിടിച്ച ഒരു കുരുവി മറ്റു ജന്തുക്കളെ ആക്രമിച്ചിട്ടുള്ളതായി രേഖപ്പെടുത്തിയിട്ടുണ്ട്. അനേകം വർഷങ്ങളായി ഒറ്റയ്ക്ക് ഒരു കൂട്ടിലടയ്ക്കപ്പെട്ടിരുന്ന ചെന്നായ്ക്ക് ഒരു എലിയിൽ നിന്നും പേപിടിച്ചിട്ടുണ്ട്.

പേ പിടിച്ച എല്ലാ ജന്തുക്കളേയും ഒരുമിച്ച് നശിപ്പിക്കുകയാണെങ്കിൽ ഈ ഭയങ്കരരോഗം ഉന്മൂലനം ചെയ്യാൻ കഴിയും. ബ്രിട്ടീഷുകാർ ഇതിനായി കൈക്കൊണ്ടിട്ടുള്ള മുൻകരുതലുകളുടെ ഫലമായി ബ്രിട്ടനിൽ ഇപ്പോൾ ഈ രോഗം ഇല്ല. വിദേശങ്ങളിൽ നിന്നും ബ്രിട്ടനിലേക്കു കൊണ്ടുവരപ്പെടുന്ന ജന്തുക്കളെ ദീർഘകാലം ക്വാറന്റൈനിൽ സൂക്ഷിക്കുന്നു.

ജിന്താവു

ജിന്താവു എന്ന പേരുള്ള ഒരു ഇന്ത്യൻ പിടിയാന മോസ്കോ മൃഗശാലയിൽ പന്ത്രണ്ടു വർഷം താമസിച്ചു. അതിനുമുമ്പ് അവൾ ബുഹാറയിൽ നല്ല ഘനമുള്ള ഒരു റോളർ ഉരുട്ടി റോഡു നിരപ്പാക്കുന്ന ജോലിയിലും മരക്കുറ്റികൾ പിഴുതുമാറ്റുന്ന ജോലിയിലും ഏർപ്പെട്ടിരുന്നു. സോഷ്യലിസ്റ്റ് വിപ്ലവത്തെ തുടർന്നുണ്ടായ ആഭ്യന്തരയുദ്ധകാലത്ത് ഈ ആന യുദ്ധമുന്നണിയിലേക്ക് കൂറ്റൻ തോക്കുകൾ വലിച്ചുകൊണ്ടുപോയിട്ടുണ്ട്.

ബുഹറായിൽ ജിന്താവു തുറസ്സായ സ്ഥലത്താണ് താമസിച്ചത്. നല്ല ചൂടുള്ള ദിവസങ്ങളിൽ അവൾ ഫലത്തോട്ടത്തിലുള്ള ഏതെങ്കിലും ഒരു മരത്തിൽ ചാരിനിന്ന് ഉറക്കം തൂങ്ങുന്നത് കാണാമായിരുന്നു

പിന്നീടാണ് അവളെ മോസ്കോ മൃഗശാലയ്ക്കു ലഭിച്ചത്. ഈ വലിയ ജന്തുവിനെ മോസ്കോയിലേക്കു കൊണ്ടുവരേണ്ടതെങ്ങിനെ എന്നുള്ളത് വിഷമകരമായ ഒരു പ്രശ്നമായിരുന്നു. ഗുഡ്സ് ട്രെയിനിലെ വാഗണുകൾ തീരെ ചെറുതായിരുന്നു. തുറന്ന് ഒരു ഗോണ്ടോല - കാറിൽ അവളെ കൊണ്ടുപോകുന്നതിനെപ്പറ്റി ആലോചിക്കാൻ പോലും കഴിയുമായിരുന്നില്ല. ഒരു വലിയ ഗോണ്ടോല - കാറിൽ ജിന്താവുവിനു വേണ്ടി ഒരു പ്രത്യേക കൂടുണ്ടാക്കാൻ ഞങ്ങൾ തീരുമാനിച്ചു.

ചക്രത്തിന്മേലുള്ള ഈ വീടു പണിതുകഴിഞ്ഞപ്പോൾ ജിന്താവുവിനെ അതിനുള്ളിലേക്കു കടത്തുകയെന്ന വിഷമകരമായ ജോലി ഞങ്ങളെ അഭിമുഖീകരിച്ചു. തനിക്കുവേണ്ടി തയ്യാറാക്കപ്പെട്ട ആ പ്രത്യേക തീവണ്ടിയുടെ തായ്ക്ക് വേണ്ടത്ര ഉറപ്പുണ്ടോയെന്ന് കാലുകളും തുമ്പിക്കൈയുംകൊണ്ട് പരീക്ഷിച്ചുനോക്കിയതിനുശേഷം മാത്രമാണ് ജിന്താവു പ്ലാറ്റ്ഫോറത്തിൽ നിന്നും അതിനുള്ളിലേക്ക് കയറിയത്. അവൾ അകത്തു കടന്നയുടനെ വാതിൽ അടഞ്ഞു.

എൻജിൻ ഡ്രൈവർ കഴിയുന്നത്ര സാവധാനത്തിലാണ് തീവണ്ടി ഓടിച്ചത്. എങ്കിലും അപരിചിതമായ ആ അനുഭവം ജിന്താവുവിനെ ഭയപ്പെടുത്തി. അവൾ ആകെ പരിഭ്രമിച്ചവശായി. നല്ല ബലത്തിൽ ഉണ്ടാക്കിയ ആ കൂട് അവൾ ഏതാനും മിനുട്ടുകൾക്കകം തകർത്തു. തുറന്ന ആകാശം മുകളിൽ കണ്ടയുടനെ അവൾ ശാന്തയായി. അങ്ങനെ ഞങ്ങൾക്ക് അവളെ മോസ്കോയിലേക്ക് ഒരു തുറന്ന വണ്ടിയിൽത്തന്നെ കൊണ്ടുപോകേണ്ടി വന്നു.

യാത്രയ്ക്കിടയിൽ ജിന്താവുവിന്റെ പെരുമാറ്റം മാതൃകാപരമായിരുന്നു. മുകളിൽ ഒരു പാലമുണ്ടെന്ന് കണ്ടാലുടൻ ആന തറയിലിരിക്കും. എതിരെ മറ്റൊരു ട്രെയിൻ വരുമ്പോഴെല്ലാം അവൾ വണ്ടിയുടെ മറ്റേ അറ്റത്തേക്ക് പിൻവാങ്ങി.

ഈ അസാധാരണ യാത്രക്കാരിയേയുംകൊണ്ട് ഒരു തീവണ്ടി വരുന്നുണ്ടെന്നുള്ള വാർത്ത ഒരു സ്റ്റേഷനിൽ നിന്ന് മറ്റൊന്നിലേക്ക് തീവണ്ടികളേക്കാൾ ശീഘ്രം സഞ്ചരിച്ചു. ജിന്താവുവിനെ കാണാൻ ആളുകൾ തടിച്ചു കൂടി. റൊട്ടി, തണ്ണിമത്തൻ മുതലായ സ്വാദുള്ള പദാർത്ഥങ്ങൾ കിട്ടാനായി ആന തുമ്പിക്കൈ അവരുടെ നേരെ നീട്ടി.

ഒരു സ്റ്റേഷനിൽ വച്ച് ജിന്താവ്വ പെട്ടെന്ന് ഒന്ന് അമറിയിട്ട് തുമ്പിക്കൈകൊണ്ട് ആൾക്കൂട്ടത്തിൽ നിന്ന് ഒരു തടിയനെ പൊക്കിയെടുത്തു. ആന അയാളെ റെയിൽപ്പാളത്തിനടുത്തുള്ള ഒരു പൊന്തയിലേക്ക് എറിഞ്ഞു. ഭാഗ്യവശാൽ ചില്ലറ മുറിവുകളും ചതവുകളുമായി അയാൾ രക്ഷപ്പെട്ടു. താൻ ആനയുടെ തുമ്പിക്കൈയിൽ ഒരു മൊട്ടുസൂചികൊണ്ട് കുത്തിയെന്ന് അയാൾ സമ്മതിച്ചു.

1924, ജൂലൈ 7-ന വണ്ടി മോസ്കോയിലെത്തി. വെളുപ്പിനു മൂന്നുമണിക്ക് ജിന്താവ്വവിനെ ആനക്കാരൻ മോസ്കോ തെരുവു വീഥികളിലൂടെ നടത്തി. മൃഗശാലയിലുള്ള അവളുടെ പുതിയ വസതിയിലേക്ക് കൊണ്ടു പോയി.

അതിരാവിലെയായിരുന്നെങ്കിലും മൃഗശാലയുടെ ഗെയിറ്റിലേക്ക് ആനയെ ഒരു വലിയ ജനക്കൂട്ടം അനുഗമിച്ചു.

ജിന്താവ്വവിന് അസാധാരണമായ കരുത്തുണ്ടായിരുന്നു. അവൾക്കു പുറത്തുപോകണമെന്നു തോന്നിയാലുടൻ അക്ഷമയോടെ അവൾ തന്റെ വളപ്പിന്റെ കനത്ത ഇരുമ്പഴികൾ പിടിച്ചു വലയ്ക്കുക പതിവായിരുന്നു. അവളുടെ വളപ്പിലേക്കുള്ള കവാടത്തിലെ കൂറ്റൻ നിരക്കുവാതിൽ ഒരിക്കൽ അതിന്റെ വെട്ടിൽ നിന്നു തെറ്റി. ഇരുമ്പു പാരകളുമായി അനേകം ജോലിക്കാർ ഒരുമിച്ചു ശ്രമിച്ചിട്ടും വാതിൽ പൂർവ്വസ്ഥിതിയിലാക്കാൻ അവർക്കു കഴിഞ്ഞില്ല.

ഒരു മണിക്കൂറിൽ കൂടുതൽ അവർ ഒത്തു ശ്രമിച്ചെങ്കിലും ഫലമുണ്ടായില്ല. ആ വാതിലിന് ഏതാണ്ട് ഒരു ടണ്ണിനോടടുത്ത് ഭാരമുണ്ടായിരുന്നു. ജോലിക്കാരിലൊരാൾ തമാശയായി ജിന്താവ്വവിനെ തങ്ങളുടെ സഹായത്തിനു വിളിച്ചു. ആന ഉടൻ തന്നെ അവിടെ എത്തി. അവൾ ആളുകളെ ഒരു വശത്തേക്ക് മെല്ലെ തള്ളിമാറ്റിയിട്ട് തുമ്പിക്കൈക്കൊണ്ട് വാതിൽ തള്ളി യഥാസ്ഥാനത്താക്കി.

ഒരു വശം ചെരിഞ്ഞ് കാലുകൾ നീട്ടിവച്ചുകൊണ്ടായിരുന്നു ആന കിടന്നുറങ്ങിയത്. അവൾ കൂർക്കം വലിക്കുന്ന ശബ്ദം ആ കെട്ടിടത്തിൽ എല്ലായിടത്തും കേൾക്കാമായിരുന്നു. എങ്കിലും ഉറക്കത്തിനിടയിൽ എന്തെങ്കിലും അവളെ ഭയപ്പെടുത്തിയാൽ ആ നിമിഷം അവൾ ചാടിയെഴുന്നേൽക്കും. ഇത്ര വലിപ്പവും തടിയുമുള്ള ഒരു ജന്തു ഇത്ര ചുറുചുറുക്കു കാണിക്കുമെന്ന് വിശ്വസിക്കാൻ പ്രയാസമാണ്.

കാട്ടാനകൾക്ക് അവയുടെ നഖങ്ങൾ ഉപദ്രവമൊന്നും ചെയ്യുന്നില്ല. കാരണം കാട്ടിലെ കല്ലിലും മുള്ളിലും ചവിട്ടി അവ താനേ തേഞ്ഞു പൊയ്ക്കോളും എന്നാൽ മൃഗശാലകളിലെ ആനകളുടെ നഖങ്ങൾ ഇടയ്ക്കിടക്ക് മുറിച്ചുകളയേണ്ടത് ആവശ്യമാണ്. ജിന്താവ്വ ക്ഷമയോടെ ഇതു സഹിച്ചുപോന്നു. വേദന തീരെ സഹിക്കാൻ വയ്യാതാവുമ്പോൾ

മാത്രമേ അവൾ അസഹ്യത കാട്ടാറുള്ളൂ. അപ്പോൾ അവൾ തുമ്പിക്കൈകൊണ്ട് ദേഷ്യത്തോടെ തറയിൽ മുട്ടിക്കൊണ്ടിരിക്കും.

നഖം മുറിച്ചുമാറ്റുന്ന മനുഷ്യൻ ഒരിക്കൽ ജിന്താവിന്റെ ഈ മുട്ടലുകളോ പേടിപ്പിക്കുന്ന ഉറക്കെയുള്ള നിലവിളികളോ വകവയ്ക്കാതെ തന്റെ ജോലി തുടർന്നുകൊണ്ടിരുന്നു. പെട്ടെന്ന് ജിന്താവു അയാളെ മെല്ലെ പൊക്കിയെടുത്ത് വളപ്പിന്റെ ഇരുമ്പഴികൾക്കിടയിലൂടെ പുറത്തേക്കിട്ടു.

മൃഗശാലയിലെ അവസാനത്തെ രണ്ടു വർഷങ്ങളിൽ ജിന്താവുവിൽ വാർദ്ധക്യലക്ഷണങ്ങൾ പ്രകടമായിരുന്നു. അന്ന് അവൾക്ക് 52 വയസ്സു പ്രായം ഉണ്ടായിരുന്നു. അവൾക്ക് പലപ്പോഴും സുഖമില്ലായിരുന്നു. അവൾ അധികസമയവും കിടക്കുകയായിരുന്നു. കാലുകൾ ആയാസപ്പെട്ട് വലിച്ചു വച്ചുകൊണ്ട് വളരെ സാവധാനത്തിലാണ് അവൾ നടന്നത്. ആനകളുടെ വളപ്പിൽ ചില അറ്റകുറ്റപ്പണികൾ ആവശ്യമായി വന്നപ്പോൾ ആനകളെ ആന്റിലോപുകളുടെ വളപ്പിലേക്ക് മാറ്റി. ആനകൾക്ക് ആ വളപ്പ് തീരെ ഇഷ്ടപ്പെട്ടില്ല. ജിന്താവു അവിടെ കിടക്കാൻ പോലും കൂട്ടാക്കിയില്ല. വളപ്പിന്റെ കനത്ത ഇരുമ്പഴിയിൽ വിശാലമായ നെറ്റിത്തടം താങ്ങിവെച്ച് നിന്നുകൊണ്ടാണ് അവൾ ഉറങ്ങിയത്. അവളുടെ ഭാരം കൊണ്ട് അഴി വളഞ്ഞു.

1936 ഡിസംബറിലാണ് ജിന്താവു അവസാനത്തെ തവണ കിടന്നത്. ആ കിടപ്പിൽ നിന്ന് അവൾ എഴുന്നേറ്റില്ല. ജിന്താവുവിന്റെ

യുവസുഹൃത്തായിരുന്ന മാങ്ക എന്ന പിടിയാന ഉൽക്കണ്ഠാകുലയായി. അവൾ ജിന്താവിന്റെ കാലുകൾ തുമ്പിക്കൈകൊണ്ട് ഉഴിഞ്ഞു കൊടുക്കുകയും അവളെ പിടിച്ചെഴുന്നേൽപിക്കാൻ ശ്രമിക്കുകയും ചെയ്തെങ്കിലും ജിന്താവുവിന്റെ സ്ഥിതി അനുനിമിഷം വഷളായിക്കൊണ്ടിരുന്നു.

രണ്ടു ദിവസം കഴിഞ്ഞ് ഡിസംബർ 23 -നു ജിന്താവു മരിച്ചു.

ആനയുടെ വലിയ അണപ്പല്ലുകൾ നാലും വേരുവരെ തേഞ്ഞുപോയിരുന്നുവെന്ന് പ്രേതപരിശോധനയിൽ നിന്ന് മനസ്സിലായി.

വയസ്സുകാലത്ത് ജിന്താവുവിന് തീറ്റ ചവച്ചുതിന്നാൻ കഴിഞ്ഞിരുന്നില്ല. പല്ലുകളുടെ പൊത്തുകളിലും പല്ലുകളുടെ ഇടയ്ക്കും മോണയിലും ഭക്ഷണസാധനങ്ങൾ പറ്റിപ്പിടിച്ചു.

അവളുടെ അവയവങ്ങൾ എല്ലാം തന്നെ അങ്ങേയറ്റം ജീർണ്ണിച്ച അവസ്ഥയിലായിരുന്നു. എന്നാൽ അവയ്ക്കെല്ലാം എടുത്തുപറയത്തക്ക വലിപ്പമുണ്ടായിരുന്നു. ഉദാഹരണത്തിന് വൃക്കകൾക്ക് ഓരോന്നിനും 16 കിലോഗ്രാം വീതം തൂക്കമുണ്ടായിരുന്നു. പ്ലീഹയ്ക്ക് 2 മീറ്റർ നീളവും ശ്വാസനാളത്തിന് 7 സെ.മീ വ്യാസവും ഉണ്ടായിരുന്നു. കുടലിന്റെ ആകെ നീളം 30 മീറ്ററായിരുന്നു.

ശ്വാസകോശങ്ങൾക്ക് 100 കിലോഗ്രാം തൂക്കമുണ്ടായിരുന്നു. ജിന്താവുവിന്റെ തലച്ചോറിന് 4420 ഗ്രാം ഭാരമുണ്ടായിരുന്നുവെന്നുള്ളതാണ് ഏറ്റവും വലിയ അത്ഭുതം. ആനയുടെ തലച്ചോറിന്റെ ശരാശരി തൂക്കത്തേക്കാൾ 1.5 കിലോഗ്രാം കൂടുതലാണിത്.

പ്രായാധിക്യം കൊണ്ടാണ് ജിന്താവു മരിച്ചതെന്ന് ഞങ്ങൾ പറഞ്ഞപ്പോൾ പലരും വിസ്മയം പ്രകടിപ്പിച്ചു.

'അതിന് ആ പിടിയാനക്ക് അമ്പത്തഞ്ചു വയസ്സുപോലും ഉണ്ടായിരുന്നില്ലല്ലോ! അത് വാർദ്ധക്യമാണോ! ആനകൾ ഇരുനൂറുവയസ്സുവരെ ജീവിക്കുമെന്നാണല്ലോ പറഞ്ഞു കേട്ടിട്ടുള്ളത്.'

ആനയുടെ ദീർഘായുസ്സിനെപ്പറ്റിയുള്ള ഈ ധാരണ അതിശയോക്തിപരമാണെന്നാണ് വസ്തുതകൾ കാണിക്കുന്നത്. യൂറോപ്പിലെ വിവിധ മൃഗശാലകളിൽ ഉണ്ടായിരുന്ന നാല്പത്തിനാല് ഇന്ത്യൻ ആനകളിൽ ഒരു കൊമ്പനാന മാത്രമാണ് നാൽപതു വയസ്സുവരെ ജീവിച്ചിരുന്നതെന്നും മൂന്നു പിടിയാനകൾ മാത്രമാണ് അമ്പതോ അമ്പത്തൊന്നോ വയസ്സുവരെ ജീവിച്ചിരുന്നതെന്നും സർ വില്യം ഫ്ളവർ രേഖപ്പെടുത്തിയിരിക്കുന്നു.

കേട്ടുകേൾവിയെ ആസ്പദമാക്കി ആനകളുടെ വയസ്സു കണക്കാക്കാതെ അവയുടെ യഥാർത്ഥ പ്രായം എന്തെന്നു നാം തിട്ടപ്പെടുത്തുന്ന

പക്ഷം ഇന്ത്യയിലും അവ ഇതിൽക്കൂടുതൽ കാലം ജിവിച്ചിരിക്കുകയി ല്ലെന്ന് കാണാം. ആനകൾ അറുപതു വയസ്സുവരെ ജീവിച്ചിരുന്നെന്നു വരാം. പക്ഷേ അങ്ങനെ ഒരു ദൃഷ്ടാന്തം ഇതേവരെ രേഖപ്പെടുത്തി യിട്ടില്ല.

പൊതുവിൽ നോക്കിയാൽ ആനകൾ ഇതിൽക്കൂടുതൽ ജീവിച്ചി രിക്കുമെന്ന് വിശ്വസിക്കാൻ പ്രയാസമാണ്. കാരണം അവ ജീവിക്കു ന്നത് പ്രധാനമായും അവയുടെ പല്ലുകളെ ആശ്രയിച്ചാണ്. ആനകൾ ക്ക് ആകെ നാല് അണപ്പല്ലുകൾ മാത്രമേയുള്ളൂ. - മുകളിലും താഴെയും ഓരോ ജോടി. തിരികല്ലുകളുടെ വലിപ്പമുള്ള ഈ അണപ്പല്ലുകൾ കൊണ്ട് ആനകൾ വണ്ണമുള്ള മരക്കൊമ്പുകൾ പോലും ചവച്ചരയ്ക്കുന്നു. ക്രമേണ ഈ പല്ലുകൾ തേഞ്ഞുപോകുന്നു. അവയുടെ സ്ഥാനത്ത് പുതിയ പല്ലുകൾ മുളയ്ക്കുന്നു. ഒരു ആനയുടെ ജീവിതത്തിൽ ആറുപ്രാ വശ്യം ഇത് ആവർത്തിക്കുന്നു. പുതിയ അണപ്പല്ലുകൾ അവസാനം മുളയ്ക്കുന്നത് ആനയ്ക്ക് നാല്പതുവയിനോടടുത്തു പ്രായമാകുമ്പോഴാണ്. ഈ പല്ലുകൾ ഏതാണ്ട് പത്തു വർഷം നിലനിൽക്കുന്നു.

ജിന്താവിന് അവസാനമായി അണപ്പല്ലുകൾ മാറിവന്നത് മരി ക്കുന്നതിന് പതിനൊന്ന് വർഷം മുമ്പാണ്. വന്ദ്യവയോധികയായ ജിന്താവു മറ്റാനകളെക്കാൾ കൂടുതൽ കാലം ജീവിച്ചിരുന്നുവെന്ന് പറയാം.

തുരപ്പൻപട്ടികൾ

ഒരെൻബൂർഗ്ഗിലെ കശാപ്പുശാല പട്ടണത്തിന്റെ അതിർത്തിയിൽ ആഴമുള്ള ഒരു ഇടുക്കിന്റെ അടുത്താണ് സ്ഥിതി ചെയ്തിരുന്നത്. ഭക്ഷ്യയോഗ്യമല്ലെന്ന് ഡോക്ടർമാർ പറയുന്ന ജന്തുക്കളെ മറവുചെയ്യുന്നത് ആ ഇടുക്കിലായിരുന്നു.

ആദ്യം ആഴം കുറഞ്ഞ കുഴികളിലായിരുന്നു അവരെ മറവു ചെയ്തത്. എന്നാൽ ഇടുക്കിൽ പട്ടികൾ കൂട്ടം കൂടി അവ മാന്തി തുടങ്ങി. ദുഷിച്ച മാസത്തിൽ നിന്നും അവ പകർച്ചവ്യാധികൾ പരത്തുമെന്നുള്ളതുകൊണ്ട് ഇത് അനുവദനീയമായിരുന്നില്ല.

അനേകം അടിതാഴ്ചയുള്ള ആഴമുള്ള കുഴികൾ കുഴിച്ചുനോക്കി. പക്ഷേ അതുകൊണ്ടും വിശേഷമൊന്നും ഉണ്ടായില്ല. പട്ടികൾ അപ്പോഴും ശവം മാന്തിപുറത്തെടുത്തു.

പട്ടികൾ മണ്ണുമാന്തുന്നത് ഒരെൻബൂർഗ്ഗിലെ പല ആളുകളും നോക്കി നിന്നു. തുരപ്പൻ പട്ടികളുടെ 'ടെക്നിക്ക്' എന്തായിരുന്നുവെന്ന് ദൃക്സാക്ഷികളിലൊരാൾ വിവരിച്ചത് ഇപ്രകാരമാണ്: 'അവ ഇത്ര നന്നായിട്ട് ആ ജോലി സംഘടിപ്പിച്ചത് എന്നെ അത്ഭുതപ്പെടുത്തി. ഒരു പട്ടി

ക്ഷീണിച്ചുതുടങ്ങിയാൽ ഉടൻ തന്നെ കൂട്ടത്തിൽ നിന്നും മറ്റൊരു പട്ടി മുമ്പോട്ടു വന്ന് ആ ജോലി ഏറ്റെടുക്കും. അങ്ങനെ കുഴിക്ക് ആഴം കൂടിക്കൂടി വരും.'

ഈ 'ടെക്നിക്' എന്നെ ഒട്ടും അത്ഭുതപ്പെടുത്തിയില്ല. പട്ടികൾ പുതുമണ്ണിൽപോലും വലിയ കുഴികൾ കുഴിക്കുന്നതു നായാട്ടിനിടയിൽ ഞാൻ കണ്ടിട്ടുണ്ട്.

ഏതെങ്കിലും ഒരു ചെറിയ ജന്തുവിനെ പട്ടികൾ ആഴത്തിലുള്ള അതിന്റെ മാളം വരെ പിൻതുടരും. പിന്നീട് അവ മുൻകാലുകൾ കൊണ്ട് അവിടം ധൃതിയിൽ മാന്തി തുടങ്ങും. ഇത് ശ്രമകരമായ ഒരു ജോലിയാണ്. പട്ടികൾ വേഗം ക്ഷീണിക്കുന്നു. ശക്തിയായി അണച്ചുകൊണ്ട് ഒരു പട്ടി വിശ്രമിക്കാൻ കിടന്നാലുടൻ മറ്റൊന്ന് മണ്ണുമാന്തുന്ന ജോലിയിൽ ഏർപ്പെടും. ഇടയ്ക്ക് ഒരു മിനിട്ടുപോലും വെറുതെ കളയുന്നില്ല.

നാലുകാലുള്ള ഈ കൂലിപ്പണിക്കാർ നാക്കുനീട്ടിക്കൊണ്ട് കിടന്നു വിശ്രമിക്കുമ്പോൾ മണ്ണുമാന്തിക്കൊണ്ടിരിക്കുന്ന തങ്ങളുടെ ചങ്ങാതിയെ ഉറ്റുനോക്കിക്കൊണ്ടിരിക്കും. അത് ക്ഷീണിച്ച മട്ടു കണ്ടാലുടൻ അവയിലൊന്ന് അതിന്റെ സ്ഥാനം ഏറ്റെടുക്കുന്നു.

മണമില്ലാത്ത താറാവ്

'ഞാൻ വാങ്ങിയ ആ വേട്ടപ്പട്ടി ഗുണമില്ല. അടയിരിക്കുന്ന ഒരു താറാവിന്റെ അടുത്തുകൂടി ഓടിപ്പോയിട്ടും ആ വിഡ്ഢി താറാവിരിക്കുന്നത് അറിഞ്ഞിട്ടില്ല! രോഷാകുലനായ ഒരു വേട്ടക്കാരൻ പറയുന്നതു ഞാൻ കേട്ടു.'

ആ വിഡ്ഢിയെ കുറ്റപ്പെടുത്തിയിട്ടു കാര്യമില്ല. മുട്ടയുടെ മീതെ അടയിരിക്കുന്ന ഒരു താറാവിനെ മണത്തറിയാൻ സാദ്ധ്യമല്ല തന്നെ. പക്ഷികളുടെ ശരീരത്തിൽ കൊഴുപ്പുണ്ടാക്കുന്ന ഗ്രന്ഥികളോ സ്വേദഗ്രന്ഥികളോ ഇല്ല. വാലിനു തൊട്ടുമുകളിലുള്ള ഒരു ഇരട്ടഗ്രന്ഥി മാത്രമാണ് അവയ്ക്കുള്ളത്. ഈ ഗ്രന്ഥി വാസനയുള്ള ഒരു തരം എണ്ണ വിസർജ്ജിക്കുന്നു. പക്ഷികൾ കൊക്കുകൾ കൊണ്ട് ഈ ഗ്രന്ഥിയിൽ നിന്നും എണ്ണ വലിച്ചെടുത്ത് തൂവലുകളിൽ പൂശുന്നു. വെള്ളത്തിൽ ജീവിക്കുന്ന പക്ഷികളിൽ പ്രത്യേകിച്ചും ഈ ഗ്രന്ഥികൾ വളരെ വികസിച്ചതാണ്. നീന്തുന്ന പക്ഷികൾക്ക് തൂവലുകൾ നനയാതെ അനേകം മണിക്കൂർ നേരം വെള്ളത്തിൽ കളിച്ചു നടക്കാൻ കഴിയുന്നു. നനയുന്നു. 'താറാവിന്റെ ദേഹത്ത് വെള്ളം പറ്റാത്തതുപോലെ,' എന്ന നാടൻ പ്രയോഗത്തിനു നിദാനം ഈ വസ്തുതയാണ്.

പക്ഷികൾ അടയിരിക്കുമ്പോൾ അവ തൂവലുകൾ എണ്ണപൂശി മിനുക്കാറില്ല. അനേകം വാര അകലെ നിന്നും പട്ടികൾക്ക് തിരിച്ചറിയാൻ പറ്റുന്ന ഗന്ധം അങ്ങനെ അവയ്ക്ക് ഇല്ലായിരിക്കും. തീരെ നിസ്സഹായമായ ഒരു അവസ്ഥയിൽ ഈ സവിശേഷത പക്ഷികുടുംബത്തെ രക്ഷിക്കുന്നു: മണമില്ലാത്ത അവസ്ഥയിൽ ശത്രുക്കൾക്ക് അവയെ തിരിച്ചറിയാൻ പ്രയാസമാണ്. യാദൃശ്ചികമായി മാത്രമാണ് അവ കണ്ടുപിടിക്കപ്പെടുന്നത്. ഇനി മറ്റൊരു കാര്യം കൂടിയുണ്ട്. ഈ സമയത്ത് തള്ളപ്പക്ഷിയുടെ തൂവലുകളിൽ എണ്ണമയമുണ്ടായിരുന്നാൽ മുട്ടകളുടെ മീതെ എണ്ണയുടെ നേരിയ ഒരു പാട പറ്റിപ്പിടിച്ച് മുട്ടത്തോടിലെ സുഷിരങ്ങൾ അടയുകയും തൽഫലമായി അകത്തുള്ള ഭ്രൂണത്തിന് വേണ്ടത്ര ഓക്സിജൻ ലഭിക്കാതെ താറാക്കുഞ്ഞ് മുട്ടയ്ക്കുള്ളിൽവച്ചുതന്നെ ശ്വാസം മുട്ടി മരിക്കുകയും ചെയ്യും.

മുട്ടകൾ വിരിഞ്ഞാലുടൻ തള്ളത്താറാവ് ദേഹം വെടിപ്പാക്കിത്തുടങ്ങും. അത് വീണ്ടും തൂവലുകളിൽ എണ്ണ പുരട്ടി തുടങ്ങുന്നു. വാലിന്റെ മുകളിലുള്ള ചെറിയ ഗ്രന്ഥിയിൽ നിന്നും അത് ഞെക്കിയെടുക്കുന്ന ഒരു തുള്ളി കൊഴുപ്പ് കൊക്കിലെ വെട്ടുകളുടെ ഇടയിൽ പരക്കും. താറാവ് തൂവലുകളിൽ ഓരോന്നും കൊക്കിനുള്ളിൽക്കൂടി കടത്തി പുറത്തെടുക്കും. എണ്ണ പുരട്ടിയ ഒരു ജോടി റോളറുകൾക്കിടയിൽക്കൂടി തൂവലുകൾ കടത്തുന്നതുപോലെയാണ് ഇത്. തലയും കഴുത്തുമാണ് ഏറ്റവും ഒടുവിൽ. എണ്ണമയമുള്ള തൂവലുകളിൽ തലയും കഴുത്തും ഉരുമ്മിയാണ് അത് ആ ഭാഗത്ത് എണ്ണ പുരട്ടുന്നത്.

ഇൻക്യുബേറ്ററിൽ വെച്ച് വിരിച്ച താറാക്കുഞ്ഞുങ്ങൾ വെള്ളത്തിലിറങ്ങുമ്പോൾ അവയുടെ തൂവലുകൾ പെട്ടെന്ന് നനഞ്ഞുപോവുകയും അവ മുങ്ങിപ്പോവുകയും ചെയ്യാറുണ്ട്. എന്നാൽ താറാവിന്റെ സംരക്ഷണയിൽ ഉള്ള താറാക്കുഞ്ഞുങ്ങൾ നനവു പറ്റാതെ മണിക്കൂറുകളോളം നീന്തിനടക്കുന്നു.

ഇത് മനസ്സിലാക്കാൻ പ്രയാസമില്ല. താറാക്കുഞ്ഞുങ്ങൾ ചൂടിനുവേണ്ടി അമ്മയെ തൊട്ടുരുമ്മി നിൽക്കുമ്പോൾ അമ്മയുടെ എണ്ണമയമുള്ള തൂവലുകളിൽ ഉരസി അവയുടെ പൂടകളിലും എണ്ണ പുരളുന്നു.

അങ്ങനെ സുരക്ഷിതമായി കുളത്തിലിറങ്ങാൻ അവയ്ക്കു കഴിയുന്നു. അമ്മയില്ലാതെ ഇൻക്യൂബേറ്ററിൽ വിരിഞ്ഞ കുഞ്ഞുങ്ങൾക്ക് ഇത് സാധ്യമല്ലല്ലോ. അവയ്ക്ക് തങ്ങളുടെ പൂടയിൽ വേണ്ട എണ്ണ പുരട്ടാൻ സ്വയം കഴിയുന്നില്ല. പൂട നനയുകയും അതിനു ഘനം കൂട്ടുകയും തൽഫലമായി ആ താറാക്കുഞ്ഞുങ്ങൾ അടിയിലേക്കു താണുപോവുകയും ചെയ്യും. വല്ല വിധേനയും അവ കരയിലേക്കു നീന്തിക്കയറിയാലും തണുപ്പടിച്ച് അവ ചത്തുപോവുക പതിവാണ്.

മുട്ടയുടെ മേൽ അടയിരിക്കുന്ന അനേകം താറാവുകളുടെ തൂവലുകളും മുട്ടയിട്ടു തുടങ്ങിയിട്ടില്ലാത്ത ഏതാനും താറാവുകളുടെ തൂവലുകളും ഞങ്ങൾ പറിച്ചെടുത്ത് പരീക്ഷണ വിധേയമാക്കി. സോക്സലൈറ്റ് ഉപകരണം ഉപയോഗിച്ച് വിശ്ലേഷണം ചെയ്തു നോക്കിയപ്പോൾ അടയിരിക്കുന്ന താറാവുകളുടെ തൂവലുകളിൽ ഒട്ടും തന്നെ എണ്ണമയമില്ലായിരുന്നുവെന്നും മറ്റേ താറാവുകളുടെ തൂവലുകളിൽ ധാരാളം എണ്ണമയമുണ്ടായിരുന്നുവെന്നും മനസ്സിലാക്കാൻ കഴിഞ്ഞു.

അളകരടി വെയിൽ കായുന്നു

സസ്തനജീവികൾക്ക് സൂര്യപ്രകാശം കൂടാതെ ശരിക്കു വളരാൻ സാദ്ധ്യമല്ലെന്നുള്ളത് പരക്കെ അറിയപ്പെടുന്ന ഒരു വസ്തുതയാണ്. ഇരുളടഞ്ഞ മാളങ്ങൾക്കുള്ളിൽ താമസിക്കുകയും സൂര്യൻ അസ്തമിച്ചതിനുശേഷം മാത്രം പുറത്തുവരികയും ചെയ്യുന്ന അളകരടി (Badger)യെപ്പോലെയുള്ള ജന്തുക്കൾ പിന്നെ എങ്ങനെയാണ് അവയുടെ കുട്ടികളെ വളർത്തിക്കൊണ്ടുവരുന്നത്? ഭൂഗർഭത്തിലുള്ള അവയുടെ വീടുകളിൽ ജനാലകളില്ലെന്ന് നമുക്കറിയാം. അളകരടിക്കുട്ടികൾക്ക് മറ്റേതു മൃഗക്കുട്ടികൾക്കും ആവശ്യമുള്ളത്ര സൂര്യപ്രകാശം അവശ്യവുമാണ്. ഇതെങ്ങിനെ സാധിക്കുന്നു?

ഈ പ്രശ്നം മൃഗശാലയിലെ യുവജീവശാസ്ത്രജ്ഞന്മാരുടെ ജിജ്ഞാസയെ ഉണർത്തി. ഈ കുട്ടികൾ ഒരു അളകരടി കുടുംബത്തിന്റെ മാളത്തിനടുത്ത് രാപകൽ കാവലിരുന്നു. അവർ കണ്ടുപിടിച്ചത് ഇതാണ്.

വെയിലുള്ള പ്രഭാതങ്ങളിൽ അളകരടി അതിന്റെ കുഞ്ഞുങ്ങളെ വെയിൽ കായാനായി പുറത്തു കൊണ്ടുവന്നു. അത് കുഞ്ഞുങ്ങളെ ഓരോന്നിനെയും മെല്ലെ കടിച്ചെടുത്ത് പുറത്തു കൊണ്ടുവന്ന് വെയിലുള്ള ഒരു സ്ഥലത്തു കൊണ്ടുവെച്ചു. നേരെയടിക്കുന്ന

വെയിലിലല്ല, ഒരു മരത്തിന്റെയോ കുറ്റിച്ചെടിയുടെയോ കീഴിലുള്ള വെയിലും നിഴലും ഇടകലർന്ന സ്ഥലത്താണ് അളകരടിക്കുഞ്ഞുങ്ങളെ അമ്മ കൊണ്ടു ചെന്നു കിടത്തിയത്.

അധികമായാൽ അമൃതും വിഷം എന്ന ചൊല്ല് വെയിൽകായുന്ന കാര്യത്തിൽ പ്രത്യേകിച്ചും ശരിയാണ്. വെയിൽകൊണ്ടതു മതിയായി എന്നറിയിക്കാൻ കുട്ടികൾ ശബ്ദമുണ്ടാക്കിയ ഉടൻതന്നെ അമ്മ ധൃതിയിൽ അവയെ മാളത്തിനകത്തേക്ക് കൊണ്ടുപോയി. ധൃതിക്കൂടുതൽകൊണ്ട് അത് ചിലപ്പോൾ രണ്ടു കുട്ടികളെ ഒരേ സമയം കടിച്ചെടുത്തുകൊണ്ട് ഓടാറുണ്ടായിരുന്നു.

ഈ ധൃതിയ്ക്ക് മതിയായ കാരണമുണ്ട്. ഇരുട്ടിൽ വളരുന്ന മൃഗക്കുട്ടികൾക്ക് ഗുരുതരമായ സൂര്യാഘാതം ഏൽക്കാൻ ഇടയുണ്ട്. ഉദാഹരണത്തിന് ഞങ്ങളുടെ മൃഗശാലയിൽ കൂട്ടിൽ നിന്ന് ആദ്യമായി വെയിലത്തേക്കു ഇറക്കിയ രണ്ടു കടുവക്കുട്ടികൾ സൂര്യാഘാതം ഏറ്റ് മരണമടഞ്ഞു. മഞ്ഞുകാലം മുഴുവൻ സൂര്യരശ്മി കടക്കാത്ത വാസസ്ഥാനങ്ങളിൽ കഴിച്ചുകൂട്ടിയ ഒരു കുരങ്ങനും ഒരു ആഫ്രിക്കൻ അണലിക്കും മരുഭൂമിയിൽ വളരുന്ന ഒരു വൻപല്ലിക്കുപോലും ഇതേ അനുഭവമാണ് ഉണ്ടായത്.

എല്ലാ ജന്തുക്കൾക്കും സൂര്യപ്രകാശം അത്യന്താപേക്ഷിതമാണ്. എന്നാൽ അത് അധികായാൽ അപകടകരവുമാണ്. അനാച്ഛാദിതമായ ശരീരഭാഗങ്ങൾ കുറേശ്ശെ കുറേശ്ശെ വെയിൽ കാഞ്ഞ് അതുമായി കാലക്രമേണ പഴകണം. വെയിൽ കൊണ്ടുണ്ടാകുന്ന കരുവാളിപ്പ്, ആവശ്യമുള്ളത്ര സൂര്യരശ്മികളെ മാത്രം കടത്തിവിടുന്ന ഒരു നിറമുള്ള അരിപ്പയുടെ പ്രയോജനം ചെയ്യുന്ന അൾട്രാവയലറ്റ് രശ്മിയുടെ കാര്യത്തിലും അത് മേല്പറഞ്ഞ പ്രകാരം പ്രവർത്തിക്കുന്നു.

ജീവനോ ആരോഗ്യത്തിനോ ഹാനികരമല്ലാത്ത അളവിൽ സൂര്യപ്രകാശം തന്റെ കുട്ടികൾക്കു ലഭിക്കുന്ന കാര്യത്തിൽ അളകരടി പ്രത്യേകം ശ്രദ്ധിക്കുന്നു.

ചുറ്റുപാടുകളുമായി ഏറ്റവും നന്നായി പൊരുത്തപ്പെട്ടുപോകുന്ന ജന്തുക്കളാണല്ലോ പ്രാകൃതികനിർദ്ധാരണമനുസരിച്ച് അതിജീവിക്കുന്നത്. അതേ നിയമമാണ് അളകരടിയുടെ പെരുമാറ്റത്തേയും നിയന്ത്രിക്കുന്നത്.

ശരൽക്കാല ഭക്ഷണം

പാർട്രിഡ്ജ്, വുഡ്ഗ്രൗസ്, ഹാസൽഹെൻ, ബ്ലാക്ക് കോക്ക് മുതലായ കാട്ടുകോഴിവർഗ്ഗത്തിൽപ്പെട്ട പക്ഷികൾ വേനൽക്കാലത്ത് വിരയുടെ ഉപദ്രവം മൂലം വല്ലാതെ ക്ലേശിക്കുന്നു.

പരജീവികൾ ഈ പക്ഷികളുടെ ശക്തി ചോർത്തിയെടുക്കുന്നതുകൊണ്ട് ഭക്ഷണസാധനങ്ങൾ ദുർല്ലഭമായിട്ടുള്ള ശൈത്യകാലത്ത് ഇവ മരിച്ചുപോവാൻ ഇടയുണ്ടെന്ന് സ്വാഭാവികമായും നാം വിചാരിക്കുന്നു. എന്നാൽ അങ്ങനെ സംഭവിക്കുന്നില്ല. കാട്ടിലെ പുല്ലുകളും കായ്കനികളും പൊടി മഞ്ഞുകൊണ്ട് മൂടിത്തുടങ്ങിയാലുടൻ തന്നെ ഈ പക്ഷികൾ മറ്റാഹാരങ്ങൾ തേടുന്നു. ഉരുണ്ടതും പരന്നതുമായ എല്ലാത്തരം വിരകളേയും കുടലിൽ നിന്ന് ഇളക്കി പുറത്തുകളയാൻ സഹായിക്കുന്ന ഭക്ഷണസാധനങ്ങളാണ് അവ ശരൽക്കാലത്ത് തിന്നുന്നത്. പൈൻ, സെദാർ, ലാർച്ച് മുതലായ കോണിഫെറസ് മരങ്ങളുടെ സൂചികൾ ഈ ശരൽക്കാലഭക്ഷണത്തിൽ ധാരാളം അടങ്ങിയിരിക്കും. ഈ സൂചികളിലുള്ള മരക്കറയിൽ ഫിറ്റോൻസൈഡ്, റ്റാനിൻ, എന്നീ സജീവ ആരോമാറ്റിക്ക് പദാർത്ഥങ്ങൾ

ധാരാളമുണ്ട്. ഈ പദാർത്ഥങ്ങൾ വിരകളെ മരവിപ്പിക്കുന്നു. വിസർജ്ജനവസ്തുക്കളുടെ കൂട്ടത്തിൽ അവയും വിസർജ്ജിപ്പിക്കപ്പെടുന്നു.

പക്ഷികൾ തിന്നുന്ന കോണിഫെറസ് സൂചികളുടെ പത്തോ പതിനഞ്ചോ ശതമാനം മാത്രമേ ദഹിക്കുന്നുള്ളൂ. ബാക്കിഭാഗം വൻകുടലിൽ ശേഖരിക്കപ്പെടുന്നു. പക്ഷി പരുക്കൻ ആഹാരം കഴിച്ചുതുടങ്ങി ഏതാനും ദിവസങ്ങൾക്കുള്ളിൽ തന്നെ അവയുടെ കുടലുകളിൽ നിന്നും വിരകൾ നിഷ്ക്കാസനം ചെയ്യപ്പെടുന്നു. ഉടൽ വേർപെട്ട ഏതാനും പീത്തവിരകളുടെ തലകൾ മാത്രം കുടലിന്റെ ഭിത്തിയിൽ പിടിച്ചിരിക്കും. അവയുടെ ഉടലുകൾ വിസർജ്ജിക്കപ്പെടുന്നു. നിലനിൽപിനുവേണ്ടിയുള്ള യുഗാന്തരങ്ങളായുള്ള സമരത്തിനിടയിൽ ഒരു കാര്യം വെളിപ്പെട്ടു: ശരൽക്കാലത്ത് കോണിഫെറസ് ഭക്ഷണം കഴിക്കുകയും ഈ ശീലം അഥവാ പ്രതികരണം തങ്ങളുടെ വംശപരമ്പരകളിലേക്ക് പകർന്നുകൊടുക്കുകയും ചെയ്യുന്ന പക്ഷികൾ മാത്രമേ അവശേഷിക്കുന്നുള്ളൂ.

മൃഗശാലകളിൽ ബ്ലാക്ക് കോക്ക് കുടുംബത്തിൽപ്പെട്ട കാട്ടുകോഴികൾ പൈൻ സൂചികൾ തിന്നാതെതന്നെ വിരകളുടെ ശല്യത്തെ നിയന്ത്രിക്കുന്നു. എന്നാൽ അവസാനവിജയം ആരുടേതെന്ന് തീർച്ചയില്ലാത്ത ഒരു നീണ്ട പ്രക്രിയയാണ് അത്.

സസ്യഭോജികളായ സസ്തനജീവികളും ഋതുഭേദങ്ങളനുസരിച്ച് ഔഷധഭക്ഷണം കഴിക്കുന്നവയാണ്. സ്റ്റെപ്പിയിലെ കന്നുകാലികളും കുളമ്പുള്ള മറ്റു മൃഗങ്ങളും ശരൽക്കാലത്ത് കാഞ്ഞിരത്തിന്റെ ഇല ഭക്ഷിക്കുന്നു. ഈ കയ്പുള്ള ചെടിയിലുള്ള ആരോമാറ്റിക് എണ്ണകൾ വിരകളെ നശിപ്പിക്കാനുള്ള ഒന്നാന്തരം ഔഷധമാണ്. വിരയ്ക്കെതിരായ ഈ ശക്തിയുള്ള ഔഷധം ഇല്ലെങ്കിൽ ശുഷ്കമായ ഭക്ഷണം മാത്രമുള്ള ശൈത്യകാലത്തെ തരണം ചെയ്ത് മൃഗങ്ങൾ അടുത്ത വസന്തം വരെ ജീവിക്കുന്ന കാര്യം സംശയമാണ്. അങ്ങനെ കാഞ്ഞിരം അനേകമൃഗങ്ങളുടെ ജീവൻ രക്ഷിക്കുന്നു.

ബക്ക്ബീൻ എന്ന പേരുള്ള ചതുപ്പുനിലങ്ങളിലെ ചെടി തിന്നിട്ടാണ് എൽക് വിരകളെ നശിപ്പിക്കുന്നത്. കുതിരകൾക്ക് വിഷമായിട്ടുള്ള ഹെല്ലെബോർ എന്ന ചെടിയാണ് വിവിധ വർഗ്ഗത്തിലുള്ള മാനുകൾ ഇതിനുവേണ്ടി ഉപയോഗിക്കുന്നത്.

ഇളംചോര

കുളം സജീവമായിരുന്നു. വെള്ളത്തിൽ ജീവിക്കുന്ന പക്ഷിവർഗ്ഗത്തിന്റെ ഇരമ്പൽകൊണ്ട് മൃഗശാല ആകെ മുഖരിതമായി.

യുവജീവശാസ്ത്രജ്ഞരിലൊരാളുമൊത്ത് ഞാൻ കുളത്തിന്റെ വക്കിലൂടെ നടക്കുകയായിരുന്നു. ഒരു ചെറിയ പൂച്ചക്കുഞ്ഞിന്റെ ദേഹം വെള്ളത്തിനടിയിൽ കിടക്കുന്നത് യാദൃശ്ചികമായി ഞങ്ങൾ കാണുകയുണ്ടായി. കരയോട് വളരെ അടുത്തായിരുന്നു അത് കിടന്നിരുന്നത്. സൂര്യന്റെ തിളങ്ങുന്ന പ്രകാശ നാളങ്ങൾ വെള്ളത്തിൽക്കൂടി കടന്ന് അതിന്റെ മേൽ പതിക്കുന്നുണ്ടായിരുന്നു. ആ ചെറിയ ശരീരം ആൾഗേയുടെ പച്ചനിറത്തിലുള്ള ഒരു നേർത്ത പാടകൊണ്ട് മൂടിയിരുന്നു.

എന്റെ യുവസുഹൃത്ത് പൂച്ചക്കുഞ്ഞിനെ പുറത്തെടുത്തു. ജീവനുള്ളതിന്റെ യാതൊരു ലക്ഷണവും അതിനുണ്ടായിരുന്നില്ല. അതു മുങ്ങിമരിച്ചിട്ട് ഏതാനും ദിവസങ്ങളായെന്ന തോന്നി.

ഞങ്ങൾ അതിനെ പരിശോധിച്ചുകൊണ്ടിരുന്നപ്പോൾ അതിന്റെ മൂക്കിൽ നിന്നും വെള്ളം ഇറ്റിറ്റുവീണുകൊണ്ടിരുന്നു. ഞങ്ങളുടെ കയ്യിലിരുന്ന് അതിന്റെ ദേഹം ചൂടായി. പെട്ടെന്ന് അത് ഒന്ന് പിടഞ്ഞതായി ഞങ്ങൾക്ക് തോന്നി...

പൂച്ചക്കുഞ്ഞിന് ക്രമേണ ജീവൻ വീഴുകയായിരുന്നു.

അതിനെ ഞങ്ങൾ പോക്കൻപൂച്ചക്കുഞ്ഞുങ്ങൾക്ക് പാൽക്കൊടുത്തുവളർത്തിക്കൊണ്ടിരുന്ന ഒരു പൂച്ചയുടെ സംരക്ഷണയിലാക്കി. ആ പൂച്ചയുടെ പരിചരണം കൊണ്ട് പൂച്ചക്കുഞ്ഞിന് വളരെ വേഗം ആരോഗ്യം വീണ്ടു കിട്ടി. അതു വളർന്നപ്പോൾ ഞങ്ങളുടെ ശാസ്ത്രീയ വിഭാഗത്തിലെ ജോലിക്കാരിലൊരാൾ അതിനെ വീട്ടിൽ കൊണ്ടുപോയി.

ആ കുളത്തിലെ വെള്ളം പോലെ തണുത്തിരുന്ന പൂച്ചക്കുഞ്ഞ് ഇത്ര എളുപ്പം സുഖം പ്രാപിച്ചതെങ്ങിനെയാണ്?

ഭ്രൂണാവസ്ഥയിൽ എല്ലാ ജന്തുക്കളും വിദൂരപൂർവ്വികന്മാരുടെ പരിണാമദശകളെ ആവർത്തിക്കുന്നു. ജനിച്ച ഉടനെയുള്ള ദിവസങ്ങളിൽ ജന്തുക്കളുടെ കുട്ടികൾ പ്രായപൂർത്തിയായ ജന്തുക്കളിൽ നിന്നും വളരെ അധികം വിഭിന്നരാണ്; ജന്തുക്കളുടെ വികാസത്തിന്റെ ഒരു താണഘട്ടത്തെ പ്രതിനിധാനം ചെയ്യുന്ന അവയുടെ പ്രാചീന പൂർവ്വികന്മാരോടാണ് ചില കാര്യങ്ങളിൽ അവയ്ക്കു സാദൃശ്യമുള്ളത്. ഉദാഹരണത്തിന്, സസ്തന ജീവികളിൽ അധികവും സ്ഥിരമായ ചൂട് - ഏകദേശം 37 -38°C - ശരീരത്തിന് ഉള്ളവയാണ്. എന്നാൽ അവയുടെ ശിശുക്കൾ പ്രത്യേകിച്ചും ജനിക്കുമ്പോൾ കണ്ണുകാണാൻ പാടില്ലാത്തവ, ബാഹ്യമായ ചൂട് ലഭിച്ചില്ലെങ്കിൽ പെട്ടെന്ന് തണുത്തു പോകുന്നു. മാതാപിതാക്കളോടു പറ്റിച്ചേർന്നു നിൽക്കുന്നതിൽക്കൂടി അവയ്ക്കു ചൂട് ലഭിക്കുന്നു. വളർന്ന ഒരു പട്ടിയുടെ ശരീരം അതിനു ജീവഹാനി വരുത്താതെ 27°C - ആയി തണുപ്പിക്കാൻ അസാദ്ധ്യമാണ്. എന്നാൽ പെറ്റുവീണയുടനെ ഒരു പട്ടിക്കുഞ്ഞിന്റെ ശരീരം 10°C - ഓ അതിലും കുറവോ ആയി തണുപ്പിക്കാൻ സാധിക്കും. അത് പൂർണ്ണമായി നിശ്ചലമാകുന്നുവെങ്കിലും ചൂടാക്കിയാലുടൻ അതിന് ജീവൻ വീഴുന്നു. കാട്ടുജന്തുക്കളുടെ വലിയ സംഘങ്ങളെ അവ മരിച്ചുവെന്നു തോന്നിക്കുന്നത്ര താഴ്ന്ന താപനിലയിലേക്കു തണുപ്പിച്ചിട്ടുള്ള പല ദൃഷ്ടാന്തങ്ങളും ഞങ്ങൾക്കറിയാം. എന്നാൽ ചൂട് അവയെ ജീവിതത്തിലേക്കു തിരിച്ചു കൊണ്ടുവന്നു. അതിനുശേഷമുള്ള അവയുടെ വളർച്ച സാധാരണഗതിയിൽ തന്നെ ആയിരുന്നു.

അസാധാരണ തണുപ്പുള്ള ഒരു രാത്രിയെ പിൻതുടർന്ന പ്രഭാതത്തിൽ രണ്ടു യൂറോപ്യൻ മിങ്ക് കുട്ടികൾ തണുപ്പടിച്ച് മരിച്ചുകിടക്കുന്നതായി കാണപ്പെട്ടു. എന്നാൽ ചൂടുള്ള ഒരടുപ്പിന്റെ പുറത്തു കിടത്തിയപ്പോൾ അവയുടെ 'ഉയർത്തെഴുന്നേൽപ്' നടന്നു.

തീർച്ചയായും ഈ 'ഉയർത്തെഴുന്നേല്പ്' മൃഗക്കുട്ടികൾ യഥാർത്ഥത്തിൽ മരിച്ചിട്ടുണ്ടെങ്കിൽ സാദ്ധ്യമല്ല. അബോധാവസ്ഥയിൽ ആണെങ്കിൽ മാത്രമേ സാദ്ധ്യമാകൂ. ജനിച്ച ഉടനെ ഏതാനും

മുയൽക്കുഞ്ഞുങ്ങളെ ഹിമാങ്കത്തിനും താഴെ തണുപ്പിച്ചു. എങ്കിലും അവയെ ഒരു ചൂടുള്ള മുറിയിലേക്കു മാറ്റിയപ്പോൾ അവ ശ്വാസോച്ഛ്വാസം ചെയ്തു തുടങ്ങുകയും ചൂടായിക്കഴിഞ്ഞ ഉടൻ തന്നെ അമ്മയുടെ മുലകുടിച്ചുതുടങ്ങുകയും ചെയ്തു.

പക്ഷികളെ സംബന്ധിച്ചിടത്തോളം ഇത് എത്രയോ കൂടുതൽ പരമാർത്ഥമാണ്. അവയുടെ വിദൂരപൂർവ്വികർ സ്ഥിരം ശരീരോഷ്മാവില്ലായിരുന്ന പ്രാചീനകാലത്തെ ഇഴജന്തുക്കളായിരുന്നു. എന്നാൽ വളർച്ചയെത്തിയ പക്ഷികൾക്ക് ഉയർന്ന ശരീരോഷ്മാവ് ഉണ്ടായിരിക്കുന്നതിന് അതൊരു തടസ്സമല്ല. ഉദാഹരണത്തിന് ചില ചെറുപക്ഷികളുടെ ശരീരത്തിന്റെ ചൂട് 44^{0}C - ഓളം ഉയർന്നതാണ്.

പക്ഷികൾക്ക് ഇഴജന്തുക്കളുമായി പലതരത്തിൽ സാമ്യമുണ്ട്. പക്ഷികളുടേയും ഇഴജന്തുക്കളുടേയും തൊലിയിൽ, വാലിന്റെ ഉത്ഭവസ്ഥാനത്തുള്ള സൊകജിയൽഗ്രന്ഥിയല്ലാതെ മറ്റ് സ്വേദഗ്രന്ഥികളോ വസാഗ്രന്ഥികളോ (Fat glands) ഇല്ല. പക്ഷികളുടെയും ഇഴജന്തുക്കളുടെയും വിസർജ്ജനത്തിൽ യൂറിക് ആസിഡ് അടങ്ങിയിരിക്കുന്നു. നീർക്കോഴി, ലാൻഡ്റെയിൽ, ഒട്ടകപ്പക്ഷി മുതലായ ചില പക്ഷികൾക്ക് ചിറകുകളിൽ ആദ്യാംഗിക നഖങ്ങൾ ഇപ്പോഴും ഉണ്ട്. എല്ലാ പക്ഷികളുടെയും കാൽപാദങ്ങളിൽ ശല്കങ്ങൾ ഉണ്ട്. കണ്ണുകാണാൻ പാടില്ലാതെയും തൂവലുകൾ ഇല്ലാതെയും ജനിക്കുന്ന പക്ഷിക്കുഞ്ഞുങ്ങൾക്ക് ഇഴജന്തുക്കളോട് എടുത്തുപറയത്തക്ക സാമ്യമുണ്ട്: ചൂടു പകരാൻ ഒന്നുമില്ലെങ്കിൽ അവ പെട്ടെന്ന് തണുത്തുപോകുകയും അവയ്ക്ക് ജീവനുള്ളതിന്റെ യാതൊരു ലക്ഷണവും ഇല്ലാതായിത്തീരുകയും ചെയ്യുന്നു. എന്നാൽ ശുശ്രൂഷിച്ച് ജീവൻ നൽകിയാൽ അവ പൂർവ്വാധികം ഊർജ്ജസ്വലരാകുന്നു. ഒരിക്കൽ മോസ്കോ മൃഗശാലയിലെ യുവജീവശാസ്ത്രജ്ഞരുടെ സംഘത്തിലെ അംഗങ്ങളായിരുന്ന എൻ. കലബൂഹൊവ്, എ. ത്രുമിൻ എന്നിവർ കുരുവിക്കുഞ്ഞുങ്ങളെ 5^{0}C - വരെ തണുപ്പിച്ചു.

കുരുവിക്കുഞ്ഞുങ്ങൾ മരവിച്ച മൃതദേഹങ്ങൾ പോലെയിരുന്നു. എന്നാൽ ചൂടു കിട്ടിയപ്പോൾ അവ വളരെ വേഗം സുഖം പ്രാപിക്കുകയും ആഹാരത്തിനുവേണ്ടി കൊക്കുകൾ തുറക്കുകയും ചെയ്തു.

തണുപ്പുള്ള ദിവസങ്ങളിൽ ത്രഷ്, ഫിൻച് മുതലായ പക്ഷികളെ കൂടുകളിൽ നിന്നും വിരട്ടി ഓടിച്ചുകഴിഞ്ഞാലുടനെ അവയുടെ കൂടുകളിൽ പുതുതായി വിരിഞ്ഞ പക്ഷിക്കുഞ്ഞുങ്ങൾ ബോധമറ്റു കിടക്കുന്നത് ഞാൻ കണ്ടിട്ടുണ്ട്. എന്നാൽ ഈ താൽക്കാലികമായ അവസ്ഥ കൊണ്ട് അവയ്ക്ക് കാര്യമായ കേടൊന്നും സംഭവിക്കുന്നില്ല. പിന്നീട് അവ നല്ല ആരോഗ്യവും ചുറുചുറുക്കുമുള്ള പക്ഷികളായി വളരുന്നു.

മുട്ട വിരിഞ്ഞ് അധികം കഴിയുന്നതിനുമുമ്പുതന്നെ ഓടിനടന്ന് തുടങ്ങുന്ന കോഴിക്കുഞ്ഞുങ്ങൾ തണുക്കുമ്പോൾ ചൂടുപിടിക്കാനുള്ള ഒരു അടുപ്പിന്റെ പ്രയോജനം തള്ളക്കോഴി ചെയ്യുന്നു. മുറ്റത്ത് ചികഞ്ഞുനടക്കുന്ന പിടക്കോഴി പെട്ടെന്ന് തീറ്റി നിർത്തി ചിറകുകൾ വിരിച്ചുപിടിച്ച് കോഴിക്കുഞ്ഞുങ്ങളെ അതിനു കീഴിലാക്കുന്നത് പലരും കണ്ടിരിക്കും. കോഴി അപ്പോൾ കുഞ്ഞുങ്ങളെ അതിന്റെ ചൂടുള്ള ദേഹത്തോട് ചേർത്തു പിടിക്കുന്നു.

അങ്ങനെ കോഴിക്കുഞ്ഞുങ്ങളുടെ ശരീരത്തിലെ ചൂട് ഇടയ്ക്കിടെ വ്യത്യാസപ്പെട്ടുകൊണ്ടിരിക്കുന്നു. മുറ്റത്ത് ഓടിനടക്കുമ്പോൾ അവ തണുത്തിരിക്കുന്നു, അടുത്ത നിമിഷത്തിൽ അമ്മയുടെ ചിറകിനു കീഴിൽ അവ ചൂടാകുന്നു. ശരീരത്തിലെ ചൂട് ഇങ്ങനെ വ്യത്യാസപ്പെടുന്നതുകൊണ്ട് കോഴിക്കുഞ്ഞുങ്ങൾക്ക് കൂടുതൽ ശക്തിയുണ്ടാകുകയും അവയുടെ വളർച്ച കൂടുതൽ വേഗത്തിലാവുകയും ചെയ്യുന്നു. ഇഴജന്തുക്കളുടെ കാര്യത്തിലും ഇതു ശരിയാണ്. വാസ്തവത്തിൽ ഇക്കാര്യത്തിൽ കോഴിക്കുഞ്ഞുങ്ങൾക്ക് അവയുടെ മാതാപിതാക്കളോടുള്ളതിനേക്കാൾ ഇഴജന്തുക്കളോടാണ് സാമ്യം. പകൽസമയത്ത് സൂര്യപ്രകാശം കൊണ്ട് ചൂടാകുന്ന ഇഴജന്തുക്കളുടെ ദേഹം രാത്രി വളരെ തണുക്കുന്നു. ഇങ്ങനെ ചൂട് വ്യത്യാസപ്പെടുന്നത് അവയ്ക്ക് വളരെ ഇഷ്ടമാണ്. പാമ്പുകൾ, പല്ലികൾ, ആമകൾ മുതലായവയെ ഇടുന്ന സ്ഥലജീവശാലയിൽ ഇഴജന്തുക്കൾ വൈദ്യുതബൾബിനു ചുറ്റും കൂട്ടം കൂടുന്നു. അവ അവിടെ വെച്ച് ദേഹം 36-37°C - വരെ ചൂടാക്കുന്നു. അതിനു ശേഷം അവ വെളിച്ചമില്ലാത്തിടത്തേക്ക് ഇഴഞ്ഞു പോകുന്നു. ചൂട് സ്ഥിരമായി ഉയർന്നിരുന്നാൽ കൂട്ടിലാക്കപ്പെട്ട ഇഴജന്തുക്കൾ ജീവിക്കുന്നത് അപൂർവ്വമാണ്.

പക്ഷികളുടെ ഈ പ്രത്യേകതയെപ്പറ്റി അറിഞ്ഞിരിക്കുന്നത് കോഴിവളർത്തലിനെ സംബന്ധിച്ചിടത്തോളം പ്രധാനമാണ്. വലിയ കോഴി വളർത്തൽകേന്ദ്രത്തിൽ ഈ അടുത്ത കാലം വരെ കോഴിക്കുഞ്ഞുങ്ങളെ ചൂടുള്ള മുറികളിലാണ് വയ്ക്കാറുണ്ടായിരുന്നത്. ആ മുറികളിലെ ചൂട് ഒന്നോ രണ്ടോ ഡിഗ്രി പോലും കുറയ്ക്കാൻ അവർ ഭയന്നു. ചില കോഴിവളർത്തൽ കേന്ദ്രങ്ങളിൽ ഇപ്പോഴും ഈ സമ്പ്രദായം തുടർന്നുവരുന്നു. അതിന്റെ ഫലമായി കോഴിക്കുഞ്ഞുങ്ങൾ ശക്തി കുറഞ്ഞവയും മെലിഞ്ഞവയുമായി വളർന്നു വരുന്നു.

ജന്തുക്കളുടെ സ്വാഭാവിക വളർച്ചയാണ് നാം ആഗ്രഹിക്കുന്നതെങ്കിൽ അവയുടെ ജൈവഘടന ചിരകാലമായി എങ്ങനെ ഒരു നിശ്ചിതസാഹചര്യവുമായി പൊരുത്തപ്പെട്ടു പോന്നിരിക്കുന്നുവെന്ന് നാം പഠിക്കേണ്ടിയിരിക്കുന്നു.

പെരുമ്പാമ്പിന്റെ വിശപ്പ്

പെരുമ്പാമ്പ് ലോകത്തിലെ ഏറ്റവും വലിയ പാമ്പുകളിൽ ഒന്നാണ്. 120 കിലോഗ്രാം തൂക്കവും 8 മീറ്റർ നീളവുമുള്ള ഒന്നാന്തരം ഒരു പെരുമ്പാമ്പിനെ ഇന്ത്യയിൽ നിന്ന് ഞങ്ങളുടെ മൃഗശാലയ്ക്ക് ലഭിച്ചു.

ഇത്തരം കൂറ്റൻ പാമ്പുകളുടെ ശക്തി വമ്പിച്ചതാണ്. അവ ഇരയെ ശക്തിയുള്ള ഉടൽകൊണ്ട് വരിഞ്ഞുമുറുക്കി ഞെരിക്കുന്നു.

ഈ ധൃതരാഷ്ട്രാലിംഗനത്തിൽ അമരുന്ന ജന്തു ശ്വാസം മുട്ടി മരിക്കുന്നു. അത് പൂർണ്ണമായും നിശ്ചേതനമായി കഴിഞ്ഞിട്ടേ പാമ്പ് പിടി അയയ്ക്കുകയുള്ളൂ. പിന്നീട് പാമ്പ് പിരിയഴിഞ്ഞ് താൻ ഞെരിച്ചുകൊന്ന ജന്തുവിന്റെ തല ആദ്യം വായിലാക്കി അതിനെ വിഴുങ്ങുന്നു. നല്ല വലിപ്പമുള്ള ഒരിരയെ വിഴുങ്ങിക്കഴിഞ്ഞാൽപ്പിന്നെ പെരുമ്പാമ്പിന് ഒന്നൊന്നര മാസത്തേക്ക് വിശക്കുകയില്ല.

പെരുമ്പാമ്പിന് നിഷ്പ്രയാസം അതിന്റെ ഇരയെ എല്ലുകൾ ഞെരിച്ചു തകർക്കാൻ കഴിയുമെങ്കിലും അത് അങ്ങനെ ചെയ്യുന്നില്ല. ജീവിതസാഹചര്യങ്ങളുമായി പൊരുത്തപ്പെട്ടുപോന്നിട്ടുള്ള നീണ്ടകാലയളവിനുള്ളിൽ അത് ഇരവിഴുങ്ങുന്നതിന്റെ ഏറ്റവും പറ്റിയ രീതി

കണ്ടെത്തിയിരിക്കുന്നു. ഒടിഞ്ഞ എല്ലുകൾ പെരുമ്പാമ്പിന്റെ അന്തർഭാഗത്ത് മുറിവുകളുണ്ടാക്കുകയും ഭക്ഷണം കഴിക്കുന്നതിനിടയിൽ ഒരു തടസ്സമായി തീരുകയും ചെയ്യും എന്നുള്ളത് നാം ഓർമ്മിക്കണം.

പെരുമ്പാമ്പിനെ മൃഗശാലയിൽ കൊണ്ടുവന്ന ദിവസം അതിന്റെ ശരീരത്തിലെ ഏറ്റവും വണ്ണം കൂടിയ ഭാഗത്തിന് 30 സെന്റീമീറ്റർവണ്ണമുണ്ടായിരുന്നു. എന്നാൽ നല്ലൊരു ശാപ്പാടുകഴിഞ്ഞ് ഒന്നു രണ്ട് ദിവസം കഴിഞ്ഞപ്പോൾ വാതകങ്ങൾ നിറഞ്ഞ് അത് കൂടുതൽ വീർത്തു.

പന്നികളേയും 32 കിലോഗ്രാമോ അതിൽക്കൂടുതലോ തൂക്കമുള്ള ആടുകളേയുമാണ് ഞങ്ങൾ മൃഗശാലയിലെ പെരുമ്പാമ്പിന് ഭക്ഷിക്കാൻ നൽകിയിരുന്നത്. എന്നാൽ അതിന്റെ വായുടെ വിസ്താരം കണ്ടപ്പോൾ അതിന് അതിലും എത്രയോ വലിപ്പമുള്ള ജന്തുക്കളെ അനായാസേന വിഴുങ്ങാൻ കഴിയുമെന്നു തോന്നി.

ഒരിക്കൽ ഞങ്ങളുടെ പെരുമ്പാമ്പുകളിലൊന്ന് അയൽക്കാരായ മുതലകളുടെ വാസസ്ഥാനത്ത് കടന്നു ചെന്നു. പൂർണ്ണവളർച്ച പ്രാപിച്ച വലിയ മുതലകളായിരുന്നു അവിടെ ഉണ്ടായിരുന്നത്. പെരുമ്പാമ്പ് അവയിലൊന്നിനെ ഞെരിച്ച് വിഴുങ്ങി. ഞങ്ങളിൽ ചിലർ പരിഭ്രാന്തരായി. ഉടൻ ശസ്ത്രക്രിയ നടത്തേണ്ടതാണെന്ന് ഞങ്ങളുടെ ഡോക്ടർമാർ അഭിപ്രായപ്പെട്ടു. എന്നാൽ ആ പെരുമ്പാമ്പിന് അതു ദഹിക്കാൻ ഏതാനും ദിവസങ്ങൾ മാത്രമേ വേണ്ടി വന്നുള്ളൂ. നഖങ്ങൾ ചെതുമ്പലുകൾ മുതലായ ദഹിക്കാത്ത ഭാഗങ്ങൾ അതു വിസർജ്ജിച്ചു.

എന്നാൽ ആ പെരുമ്പാമ്പിന്റെ സാധാരണ ഭക്ഷണം പന്നികളായിരുന്നു. അവ നിഷ്പ്രയാസം ദഹിക്കുകയും രോമം, കുളമ്പുകൾ, പല്ലുകൾ എന്നിവ മാത്രം വസർജ്ജിക്കപ്പെടുകയും ചെയ്യുന്നു.

എത്ര വേഗം ദഹിക്കുമെന്നുള്ളത് പാമ്പിന്റെ വാസസ്ഥലത്തെ ചൂടു എത്രയെന്നതിനെ പൂർണ്ണമായും ആശ്രയിച്ചാണിരിക്കുന്നത്. കാരണം പാമ്പുകൾ, മുതലകൾ, പല്ലികൾ, ആമകൾ മുതലായവയുടെ ദേഹത്തിന് സ്ഥിരമായ ചൂട് ഇല്ല.

പെരുമ്പാമ്പിന് വിഷമില്ല. മൂർഖൻ, അണലി തുടങ്ങിയ വിഷപ്പാമ്പുകൾ ഇരയെ കൊല്ലുന്നത് ചാലുകളോടുകൂടിയതോ (മൂർഖന്റേതുപോലെ) പൊള്ളയായതോ (അണലിയുടേതുപോലെ) ആയ വിഷപ്പല്ലുകളിലെ പ്രത്യേക വിഷഗ്രന്ഥികളിൽ നിന്നുള്ള വിഷം ഇരയുടെ രക്തത്തിൽ കുത്തിവച്ചാണ്. ചലിപ്പിക്കാൻ കഴിയുന്ന ഈ വിഷപ്പല്ലുകൾ മുകളിലത്തെ ഒരു ജോടി പല്ലുകളിൽ നിന്നും വളർന്നു വന്നിട്ടുള്ളവയാണ്. ചിലപ്പോൾ പാമ്പിന്റെ ദംശനമേറ്റ ഇര ഓടിപ്പാകാറുണ്ട്. പക്ഷേ അത് വിഷത്തിന്റെ ശക്തി കൊണ്ട്

മരിക്കുമെന്നുള്ളത് തീർച്ചയാണ്. ഇര എവിടെ ഓടിപ്പോയാലും പാമ്പ് അതിനെ കണ്ടുപിടിക്കുമെന്നുള്ളതും തീർച്ചയാണ്.

വിഷബാധയേറ്റ ജന്തു പോയ വഴിയെ പാമ്പ് ഇഴഞ്ഞു ചെല്ലുന്നു. നീണ്ടതും പിളർപ്പുള്ളതുമായ നാക്കുകൊണ്ട് തറയും അരികിലുള്ള ചെടികളും സ്പർശിച്ചുകൊണ്ടാണ് പാമ്പ് സഞ്ചരിക്കുന്നത്. പാമ്പിന്റെ നാക്ക് വളരെ സൂക്ഷ്മതയുള്ള ഒരു അവയവമാണ്. പാമ്പുകൾക്ക് ഘ്രാണശക്തിയില്ലാത്തതിന്റെ കുറവ് പരിഹരിക്കാൻ ഇത് സഹായിക്കുന്നു.

വേനൽക്കാലത്ത് മൃഗശാലയിലെ തുറസ്സായ ഒരു സ്ഥലത്തുള്ള വളപ്പിനുള്ളിൽ കഴിയുന്ന പുൽപാമ്പുകൾ അക്ഷീണരായ വേട്ടക്കാരാണ്. ഈ നിരുപദ്രവജീവികൾ തവളകളെ പിൻതുടരുന്നു. ഒടുവിൽ തവളകൾ ചാടാൻ ശക്തിയില്ലാത്തവിധം തളരുന്നു.

പാമ്പുകൾ ഇരയെ തുറിച്ചു നോക്കി നോക്കി അവയെ ഹിപ്നോടൈസു ചെയ്യുമെന്ന് പല പുസ്തകങ്ങളിലും നിങ്ങൾ വായിച്ചിട്ടുണ്ടാവും. അതു മുഴുവൻ കളവാണ്. ഒരു മലമ്പാമ്പോ പെരുമ്പാമ്പോ നിശ്ചലമായി കിടക്കുമ്പോൾ ചെതുമ്പലുകളുള്ള അതിന്റെ തൊലിയുടെ തിളക്കം കുളമ്പുള്ള ജന്തുക്കൾ, കരളുന്ന ജീവികൾ മുതലായവയെ ആകർഷിക്കുന്നു. ഇരയെ കണ്ടു കഴിഞ്ഞാലുടൻ അത് അടുത്ത് വരുന്നതും കാത്ത് പെരുമ്പാമ്പ് ക്ഷമയോടെ ചുരുണ്ടുകൂടി കിടക്കും.

ജിജ്ഞാസുവായ മൃഗം ഈ അപരിചിതവസ്തുവെന്തെന്നറിയാനായി അടുത്തെത്തുന്നു. അത് വേണ്ടത്ര അടുത്തെത്തിയാലുടനെ പെരുമ്പാമ്പ് അതിനെ പിടിച്ച് ഒരു ക്ഷണത്തിനുള്ളിൽ ദേഹം കൊണ്ട് വരിഞ്ഞു മുറുക്കി നിശ്ചലമാക്കുന്നു.

പാമ്പ് ഒരു ഇരയെ തിരഞ്ഞെടുത്താൽ ആ ജന്തു പാമ്പിന്റെ പിടിയിൽ നിന്നു രക്ഷപ്പെടുന്നത് അപൂർവ്വമാണ്. എന്നാൽ പാമ്പുകൾ വിശക്കുമ്പോൾ മാത്രമേ ആക്രമിക്കുകയുള്ളൂ. ഇതിനർത്ഥം മറ്റു ജന്തുക്കൾ ഈ ഭയങ്കര ശത്രുവിൽ നിന്നും രക്ഷപ്പെടാനുള്ള യുദ്ധത്തിൽ നിന്ന് ഒന്നും തന്നെ പഠിച്ചിട്ടില്ല എന്നാണ്.

കുരങ്ങുകൾ ഇക്കാര്യത്തിൽ കുറെക്കൂടി ഭാഗ്യവാന്മാരാണ്. പെരുമ്പാമ്പുകളുടെയും മലമ്പാമ്പുകളുടെയും നിർദ്ദയമായ ആലിംഗനത്തിൽ നിന്ന് അവ പലപ്പോഴും രക്ഷപ്പെടാറുണ്ട്. അതിനാൽ ഈ ഏറ്റുമുട്ടലുകൾ അവയിൽ ഒരു ജാഗ്രതാ സ്വഭാവം വളർത്തിയിട്ടുണ്ടെന്നുള്ളത് സ്വാഭാവികം മാത്രമാണ്. ഏറ്റവും പൊക്കമുള്ള മരങ്ങൾ പോലും പാമ്പുകളിൽ നിന്ന് അവയ്ക്ക് അഭയം നൽകുന്നില്ല. പോരെങ്കിൽ കുരങ്ങൻമാർ ഉറങ്ങുന്ന തക്കം നോക്കി ആക്രമിക്കാനെത്തുകയെന്ന ദുശ്ശീലവും പാമ്പുകൾക്കുണ്ട്. കാട്ടിലെ രാജാക്കന്മാരെ ഉയരമുള്ള ഒരു മരക്കൊമ്പിലിരുന്നുകൊണ്ട് പരിഹസിക്കുന്ന ചിമ്പാൻസികൾ ഒരു പാമ്പിനെ കാണുന്ന നിമിഷത്തിൽ പേടിച്ചോടുന്നു.

പ്രാകൃതിക നിർദ്ധാരണത്തിന്റേയും പാമ്പുകളുമായുള്ള ഏറ്റുമുട്ടലുകളിൽ നിന്നുണ്ടായിട്ടുള്ള വ്യക്തിപരമായ അനുഭവത്തിന്റെയും ഫലമാണ് ഇത്. പാമ്പുകൾ മാത്രമാണ് കുരങ്ങുകൾക്ക് യഥാർത്ഥത്തിൽ അപകടകാരികളായ ശത്രുക്കൾ. എല്ലായിനം പാമ്പുകളും ധാരാളമുള്ള ആഫ്രിക്കൻ ഉഷ്ണമേഖലാകാടുകളിലെ ഒരു ചിമ്പാൻസി പൊത്തുള്ള ഒരു മരം പരിശോധിക്കുന്നത് അങ്ങേയറ്റത്തെ കരുതലോടെയായിരിക്കും. കാരണം മുട്ടകളുള്ള ഒരു പക്ഷിക്കൂടിനു പകരം വിഷമുള്ള ഒരു പാമ്പിനെ അതിനുള്ളിൽ താൻ കണ്ടെത്താനിടയുണ്ടെന്ന് അതിന് അറിയാം.

ഏതാനും വർഷങ്ങൾക്കുമുമ്പ് ഒരു ജോടി ചിമ്പാൻസികളെ വിദേശത്തുനിന്നും മോസ്കോ മൃഗശാലയിൽ കൊണ്ടുവരികയുണ്ടായി. ആണിന്റെ പേര് ഹാൻസ് എന്നും പെണ്ണിന്റെ പേര് ലിസ എന്നുമായിരുന്നു.

അവ രണ്ടും ഒരേ കൂട്ടിൽ തന്നെയാണ് താമസിച്ചത്. ഹാൻസ് നല്ല മെയ്ക്കരുത്തുള്ളവനും കലഹപ്രിയനുമായിരുന്നു. അവയുടെ രണ്ടിന്റെയും അടുത്തുചെല്ലാൻ ആർക്കും ധൈര്യമുണ്ടായിരുന്നില്ല. ഞങ്ങൾക്ക് ഒരിക്കൽ അവയെ മറ്റൊരു കൂട്ടിലേയ്ക്കു മാറ്റേണ്ടി വന്നു. എന്നാൽ അത് എങ്ങനെ സാധിക്കണമെന്ന് ആർക്കും നിശ്ചയമുണ്ടായിരുന്നില്ല. ആദ്യം അവയെ ഒരു ചെറിയ കൂട്ടിൽ കയറ്റി പുതിയ വാസസ്ഥാനത്തേക്ക് കൊണ്ടുപോകാൻ ഞങ്ങൾ തീരുമാനിച്ചു.

ചെറിയ കൂടിന്റെ വാതിൽ ചിമ്പാൻസികൾ കിടന്ന വലിയ കൂടിന്റെ വാതില്ക്കൽ വച്ചു. ചെറിയ കൂട്ടിൽ കയറാൻ അവയെ ഞങ്ങൾ പലതരത്തിൽ പ്രലോഭിപ്പിച്ചു. ലിസ അനുസരിച്ചെങ്കിലും ഹാൻസ് അതു കൂട്ടാക്കിയില്ല. ഒടുവിൽ അതിന് കലശലായ കോപം വന്നു. കൂക്കിവിളിച്ചുകൊണ്ട് അത് കൂട്ടിലാകെ പാഞ്ഞു നടന്നു.

കോപാക്രാന്തനായ ആ ജന്തു ഞങ്ങൾ പറഞ്ഞതൊന്നും കൂട്ടാക്കിയില്ല. ഞങ്ങൾ അതിന്റെമേൽ തണുത്ത വെള്ളം ഒഴിച്ചു. പക്ഷേ അതുകൊണ്ടു ഫലമുണ്ടായില്ല. മാത്രവുമല്ല ലിസ കൂടി ചെറിയ കൂട്ടിൽ നിന്ന് ഇറങ്ങി ഹാൻസിനോട് ചേർന്നു.

പിന്നീട് രണ്ടു ജന്തുക്കളും അവിടെ നിന്ന് അനങ്ങാൻ കൂട്ടാക്കിയില്ല. ഹാൻസിന്റെ ക്രോധം വർദ്ധിച്ചുകൊണ്ടിരുന്നു.

ഒടുവിൽ കുരങ്ങന്മാരുടെ വിഭാഗത്തിന്റെ മാനേജർക്ക് ഒരു ബുദ്ധി തോന്നി.

'വേഗം ഒരു പുൽപാമ്പിനെ കൊണ്ടു വരൂ!' അദ്ദേഹം ഒരു യുവ ശാസ്ത്രജ്ഞനോടു പറഞ്ഞു.

ഏതാനും നിമിഷങ്ങൾ കഴിഞ്ഞ് ഒരു പുൽപാമ്പ് സംഭവസ്ഥലത്തെത്തി. കൂടിന്റെ തറയിൽ കറുത്ത ഒരു പാമ്പിനെ കണ്ട ഉടൻ ക്ഷുഭിതനായിരുന്ന ഹാൻസിന്റെ കോപം ഭയത്തിനു വഴിമാറിക്കൊടുത്തു. കണ്ണുകൾ മിഴിച്ചുകൊണ്ട് അത് ആദ്യം ചെറുത്തു നിൽക്കാൻ തയ്യാറായി. എങ്കിലും താമസിയാതെ പിൻവാങ്ങി. നിസ്സഹായനായി അത് ഇടം വലം നോക്കിക്കൊണ്ടിരുന്നു.

പാമ്പ് കുറേക്കൂടി അടുത്തേക്ക് ഇഴഞ്ഞു ചെന്നു. ചെറിയ കൂടിന്റെ അങ്ങേയറ്റത്തെ മൂലയിൽ ലിസയുമുണ്ടുകൂടി. ഒടുവിൽ ഹാൻസും അതിനുള്ളിലേക്ക് ചാടിക്കയറി. ഞങ്ങൾ കൂടിന്റെ വാതിലടച്ച് ചിമ്പാൻസികളെ പുതിയ വാസസ്ഥലത്തേക്ക് കൊണ്ടുപോയി.

പുൽപാമ്പിനെ കണ്ടതിൽ നിന്നുണ്ടായ ആഘാതം വരുത്തിവച്ച ഭയവും പരിഭ്രമവും അന്നു മുഴുവൻ ഹാൻസിനെ വിട്ടുമാറിയില്ല.

പാവം ഹാൻസ്. ഒരു പുൽപാമ്പ് ഒരു മൂർഖൻപാമ്പല്ലെന്നും അത് ചെറിയ മീനുകളേയും തവളകളേയും മാത്രമേ ഉപദ്രവിക്കുകയുള്ളെന്നും ഹാൻസിന് മനസ്സിലാക്കി കൊടുക്കാൻ മാർഗ്ഗമൊന്നും ഇല്ലായിരുന്നു.

വേട്ടയാടലും മണം പിടിക്കലും

പെറ്റുവീണ മുയൽക്കുഞ്ഞുങ്ങളെ അമ്മ നക്കിത്തുടച്ചാലുടനെ അവ അമ്മയുടെ മുലകുടിച്ചു തുടങ്ങുന്നു. അതു കഴിഞ്ഞ് കുറച്ചു വിശ്രമിക്കുന്നു. ഇങ്ങനെ ഒരു നേരത്തെ ആഹാരവും വിശ്രമവും കഴിഞ്ഞാൽ അവ നാലുപാടും ഓടുന്നു. പിന്നീട് രണ്ടോ ചിലപ്പോൾ മൂന്നോ നാലോ ദിവസത്തേക്ക് പുല്ലിനടിയിൽ അനങ്ങാതെ കിടക്കുന്നു. ഈ സമയത്ത് അവയ്ക്ക് ആഹാരം ആവശ്യമില്ല. ആദ്യം കുടിച്ച മുലപ്പാലാണ് ആ സമയത്ത് അവയെ പരിപാലിക്കുന്നത്. മുയൽക്കുട്ടികളുടെ ആദ്യാഹാരമായ ഈ പാലിൽ പശുവിൻപാലിൽ ഉള്ളതിന്റെ ആറിരട്ടി കൊഴുപ്പ് അടങ്ങിയിട്ടുണ്ട്.

മുയൽക്കുട്ടികൾ അനങ്ങാതെ ഇരിക്കുമ്പോൾ അവയുടെ അമ്മയ്ക്കുപോലും അവയെ കണ്ടുപിടിക്കാൻ കഴിയില്ല. 'അത് എന്തുകൊണ്ടാണ്?' നിങ്ങൾ അത്ഭുതപ്പെടുന്നുണ്ടാവും.

മുയൽക്കുഞ്ഞുങ്ങളെ ശത്രുക്കളിൽ നിന്നും രക്ഷിക്കുന്ന ഒരു പ്രത്യേകത അവയ്ക്കുണ്ട്. അവയുടെ തൊലിയിൽ സ്വേദഗ്രന്ഥികളില്ല എന്നതാണ് ആ പ്രത്യേകത. വിയർപ്പുണ്ടാക്കുന്ന ഗ്രന്ഥികൾ അവയുടെ പാദങ്ങളുടെ അടിയിൽ മാത്രമേ ഉള്ളൂ. ഒരു മുയൽ സഞ്ചരിച്ചുകൊണ്ടിരിക്കുമ്പോൾ ഏതു ശത്രുവിനും പിൻതുടരാൻ കഴിയുന്ന മണമുള്ള ഒരു പാത പിന്നിലുണ്ടാകും. പാദങ്ങൾ നിലത്ത് അമർത്തിപ്പിടിച്ചുകൊണ്ട് മുയൽ ഒരിടത്തുതന്നെ ഇരിക്കുകയാണെങ്കിൽ അതിനെ പട്ടികൾക്കോ വന്യമൃഗങ്ങൾക്കോ കണ്ടുപിടിക്കാൻ കഴിയുകയില്ല. ഒരു മുയലിനെ പട്ടികൾ കൂടുതൽ സമയം ഓടിക്കുമ്പോൾ അതിന്റെ സ്വേദഗ്രന്ഥികൾ കൂടുതൽ വിയർപ്പ് ഉണ്ടാക്കുകയും അതിന്റെ ഫലമായി അത് ഓടിപ്പോകുന്ന വഴിയിലുള്ള ഗന്ധം കൂടുതൽ രൂക്ഷമായിത്തീരുകയും ചെയ്യുന്നു. അതുകൊണ്ടാണ് പേടിച്ച മറ്റു മുയലുകൾ അതുവഴി കടന്നുപോയിട്ടുണ്ടെങ്കിലും വേട്ടപ്പട്ടികൾ ഒരു മുയലിനെ തന്നെ പിൻതുടരുന്നത്.

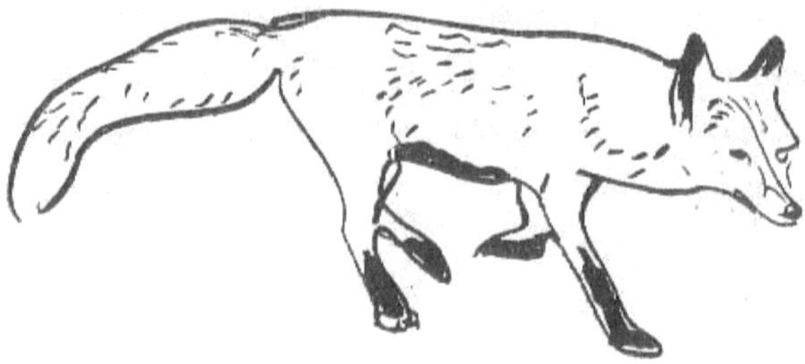

ആദ്യ ദിവസങ്ങളിൽ മുയൽക്കുഞ്ഞ് മലമൂത്രവിസർജ്ജനം നടത്തുന്നില്ല എന്നത് അതിന്റെ ശരീരത്തിന്റെ ഗന്ധത്തെ കൂടുതൽ ദുർബ്ബലമാക്കിത്തീർക്കുന്നു. കുടിച്ച പാലു മുഴുവൻ ജൈവഘടനയിലേക്ക് ആഗിരണം ചെയ്യപ്പെടുകയും കൊഴുപ്പുകൾ വിഘടിക്കുമ്പോഴുണ്ടാകുന്ന ജലം ഉച്ഛ്വാസവായുവിൽക്കൂടി പുറത്തുകളയുകയുമാണ് അത് ചെയ്യുന്നത് എന്നു വേണം വിചാരിക്കാൻ.

പുല്ലിനടിയിൽ മുയൽക്കുഞ്ഞുങ്ങൾ ഇരിക്കുന്നതിനടുത്തുകൂടി പരിശീലനം നൽകിയ ഒരു കുറുക്കനെ ഞങ്ങൾ പല പ്രാവശ്യം കൊണ്ടുപോയി. ആ കുറുക്കന്റെ ഘ്രാണശക്തി സൂക്ഷ്മമായിരുന്നെങ്കിലും അത് അവയെ കണ്ടുപിടിച്ചില്ല. ഇതേ കുറുക്കൻ മുയലിന്റെ ഗന്ധം കിട്ടിയാലുടൻ ഉദ്വേഗഭരിതനാകുകയും അതിനെ പൂട്ടിയിരിക്കുന്ന തുടൽ പൊട്ടിക്കാൻ ശ്രമിക്കുകയും ചെയ്യാറുണ്ട്.

മൂന്നാമത്തെയോ നാലാമത്തേയോ ദിവസം മുയൽക്കുഞ്ഞുങ്ങൾക്ക് വിശന്നുതുടങ്ങുകയും അവ ഒളിച്ചിരിക്കുന്നിടത്തുനിന്ന് പുറത്തുവരികയും ചെയ്യുന്നു. അവയുടെ അമ്മയ്ക്ക് മാത്രമല്ല, പാലുള്ള ഏതു പെൺമുയലിനും അവയെ അപ്പോൾ നിഷ്പ്രയാസം കണ്ടുപിടിക്കാൻ കഴിയും. ഒരിക്കൽക്കൂടി മുലകുടിച്ചുകഴിഞ്ഞ് അവ വീണ്ടും ഒളിച്ചിരിക്കുന്നു. എട്ടാമത്തെയോ ഒമ്പതാമത്തെയോ ദിവസം അവയ്ക്ക് പല്ലുമുളയ്ക്കുന്നു. അവ അപ്പോൾ പുൽനാമ്പുകൾ കരണ്ടു തിന്നുതുടങ്ങും. ഈ പ്രത്യേകത മുയൽക്കുഞ്ഞുങ്ങളെ കുറുക്കൻമാരുടേയും മറ്റ് മൃഗങ്ങളുടെയും കയ്യിലകപ്പെടാതെ രക്ഷിക്കുന്നു.

സ്വേദഗ്രന്ഥികളും വസാഗ്രന്ഥികളും ഉള്ളങ്കാലുകളിൽ ഉള്ളതുകൊണ്ട് മുയലുകളെ ശത്രുക്കൾക്ക് കണ്ടുപിടിക്കാൻ എളുപ്പമാണ് എങ്കിലും ഓട്ടത്തിനിടയിൽ ഈ ഗ്രന്ഥികളുടെ പ്രവർത്തനം മുയലുകളെ മറ്റൊരു തരത്തിൽ സഹായിക്കുന്നുണ്ട്. ഉള്ളങ്കാലിലെ കട്ടിയുള്ള രോമങ്ങളിൽ പൊടിമഞ്ഞോ നനഞ്ഞ മണ്ണോ പറ്റിപ്പിടിക്കാതെയിരിക്കാൻ അവ സഹായിക്കുന്നു.

മൃഗങ്ങളുടെ കാല്പാടുകളുടേയും അവയെ പിൻതുടരുന്നതിനേയും പറ്റി പറയുമ്പോൾ കുറുക്കന്റെകാല്പാടുകളെപ്പറ്റി പ്രത്യേകം പറയാതിരിക്കാൻ നിർവ്വാഹമില്ല. ഒരു പട്ടിയുടെ കാല്പാടുകളിൽ നിന്നും കുറുക്കന്റെ കാല്പാടുകൾ തികച്ചും വിഭിന്നമാണെന്ന് എല്ലാവർക്കും അറിയാം. പട്ടിയുടെ പാദം മഞ്ഞിൽ വ്യക്തമായ പാടുകൾ ഉണ്ടാക്കുന്നു. അതിന്റെ രോമമില്ലാത്ത ഉള്ളങ്കാലും നഖങ്ങളും ഈ പാടുകളിൽ സ്പഷ്ടമായി കാണാം. ഒരു കുറുക്കന്റെ കാല്പാടുകൾ ഇത്ര വ്യക്തമല്ല. കാരണം, അവയുടെ ഉള്ളങ്കാലിൽ നീളമുള്ള രോമങ്ങളുണ്ട്. അങ്ങനെ കുറുക്കൻ ശൈത്യകാലത്ത് 'ഫർബൂട്ടുകൾ' ധരിച്ചുകൊണ്ടാണ് ഓടി നടക്കുന്നത്.

ഈ ബൂട്ടുകൾ ഉള്ളതുകൊണ്ട് കട്ടിയായ മഞ്ഞ് കാലിനടിയിൽ തകരുമ്പോൾ കുറുക്കന്റെ പാദങ്ങൾക്ക് മുറിവേൽക്കുന്നില്ല. എന്നാൽ അതേ വഴിയിൽക്കൂടി ഒരു പട്ടി ഓടിപ്പോയാൽ അതിന്റെ കാല്പാടുകളിൽ രക്തം പുരണ്ടിരിക്കുന്നതു കാണാം. കുറുക്കന്മാർക്കും ജീവിതം ക്ലേശകരമായ ഒരു സമയമുണ്ട്. ആഗസ്റ്റ് മാസത്തിന്റെ അവസാനത്തിലും സെപ്തംബർ മാസാരംഭത്തിലും കുറുക്കന്റെ പാദങ്ങളിലെ രോമങ്ങൾ കൊഴിഞ്ഞു പോകുന്നു. ആ സമയത്ത് അതിന്റെ സ്വതവേയുള്ള ചുറുചുറുക്ക് കുറയുന്നു. പുതിയ രോമങ്ങൾ ആദ്യം നീളം കുറഞ്ഞ് പരുക്കനായിരിക്കുന്നതുകൊണ്ട് പാദങ്ങൾക്ക് കലശലായ വേദനയുണ്ടായിരിക്കും. തീക്കനലിനു മുകളിൽ കൂടി നടക്കുന്നതുപോലെയായിരിക്കും അത് ആ സമയം നടക്കുന്നത്. ആ സമയത്ത് അതിന് ദീർഘനേരം ഓടാൻ കഴിയുകയില്ല. ഒരു സാധാരണ പട്ടിക്കുപോലും അപ്പോൾ അതിനെ പിടിക്കാൻ കഴിയും.

പുതിയ രോമങ്ങൾ വളർന്ന് പാദങ്ങൾക്ക് സംരക്ഷണം നൽകുകയും അങ്ങനെ കുറുക്കന്റെ ജീവിതത്തിലെ ഈ അപകടകരമായ കാലഘട്ടത്തിന് വിരാമമിടുകയും ചെയ്യാൻ ഏതാണ്ട് മുപ്പതു ദിവസം എടുക്കുന്നു.

ഉപ്പു തേടുന്നു

പട്ടണപ്രാന്തങ്ങളിലുള്ള പക്ഷികൾ പതിവായി ഞങ്ങളുടെ മൃഗശാല സന്ദർശിക്കുന്നു. അവയിൽ അധികവും കുരുവികളാണ്. എന്നാൽ ഗോൾഡ് ഫിൻച്, ബുൾ ഫിൻച്, സിസ്കിൻ, ലിനൈറ്റ് മുതലായ പക്ഷികളേയും അക്കൂട്ടത്തിൽ കാണാം. ഞങ്ങളുടെ മൃഗങ്ങളുടെ തീറ്റത്തൊട്ടികളും പ്രത്യേകിച്ചും അവയിൽ കിടക്കാറുള്ള ഉപ്പുകട്ടകളുമാണ് അവയെ ആകർഷിക്കുന്നത്.

പ്രകൃതി നാം വിചാരിക്കുന്നതുപോലെ അത്ര ഒത്തിണക്കമുള്ളതല്ല; ചെടികൾ മാത്രം ഭക്ഷിച്ചു ജീവിക്കുന്ന മിക്ക ജന്തുക്കളും ഉപ്പുകിട്ടാൻ കൊതിക്കുന്നു. കരയിൽ ജീവിക്കുന്ന ആമകൾ മരുഭൂമിയിലെ ടമാറിസ്ക് ചെടിയുടെ ഇലകളിൽ പറ്റിപ്പിടിച്ചിരിക്കുന്ന ഉപ്പുരസമുള്ള മഞ്ഞുതുള്ളികൾ നക്കിക്കുടിക്കുകയും ഉപ്പുരസമുള്ള മണ്ണിൽ നക്കുകയും ചെയ്യുന്നത് ഞാൻ പലപ്പോഴും കണ്ടിട്ടുണ്ട്. കന്നുകാലികൾ, ചെമ്മരിയാടുകൾ, കോലാടുകൾ കുതിരകൾ മുതലായവ കിട്ടുമ്പോഴെല്ലാം ഉപ്പു ആർത്തിയോടെ ഭക്ഷിക്കുന്നു. ശൈത്യകാലം മുഴുവൻ ഉപ്പില്ലാതെ കഴിഞ്ഞുകൂടിയ മാനുകൾ വേനൽക്കാലത്ത് ഉപ്പുനിലങ്ങൾ അന്വേഷിച്ചുപോവുകയും അവിടങ്ങളിൽ ആഴമുള്ള കുഴികൾ കുഴിക്കുകയും ചെയ്യുന്നു.

മൃഗശാലയിലെ ഒരു ഒട്ടകപ്പക്ഷിക്ക് ഞാൻ

കുറച്ച് ഉപ്പ് ഇട്ടുകൊടുത്തു. അതും അതിന്റെ ചങ്ങാതികളും ഉപ്പ് അപ്പോൾത്തന്നെ തിന്നു തീർത്തു. അവയ്ക്ക് അതു വളരെ ഇഷ്ടപ്പെട്ടു വെന്ന് തീർച്ചയാണ്. ഞാൻ ആ വഴി കടന്നുപോകുമ്പോഴെല്ലാം അവ ഉദ്വേഗഭരിതരാകാറുണ്ടായിരുന്നുവെന്നുള്ളത് അതിന് തെളിവാണ്.

അണ്ണാൻമാർ, മുയലുകൾ, കാട്ടെലികൾ മുതലായ മറ്റു പല ജന്തു ക്കൾക്കും ഉപ്പ് അത്യാവശ്യമാണ്. ഇക്കാര്യം അവയ്ക്ക് അറിയുകയും ചെയ്യാം.

തങ്ങളുടെ രക്തത്തിന് ആവശ്യമുള്ള ഉപ്പ് സമ്പാദിക്കാൻ വേണ്ടി കാട്ടുമൃഗങ്ങൾ പുതിയ താവളങ്ങൾ തേടിപ്പോകാൻ പലപ്പോഴും നിർ ബന്ധിതരാകുന്നു. എൽക്ക്, റെയിൻഡിയർ മുതലായവ ചിലപ്പോൾ കടലിലേക്കു ദീർഘയാത്ര നടത്താറുണ്ട്. അവ കടൽക്കരയിലെ ഉപ്പുള്ള പത നക്കിത്തിന്നുന്നു.

മാസംഭോജികളായ ജന്തുക്കളൊഴിച്ച് മറ്റെല്ലാ ജന്തുക്കളും ഉപ്പ് ആവശ്യമുള്ളവയാണ്. അതിന്റെ അഭാവത്തിൽ അവ ദുർബ്ബലരായി ത്തീരുകയും അവയ്ക്ക് വിശപ്പു കെടുകയും ചെയ്യുന്നു.

മാസംഭോജികളായ ജന്തുക്കൾക്ക് അവ തിന്നുന്ന സസ്യഭോജി കളായ ജന്തുക്കളുടെ മാംസം, അസ്ഥി, രക്തം എന്നിവയിൽ നിന്ന് ആവശ്യമുള്ള ഉപ്പ് ലഭിക്കുന്നു.

എന്നാൽ സസ്യ ഭോജികളാകട്ടെ അവ ഭക്ഷിക്കുന്ന ചെടികളിലു ള്ള തുച്ഛമായ സോഡിയം ക്ലോറൈഡിനെയാണ് ആശ്രയിക്കുന്നത്. ഈ ചെടികളുടെ വേരുകൾ മണ്ണിലുള്ള പൊട്ടാസ്യം ലവണങ്ങളെ വലിച്ചെടുക്കുന്നു. (കൃഷിക്കാർ വളം ചേർക്കുന്നത് ഇത്തരം ലവണ ങ്ങളാണ്; സോഡിയത്തിന്റെ ലവണങ്ങളല്ല എന്ന് ഓർമ്മിക്കണം) സസ്യഭോജികളായ ജന്തുക്കൾ ഉപ്പുപ്രദേശങ്ങളിൽ നിന്ന് സോഡിയം ക്ലോറൈഡോ സോഡിയം സൾഫേറ്റോ നക്കിത്തിന്നുന്നു. അവയുടെ രക്തത്തിൽ അധികമുള്ള പൊട്ടാസ്യത്തെ ഈ സോഡിയം ലവണ ങ്ങൾ ദൂരീകരിക്കുന്നു. അത് മൂത്രത്തിൽക്കൂടി ശരീരത്തിൽ നിന്നു പുറത്തു പോകുന്നു.

അതുകൊണ്ടാണ് വന്യമൃഗ സംരക്ഷണ കേന്ദ്രങ്ങളിലുള്ള ഉപ്പുതൊട്ടികൾ എൽക്കുകളെയും മാനുകളേയും ആകർഷിക്കുന്ന തുപോലെ തന്നെ മുയലുകൾ, അണ്ണാന്മാർ, എലികൾ വടക്കൻ പ്രദേശത്തുള്ള പറക്കുന്ന അണ്ണാന്മാർ മുതലായവയേയും

ആകർഷിക്കുന്നത്. അവയ്ക്കെല്ലാം ഉപ്പ് കൂടിയേ കഴിയൂ. കാരണം ഉപ്പില്ലെങ്കിൽ അവയുടെ രക്തത്തിന്റെ ഘടന മാറുന്നു. അവയുടെ ആമാശയരസങ്ങളിൽ ഹൈഡ്രോക്ലോറിക് ആസിഡ് ഇല്ല. ഉപ്പി ല്ലെങ്കിൽ അവ ദുർബ്ബലരായിത്തീരുകയും പലവിധ രോഗങ്ങൾക്ക് എളുപ്പത്തിൽ ഇരയായിത്തീരുകയും ചെയ്യുന്നു. അതുകൊണ്ട് ഉപ്പ് ജന്തുക്കൾക്ക് ഇത്ര വലിയ ഒരു ആകർഷണമായിരിക്കുന്നതിൽ അത്ഭുതപ്പെടാനില്ല.

അപകടസൂചനകൾ

താണുപറക്കുന്ന ഒരു വിമാനം മൃഗശാലയുടെ മുകളിൽക്കൂടി ചീറിപ്പായുന്നു. വേലിക്കപ്പുറത്ത് ഒരു ട്രാം ഇരമ്പിപ്പോകുന്നു. പകൽ മുഴുവൻ മോട്ടോർ വണ്ടികൾ ഗർജ്ജിച്ചുകൊണ്ടിരിക്കുന്നു. എന്നാൽ ഈ ശബ്ദമൊന്നും മൃഗശാലയിലെ ജന്തുക്കളെ അലട്ടുന്നില്ല. പട്ടണത്തിലെ ബഹളവുമായും അപ്രതീക്ഷിതവും അത്യുച്ചത്തിലുള്ളതുമായ പല വിധ വിചിത്രശബ്ദങ്ങളുമായും അവ പെട്ടെന്ന് പഴകുന്നു. എങ്കിലും, അത്ഭുതമെന്നു പറയട്ടെ പ്രകൃതിയുടെ ചുറ്റുപാടിൽ അപകടത്തിന്റെ ആഗമനവുമായി അവ സാധാരണ ബന്ധപ്പെടുത്താറുള്ള ശബ്ദങ്ങൾ അവയെ ഒരിക്കലും ക്ഷോഭിപ്പിക്കാതിരിക്കയില്ല. മൃഗശാലയിൽ അവ എത്രകാലം താമസിച്ചാലും, അവ അവിടെത്തന്നെ ജനിച്ചുവളർന്നാൽപ്പോലും ഇതിനൊരു മാറ്റം വരുന്നില്ല.

ഞങ്ങളുടെ ചിറകുമുളച്ച പക്ഷിക്കുഞ്ഞുങ്ങൾ ഒരു കാക്കയെ കാണുമ്പോൾ യാതൊരു ഉദ്വേഗവും കാട്ടുന്നില്ല. എന്നാൽ വേട്ടപ്പക്ഷികളോട് ചെറുത്തിനിൽക്കുമ്പോൾ കരയുന്നതുപോലുള്ള ശബ്ദത്തിൽ കാക്ക കരഞ്ഞാലുടൻ തിത്തിരിപ്പക്ഷിക്കുഞ്ഞുങ്ങളും താറാക്കുഞ്ഞുങ്ങളും കോഴിക്കുഞ്ഞുങ്ങളും എവിടെയെങ്കിലും ഒളിക്കും. കാക്കകൾ ചില

പക്ഷിക്കുഞ്ഞുങ്ങളെ തിന്നാറുണ്ട്. എന്നാൽ, ചെന്നായോ, കുറുക്കനോ, പ്രാപ്പിടിയനോ അടുത്തെങ്ങാനും ഉണ്ടെങ്കിൽ കാക്കകൾ അപകട സൂചന നൽകുകയും അങ്ങനെ അനേകം പക്ഷികളുടെ ജീവൻ രക്ഷി ക്കുകയും ചെയ്യുന്നു. മാഗ്പൈയുടെ അപകടസൂചകമായ കരച്ചിൽ കേട്ടാൽ വൻമൃഗങ്ങൾ പോലും ഓടി ഒളിക്കുന്നു. കാരണം അത് സാധാരണയായി മനുഷ്യന്റെ സാന്നിധ്യത്തെയാണ് കുറിക്കുന്നത്.

ടിറ്റ് മൗസിന്റെ പതിഞ്ഞ ശബ്ദത്തിലുള്ള കരച്ചിൽ ഒരു മുന്നറി യിപ്പാണ്. അതു കേട്ടാലുടൻ കാട്ടിലെ പാടുന്ന പക്ഷികൾ മാത്രമല്ല കാട്ടുകോഴികൾ പോലും അനങ്ങാതെ, ഇരിക്കുന്ന മരക്കൊമ്പിനോട് പറ്റിച്ചേർന്നിരിക്കുന്നു. കാരണം, ടിറ്റ് മൗസ് ഒരു പ്രാപ്പിടിയനേയോ കഴുകനേയോ കാണുമ്പോഴാണ് അങ്ങനെ ശബ്ദിക്കുന്നതെന്ന് അവയ്ക്കറിയാം. സ്വന്തം ജോലിയിൽ മാത്രം മുഴുകിയിരിക്കുന്ന പുള്ളിക്കുത്തുള്ള മരംകൊത്തികളേയും ടിറ്റ് മൗസുകൾ രക്ഷിക്കുന്നു. അവയുടെ 'പണിപ്പുര' യെ ചുറ്റിപ്പറ്റിയാണ് ടിറ്റ്മൗസുകൾ സാധാരണ കാണപ്പെടുന്നത്.

വിവരം കെട്ട ഒരു പറ്റം കോഴിക്കുഞ്ഞുങ്ങൾ അശ്രദ്ധരായി മുറ്റത്തു കൊത്തിപ്പെറുക്കിക്കൊണ്ടിരിക്കുമ്പോൾ മുകളിൽ ഒരു പരുന്ത് വട്ട മിട്ടു പറക്കുകയാണെങ്കിൽ പൂവങ്കോഴി അപകടസൂചന നൽകുന്നു. പിടക്കോഴി ഉടൻതന്നെ കൊക്കിത്തുടങ്ങുകയും പൂടനിറഞ്ഞ മഞ്ഞനി റമുള്ള കോഴിക്കുഞ്ഞുങ്ങൾ തള്ളക്കോഴിയുടെ ചിറകുകൾക്കടിയിലോ പുല്ലിനിടയിലോ ഒളിച്ചിരിക്കുകയും ചെയ്യുന്നു.

ഒരു വേട്ടപ്പക്ഷിയുടെ നഖങ്ങളുടെ മൂർച്ച ഒരിക്കൽപ്പോലും അനു ഭവപ്പെട്ടിട്ടില്ലാത്ത ഈ കോഴിക്കുഞ്ഞുങ്ങൾ ഒളിസ്ഥലം അന്വേഷി ക്കുന്നത് എന്തുകൊണ്ടാണ്?

ആയിരം സംവത്സരങ്ങളായി പക്ഷികൾക്ക് അവയുടെ ശത്രുക്ക ളായ മറ്റു പക്ഷികളിൽ നിന്നും മൃഗങ്ങളിൽ നിന്നും സ്വയം രക്ഷപ്പെ ടാൻ വേണ്ടി പൊരുതേണ്ടി വന്നിട്ടുണ്ട്. മുൻതലമുറകളിൽ നിന്ന് പ്രയോജനകരമായ പല സ്വഭാവസവിശേഷതകളും പാരമ്പര്യമായി കിട്ടിയിട്ടുള്ള പക്ഷികൾ മാത്രമാണ് ഈ സമരത്തെ അതിജീവിക്കു ന്നത്. കോഴിക്കുഞ്ഞുങ്ങളെ സംബന്ധിച്ചിടത്തോളം അമ്മ സൂചന നൽകിയാലുടൻ ഒളിച്ചിരിക്കാൻ പ്രേരിപ്പിക്കുന്ന പ്രതികരണമാണ് ഈ സ്വഭാവസവിശേഷം. അക്കാദമീഷ്യൻ ഇവാൻ പാവ്ലൊവ് ഇത്തരം പ്രതികരണങ്ങളെ നിരുപാധികപ്രതികരണങ്ങൾ എന്നാണ് വിളിക്കുന്നത്. ചില സാഹചര്യങ്ങളിൽ അവ എല്ലായ്പ്പോ ഴും പ്രകടമാക്കുന്നു. അവ ജന്മസിദ്ധങ്ങളാണ്.

ഞങ്ങളുടെ യുവജീവശാസ്ത്രജ്ഞരെ ഞങ്ങൾ താഴെ കൊടുക്കുന്ന

ദ്രുഷ്ടാന്തം കാണിക്കുകയുണ്ടായി. ആസ്ട്രേലിയൻ ഒട്ടകപ്പക്ഷിയുടെ മുട്ടകൾ വച്ചിട്ടുള്ള ഒരു ഇൻക്യുബേറ്ററിന്റെ മുമ്പിൽ അവർ നിന്നു. ആ മുട്ടകൾ അതിൽ വച്ചിട്ട് 47 ദിവസമായി. രണ്ടു ദിവസങ്ങൾക്കുള്ളിൽ അവ വിരിഞ്ഞ് പക്ഷിക്കുഞ്ഞുങ്ങൾ പുറത്തു വരും. ചെവി മുട്ടയോട് ചേർത്തുപിടിച്ചപ്പോൾ കുട്ടികൾക്ക് അതിനുള്ളിലെ പക്ഷിക്കുഞ്ഞ് ശ്വാസം വിടുന്ന നേരിയ ശബ്ദം കേൾക്കാൻ കഴിഞ്ഞു.

മുട്ടകൾ പുറത്തെടുത്ത് ഞങ്ങൾ ഒരു കണ്ണാടി ചില്ലിന്റെ പുറത്തു വെച്ചു. അവയ്ക്കുള്ളിൽ എന്തോ മെല്ലെ പിടയുന്ന ശബ്ദം ഞങ്ങൾ കേട്ടു. ആൺ ഒട്ടകപ്പക്ഷിയുടെ അപകടസൂചകമായ കരച്ചിലിനെ അനുകരിച്ച് ഞാൻ പറഞ്ഞു. 'ബ്-ർ-ർ-ർ!'

ആ നിമിഷത്തിൽ മുട്ടകൾ ഉരുണ്ടു തുടങ്ങി. പക്ഷിക്കുഞ്ഞുങ്ങൾ മുട്ടയ്ക്കുള്ളിൽ ഓടിനടക്കാൻ തുടങ്ങി.

'പക്ഷെ, അവ മാതാപിതാക്കന്മാരുടെ കരച്ചിൽ ഒരിക്കൽപ്പോലും കേട്ടിട്ടില്ലല്ലോ!'കുട്ടികൾ അത്ഭുതപ്പെട്ടു. അത് ഒരു അപകടസൂചനയാണെന്ന് അവ എങ്ങനെ അറിഞ്ഞു?

'അതു പറയാം.' ഞാൻ മറുപടി പറഞ്ഞു. 'ശത്രുവിന്റെ നഖങ്ങൾ എത്ര അപകടകരമാണെന്ന് അറിഞ്ഞിട്ടല്ല അപകട സൂചന കേൾക്കുമ്പോൾ അവ അഭയസ്ഥാനം അന്വേഷിക്കുന്നത്. അവയിൽ സോപാധികപ്രതികരണങ്ങളൊന്നും ഇനിയും ഉണ്ടായിട്ടില്ല. അപകടസൂചന കേൾക്കുമ്പോഴുണ്ടാകുന്ന പ്രതികരണം ഒരു തലമുറ അടുത്ത തലമുറയിലേക്കു പകർന്നുകൊടുത്തിട്ടുള്ള നൈസർഗ്ഗികമായ ഒരു നിരുപാധിക പ്രതീകരണമാണ്. ഒട്ടകപ്പക്ഷികളുടെ നിലനിൽപിന് അത് ആവശ്യമാണ്. പ്രാകൃതിക നിർദ്ധാരണത്തിന്റെ ഫലമായി ഒട്ടകപ്പക്ഷിക്കുഞ്ഞുങ്ങളിൽ ഉണ്ടായിട്ടുള്ള ഒരു ആത്മരക്ഷാപ്രതികരണമാണ് ഇത്.

മുകളിൽ കൊടുത്ത പരീക്ഷണം സാധാരണ കോഴിമുട്ടകളുപയോഗിച്ച് ആർക്കും ചെയ്തുനോക്കാവുന്നതാണ്. ഒന്നു രണ്ടു ദിവസങ്ങൾക്കുള്ളിൽ വിരിയുന്ന മുട്ടയായിരിക്കണം പരീക്ഷണത്തിന് ഉപയോഗിക്കുന്നത്. അപകട സൂചകമായ കൊക്കൽ തള്ളക്കോഴിയുടേതുപോലെതന്നെ ആയിരിക്കണമെന്നുള്ളതും ഈ പരീക്ഷണത്തിന്റെ വിജയത്തിന് ആവശ്യമാണ്. ഈ രണ്ടു കാര്യങ്ങളും ശരിയായാൽ പരീക്ഷണത്തിന്റെ ഫലം മേൽപറഞ്ഞ ഉദാഹരണത്തിലേതുപോലെതന്നെ ആയിരിക്കും.

സമൂഹമായി ജീവിക്കുന്ന മറ്റ് പല മൃഗങ്ങളുടെ ഇടയിലും അപകടസൂചന നൽകുന്ന സമ്പ്രദായം ഉണ്ട്. ഏതാനും ഉദാഹരണങ്ങൾ താഴെ കൊടുക്കുന്നു.

പ്രകൃതിശാസ്ത്രജ്ഞനും വേട്ടക്കാരനുമായ ഒരാൾ മാർമൊട് എന്ന റിയപ്പെടുന്ന മലയെലികളുടെ സ്വഭാവ പഠനത്തിൽ ദീർഘകാലം ചെലവഴിക്കുകയുണ്ടായി. അവ പുല്ല് കരണ്ടു തിന്നുന്നതും വെയിൽ കായുന്നതും അദ്ദേഹം ശക്തിയുള്ള ദൂരദർശിനിയിൽക്കൂടി നിരീക്ഷി ച്ചുകൊണ്ടിരുന്നു. ഒരു പറ്റം വലിയ മലയാടുകൾ ആ സ്ഥലത്തേക്ക് ചെല്ലുന്നത് അദ്ദേഹം കണ്ടു. അത്ഭുതമെന്നു പറയട്ടെ, മലയെലികൾ ആടുകളെ ശ്രദ്ധിച്ചതേയില്ല. ആടുകൾ മലയെലികളുടെ മദ്ധ്യത്തിൽ ഉറങ്ങാൻ കിടന്നു. ഏകദേശം 24 കിലോഗ്രാമോളം തൂക്കം വരുന്ന കൊമ്പുകളുള്ള തല നിലത്തു ചായ്ച്ച് അവ ഉറങ്ങി. ആ ആടുകൾ സാധാരണ ഉറങ്ങാറില്ല, ചെവികൾ കൂർപ്പിക്കുകയും തല അങ്ങോട്ടു മിങ്ങോട്ടും തിരിക്കുകയും ചെയ്തുകൊണ്ട് അസ്വസ്ഥമായി മയങ്ങുക യാണ് അവയുടെ പതിവ്. ഇടയ്ക്കിടയ്ക്ക് അവ ഞെട്ടി ഉണരും. എന്നാൽ ഇത്തവണ അവ ഗാഢമായി ഉറങ്ങി.

ഒടുവിൽ പ്രകൃതിശാസ്ത്രജ്ഞൻ തന്റെ സങ്കേതത്തിൽ നിന്ന് പുറത്തു കടന്നു. മലയെലികൾ അദ്ദേഹത്തെ കണ്ടു. അവ ഉടൻ തന്നെ കാതുതുളയ്ക്കുന്ന ശബ്ദത്തിൽ ചിലച്ചു തുടങ്ങി. മലയെലികളുടെ പറ്റം മുഴുവൻ അത് ഏറ്റു പാടി. ഈ അപകടസൂചന കേട്ട ക്ഷണ ത്തിൽ മലയാടുകൾ ചാടിയെണീറ്റ് മലഞ്ചെരിവിന്റെ മുകളിലേക്ക് ഓടിപ്പോയി. ചെന്നായ്, പുള്ളിപ്പുലി, മുതലായവയുടെ ആക്രമണം മൂലം മലയാടുകൾക്ക് ഉറങ്ങാൻ അവസരം കിട്ടാറില്ല. മലയെലികൾ മധ്യത്തിൽ വച്ചു മാത്രമാണ് അവയ്ക്ക് സമാധാനപരമായി ഉറങ്ങാൻ കഴിയുന്നത്. ഏതെങ്കിലും അപകടമുണ്ടായാൽ മലയെലികൾ അവയ്ക്ക് മുന്നറിയിപ്പ് നൽകുമെന്ന് ഉറപ്പുള്ളതുകൊണ്ടാണ് അവയ്ക്ക് അങ്ങനെ ഉറങ്ങാൻ കഴിയുന്നത്.

ഒരു സായാഹ്നത്തിൽ ഒരു ബ്ലാക്ക് ബോർഡിന്റെ ഉൽക്കണ്ഠാകുല മായ ശബ്ദം ഞാൻ കേട്ടു. 'ചെഞ്ചൻ - ചെൻ' എന്നു കരഞ്ഞുകൊണ്ട് അത് അടുത്തുവരുന്ന ഏതോ അപകടത്തെപ്പറ്റി ആ കാട്ടിലുള്ള ജീവികൾക്കെല്ലാം മുന്നറിയിപ്പ് കൊടുത്തു. ശബ്ദമൊന്നും ഉണ്ടാ ക്കാതെ പെട്ടെന്ന് ഞാൻ പറ്റിയ ഒരു സ്ഥാനം തിരഞ്ഞെടുത്ത് പതു ങ്ങിയിരുന്നു. മുഖത്ത് വന്നടിച്ച കാറ്റിൽ, അവിരാമമായ 'ചെൻ-ചെൻ' വിളികളുടെ ശബ്ദം കൂടുതൽ ഉച്ചത്തിൽ കേട്ടു. ഒരു റെഡ് -ബ്രെസ്റ്റി ന്റെ അമർഷത്തോടെയുള്ള 'ടിക് - ടിക്' എന്ന കരച്ചിലും ഞാൻ കേട്ടു. ഒടുവിൽ ഒരു കാട്ടുപാതയിൽക്കൂടി ഒരു ചെന്നായ് സൂക്ഷിച്ച് ഇരുവശവും നോക്കിക്കൊണ്ട് വരുന്നത് ഞാൻ കണ്ടു. പക്ഷികൾ ഒരു മരക്കൊമ്പിൽ നിന്ന് മറ്റൊന്നിലേക്ക് പറന്ന് അതിനെ പിൻതുടർന്നു. എന്റെ തോക്കിൽനിന്നുള്ള ഒരുണ്ട കാട്ടിലെ ആ കൊള്ളക്കാരന്റെ കഥ കഴിച്ചതോടെ പക്ഷികളുടെ ചിലയ്ക്കലും നിലച്ചു.

മരുഭൂമിയിലെ കപ്പൽ

അന്തമില്ലാതെ പരന്നു കിടക്കുന്ന മരുഭൂമികളിലെ ഉണങ്ങിവരണ്ട മണലിൽക്കൂടി നൂറ്റാണ്ടുകളായി മനുഷ്യനെ വഹിച്ചുകൊണ്ടുപോകാൻ കഴിവുള്ള ഒരേയൊരു മൃഗം ഒട്ടകമായിരുന്നു. അതുകൊണ്ടാണ് അതിന് മരുഭൂമിയിലെ കപ്പൽ എന്ന പേര് ലഭിച്ചത്.

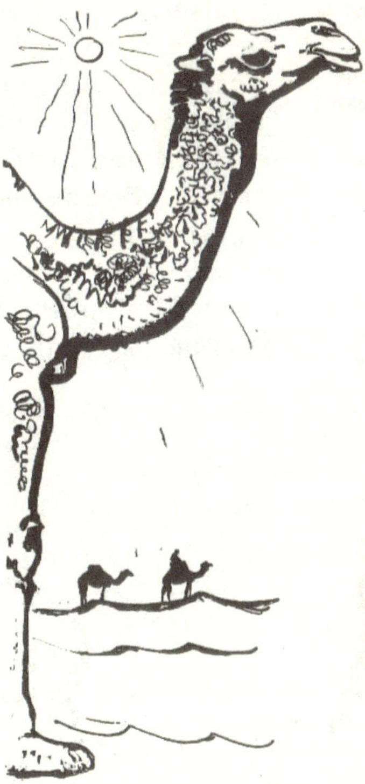

അന്യാദൃശമായ സഹനശക്തിയുള്ള ഒരു മൃഗമാണ് ഒട്ടകം. നല്ല തീറ്റിതിന്നുമ്പോൾ അത് വളരെ അധികം കൊഴുപ്പ് അതിന്റെ മുഴയിൽ ശേഖരിച്ചു വയ്ക്കുന്നു. അതു കഴിഞ്ഞാൽ വെള്ളമോ തീറ്റയോ കൂടാതെ മരുഭൂമിയിൽ പത്തോ അതിൽക്കൂടുതലോ ദിവസങ്ങൾ സഞ്ചരിക്കാൻ ഒട്ടകത്തിന് കഴിയും. 200 കിലോഗ്രാമിൽ കൂടുതൽ കൊഴുപ്പ് സൂക്ഷിച്ചുവെയ്ക്കാൻ കഴിയുന്ന ഒരു കലവറയാണ് അതിന്റെ മുഴ.

സാർത്ഥവാഹകന്മാർ ഒട്ടകങ്ങൾക്കു വെള്ളം കണ്ടെത്താതെ ഒരാഴ്ച മുഴുവൻ സഞ്ചരിച്ചെന്നുവരാം. ഒട്ടകം തളരാതെ മുന്നോട്ടുപോകുന്നു. അതിന് ദാഹമോ ക്ഷീണമോ തോന്നുന്നില്ല. എന്നാൽ അതിന്റെ മുഴ ഓരോ ദിവസം കഴിയുമ്പോഴും ചെറുതായി ചെറുതായി വരുന്നു. ഒട്ടകത്തിന് ഇത്ര കരുത്ത് എങ്ങനെ ഉണ്ടാകുന്നുവെന്ന് വളരെ കാലത്തേക്ക്

മനുഷ്യനു മനസ്സിലാക്കാൻ കഴിഞ്ഞില്ല. അതേ പറ്റി ചില കഥകളും കെട്ടിച്ചമയ്ക്കപ്പെട്ടു. ദീർഘയാത്രയ്ക്ക് പുറപ്പെടുന്നതിനുമുമ്പ് അത് വളരെ അധികം വെള്ളം കുടിക്കുകയും ആ വെള്ളം ആമാശയത്തിന്റെ ആദ്യത്തെ രണ്ടറകളിലുമുള്ള കീശകളിൽ സൂക്ഷിക്കുകയും ചെയ്യുന്നുവെന്നുപോലും പലരും വിശ്വസിച്ചു. ഇതിൽ സത്യത്തിന്റെ ഒരു കണികപോലുമില്ല. മദ്ധ്യേക്ഷ്യയിലെ മരുഭൂമികളിലുള്ള ജീവികളെപ്പറ്റി പഠനം നടത്തിക്കൊണ്ട് സാർത്ഥ വാഹകന്മാരോടൊപ്പം സഞ്ചരിക്കുന്ന സമയത്ത് ഞാൻ അനേകം ഒട്ടകങ്ങളെ കീറിമുറിച്ചു നോക്കിയിട്ടുണ്ട്. അവയുടെ ആമാശയത്തിൽ കയ്പുള്ള കുറച്ച് ദ്രാവകമല്ലാതെ മറ്റൊന്നും ഉണ്ടായിരുന്നില്ല. മൃഗങ്ങളിൽ സാധാരണയായി കാണാറുള്ള ഇൻഫ്യൂസോറിയയും ബാക്റ്റീരിയയും ആ ദ്രാവകത്തിൽ ധാരാളം അടങ്ങിയിരിക്കുന്നു.

'പക്ഷെ ഒട്ടകത്തിനു വെള്ളം ലഭിക്കുന്നത് എവിടുന്നാണ്?' നിങ്ങൾ അത്ഭുതപ്പെടുന്നുണ്ടാവും. അതിന്റെ മുഴയിൽ നിന്നാണ് വെള്ളം കിട്ടുന്നത്. ഭക്ഷണവും വെള്ളവും ഇല്ലാതെയുള്ള ദീർഘയാത്രക്കിടയിൽ മുഴയിലുള്ള കൊഴുപ്പ് വിഘടനം ചെയ്ത് ഒട്ടകത്തിന് ജലം ലഭിക്കുന്നു. ഇങ്ങനെ ഉണ്ടാകുന്ന വെള്ളം തൂക്കത്തിൽ കൊഴുപ്പിനേക്കാൾ കൂടുതലുണ്ടായിരിക്കും. കാരണം വിഘടനം ചെയ്യുമ്പോഴുണ്ടാകുന്ന ഉല്പന്നങ്ങൾ ശ്വാസകോശങ്ങളിൽ കൂടി ഉള്ളിൽക്കടന്ന ഓക്സിജനാൽ സംവർധിതമാണ്. 100 ഭാഗം സാധാരണ ആട്ടിൻ കൊഴുപ്പ് വിഘടനം ചെയ്യുമ്പോൾ ശ്വാസകോശങ്ങളിൽ നിന്നും 112 ഭാഗം വെള്ളവും 182 ഭാഗം കാർബോണിക് ആസിഡും ഉല്പാദിപ്പിക്കപ്പെടുന്നു. ഒട്ടകം സ്വാർത്ഥവാഹകന്മാരോടൊപ്പം ചുട്ടുപഴുത്ത മണലാരണ്യത്തിലൂടെ സഞ്ചരിച്ച നാൾ കൊഴുപ്പ് വിഘടനം ചെയ്തുണ്ടാകുന്ന ഊർജ്ജം അതിനെ മുന്നോട്ടു കൊണ്ടുപോകുന്നു.

ഒട്ടകത്തിന്റെ ആമാശയത്തിലെ ആദ്യത്തെ രണ്ടറകളിലുമുള്ള 'കീശകളിലും' 'കൂപങ്ങളിലും' ചെറിയ അളവിൽ മാത്രം കാണപ്പെടുന്ന കയ്പുള്ള ദ്രാവകം ഒട്ടകം ഉപയോഗപ്പെടുത്തുന്ന വെള്ളത്തിന്റെ സ്ഥാനം ഏറ്റെടുക്കുന്നില്ല. ഇൻഫ്യൂസോറിയയും ബാക്റ്റീരിയയും നിറഞ്ഞ ഒരു കിണ്വനമായിട്ടാണ് അത് പ്രവർത്തിക്കുന്നത്. ഒട്ടകം തിന്നുന്ന ആഹാരസാധനങ്ങളെ ഈ സൂക്ഷ്മജീവികൾ കിണ്വനം ചെയ്ത് അയവിറക്കാനുള്ള ആഹാരം തയ്യാറാക്കുന്നതിന്റെ വേഗത വർദ്ധിപ്പിക്കുന്നു. ഇൻഫ്യൂസോറിയയും ബാക്ടീരിയയും എണ്ണത്തിൽ വളരെയധികം പെരുകുന്നു. അയവിറക്കാനുള്ള ആഹാരം വായിൽ എത്തിയാലുടനെ അയവിറക്കുന്ന മറ്റുമൃഗങ്ങളെപ്പോലെ ഒട്ടകവും അത് റെന്നെറ്റ് സഞ്ചിയിൽ വച്ച് ദഹിപ്പിക്കുന്നു. അതിന് ആവശ്യമുള്ള അൽബ്യൂമെൻ ലഭിക്കുന്നത് ഇങ്ങനെയാണ്.

അനേകായിരം വർഷങ്ങളായി ഒട്ടകങ്ങൾ മരുഭൂമിയിലെ കഠിനമായ സാഹചര്യങ്ങളുമായി സ്വയം പൊരുത്തപ്പെട്ടിട്ടുണ്ട്.

ഒട്ടകത്തിന്റെ കാലുകളിലും ശരീരത്തിന്റെ മറ്റു ഭാഗങ്ങളിലും കാണുന്ന തഴമ്പുപോലെയുള്ള മുഴകൾ ഇതിനു ഉദാഹരണമാണ്. പാകമല്ലാത്ത പാദുകങ്ങൾ ധരിക്കുന്നതു മൂലം നമ്മുടെ പാദത്തിലുണ്ടാകുന്ന മുഴകളുമായി ഇവയ്ക്ക് യാതൊരു സാമ്യവുമില്ല. മരുഭൂമിയിലെ വെയിൽ തട്ടി ചുട്ടുപഴുത്ത മണലിൽ കിടക്കാൻ ഒരു ജീവിക്കും സാദ്ധ്യമല്ല. മേലുറഞ്ഞതരത്തിലുള്ള മുഴകൾ ഒട്ടകത്തെ പൊള്ളലേൽക്കാതെ സഹായിക്കുന്നു.

കൊഴുപ്പുനിറഞ്ഞ വാലുള്ള ആടുകൾക്കും കുറെ അധികദിവസം മരുഭൂമിയിൽ ആഹാരവും വെള്ളവും ഇല്ലാതെ കഴിയാൻ സാധിക്കുന്നു. അവയ്ക്ക് ആവശ്യമുള്ള വെള്ളം മുഴുവൻ തടിച്ച വാലിൽ നിന്ന് ലഭിക്കുന്നു. മരുഭൂമിയിലെ ആന്റിലോപ് മുതലായ മറ്റ് മൃഗങ്ങൾക്ക് മരുഭൂമിയിലെ ജീവിതം കൂടുതൽ ക്ലേശകരമാണ്. അതിവേഗം സഞ്ചരിക്കാൻ കഴിവുള്ള കാലുകൾ മാത്രമാണ് അവയുടെ രക്ഷാമാർഗ്ഗം. ഈ മൃഗങ്ങൾ വെള്ളം കുടിക്കാനുള്ള അരുവിതേടിയും മേയാനുള്ള മരുപ്പച്ച തേടിയും അനേകം നാഴിക സഞ്ചരിക്കുന്നു. ആഹാരവും വെള്ളവും കിട്ടാനുള്ള ഈ പ്രയാണത്തിൽ അവയ്ക്ക് മരുഭൂമിയിൽ ഉടനീളം സഞ്ചരിക്കേണ്ടി വരുന്നു.

ലോങ്ങ്ജംപ് റിക്കാർഡ്

ഏതാനും വർഷങ്ങൾക്കു മുമ്പ് മോസ്കോ മൃഗശാലയിലെ ഒരു സൈബീരിയൻ പെണ്ണാട് പത്തടി പൊക്കമുള്ള മതിൽ ചാടിക്കടന്ന് തെരുവിലൂടെ ഓടിപ്പോയി. കാറുകളെ കടന്ന് ഒരു ട്രാമിന്റെ അടിയിൽ വീഴാതെ കഷ്ടിച്ച് രക്ഷപ്പെട്ടുകൊണ്ട് അത് മോസ്കോ തെരുവുകളിലൂടെ ഓടിയപ്പോൾ കുട്ടികൾ ആർത്തുവിളിക്കുകയും ചൂളമടിക്കുകയും ചെയ്തു. ഞങ്ങൾ അതിന്റെ പിന്നാലെ ചെന്നെങ്കിലും അതു ഞങ്ങളെക്കാൾ വളരെ ദൂരെ എത്തിക്കഴിഞ്ഞു. ഞങ്ങൾക്ക് റോഡിന്റെ അരികിലൂടെ ഓടാനല്ലേ സാധിക്കൂ. അത് വഴിയിൽ കണ്ട എല്ലാ വേലികളും മതിലുകളും ചാടിക്കടന്ന് എവിടെയോ മറഞ്ഞു. രണ്ടു ദിവസത്തേക്ക് ആടിന്റെ യാതൊരു വാർത്തയും ഞങ്ങൾക്ക് ലഭിച്ചില്ല. മൂന്നാമത്തെ ദിവസം ഒരു മിലിഷ്യ സ്റ്റേഷനിൽ നിന്നും ഞങ്ങൾക്ക് ഒരു ഫോൺ സന്ദേശം കിട്ടി.

'മിലിഷ്യ സ്റ്റേഷനിൽ നിന്നാണ് വിളിക്കുന്നത്.' ഒരു ശബ്ദം പറഞ്ഞു. 'ഗോർക്കി തെരുവിൽക്കൂടി ഒരു കൂട്ടം കുട്ടികൾ നിങ്ങളുടെ കാട്ടാടിന്റെ പിന്നാലെ ഓടുന്നു. ആടിനെ പിടിക്കാൻ ആരെയെങ്കിലു ദയവായി അയയ്ക്കൂ.'

ഞങ്ങളുടെ സൂക്ഷിപ്പുകാർ ഉടൻ അങ്ങോട്ടു പോയി. ഗോർക്കി തെരുവിന്റെ മൂലയിലേക്ക് അവർ അതിനെ ഓടിച്ചു കയറ്റി. പക്ഷെ അത് ഒരു വലിയ ബാർബർഷോപ്പിന്റെ തുറന്നുകിടന്ന

വാതിലിൽക്കൂടി അകത്തേക്ക് ഓടി. വാതിലിന്റെ നെരെ എതിർവശത്തെ ഭിത്തിയിൽ വലിയ ഒരു കണ്ണാടി തൂക്കിയിരുന്നു. അതിൽ വാതിലിന്റെ പ്രതിഛായ കണ്ട ആട് അതിന്റെ നേരെ ചാടി. ആടിന്റെ കൊമ്പുകൊണ്ട് കണ്ണാടി തവിട്ടു പൊടിയായി.

'ഇതൊരു പിശാചാണ്!' ആ കണ്ണാടിയുടെ മുമ്പിലിരുന്നിരുന്ന ആൾ നിലവിളിച്ചു.

ബാർബർ മുടിവെട്ടിക്കാൻ വന്ന ആളെ അവിടെയെല്ലാം തിരക്കി. അയാൾ എവിടെയോ അപ്രത്യക്ഷനായിക്കഴിഞ്ഞിരുന്നു. ആടിനെ പിടിച്ചുകൊണ്ടുപോയി കുറെ കഴിഞ്ഞ് എല്ലാവരും ശാന്തരായതിനു ശേഷമാണ് ഒരു മൂലയിൽ കൂട്ടിയിട്ടിരുന്ന തുണികളുടെയും ടൗവ്വലുകളുടേയു അടിയിൽ നിന്ന് അയാൾ വിറച്ചുകൊണ്ട് പുറത്തിറങ്ങിയത്.

ആട് മൃഗശാലയിൽ നിന്ന് രക്ഷപ്പെട്ടത് എങ്ങനെയാണ്?

ബന്ധനാവസ്ഥ ജന്തുക്കളിലുളവാക്കുന്ന പ്രതികരണം - പരിചിതമായ ചുറ്റുപാടുകളോടുള്ള സോപാധിക പ്രതികരണം - ഒന്നുകൊണ്ടു മാത്രമാണ് ആടുകൾക്കും ബാഹ്യലോകത്തിനുമിടയ്ക്കുള്ള വേലി ഒരു പ്രതിബന്ധമായിത്തീരുന്നത്. അതൊന്നു മാത്രമാണ് പട്ടണതിലേക്ക് ഓടിപ്പാകാതെ അവയെ തടഞ്ഞു നിർത്തുന്നത്.

ഉദാഹരണത്തിന് ദാഗസ്ഥാൻ മലയാടുകൾക്ക് അവയെ ഇടുന്ന വളപ്പിന്റെ മതിൽ നിഷ് പ്രയാസം ചാടിക്കാൻ കഴിയും. മതിലിന് ഉദ്ദേശം മൂന്നര മീറ്റർ പൊക്കമാണ് ഉള്ളത്. ഭിത്തിയിലെവിടെയെങ്കിലും കാലുറപ്പിക്കാൻ ഒരു ചെറിയ പഴുതുണ്ടെങ്കിൽ അവയ്ക്ക് കെട്ടിടങ്ങളുടെ മേൽക്കൂരയിലേക്ക് പിടിച്ചുകയറാൻ കഴിയുന്നു. അത്ര ശരീരലാഘവം അവയ്ക്കുണ്ട്.

ഒരിക്കൽ ഇത്തരം ഒരു മുട്ടനാടിനെ ഒരു കൂട്ടിൽ കയറ്റാനായി ഞങ്ങൾ ഇട്ടോടിച്ചു. അത് പെട്ടെന്ന് ഒരു വേലിയും വെള്ളവുമുള്ള കിടങ്ങും ഒറ്റക്കുതിക്ക് ചാടിക്കടന്ന് ധ്രുവക്കരടികളുടെ വളപ്പിലെത്തി. ഒരു നിമിഷം മടിച്ചു നിന്നിട്ട് കരടികൾ അതിന്റെ നേരെ പാഞ്ഞടുത്തു. എന്നാൽ മുട്ടനാട് നിന്നനിൽപിൽത്തന്നെ ഒരു വെടിയുണ്ടപോലെ

മുകളിലേക്ക് ചാടി ഇരുപതടി പൊക്കമുള്ള മതിലിന്റെ മുകളിൽ കയറി ഒരു മാർബിൾ പ്രതിമ പോലെ അനങ്ങാതെ നിന്നു.

എന്നാൽ ഞങ്ങളുടെ പുള്ളിമാനുകൾ ചാടിയ ചാട്ടത്തിനു മുമ്പിൽ ഇവയൊക്കെ നിഷ്പ്രഭമാകുന്നു. ഒരു ദിവസം ഒരു ഡസൻ പുള്ളിമാനുകളെ പിടിച്ച് മറ്റ് മൃഗശാലകളിലേക്ക് അയച്ചുകൊടുക്കാൻ ഞങ്ങൾ ശ്രമിച്ചു. സൂക്ഷിപ്പുകാരുടെ ഒരു നിര സാവധാനം പുള്ളിമാനുകളെ ഒരു ഇടുങ്ങിയ പാതയിലേക്ക് പിൻവാങ്ങാൻ നിർബന്ധിതരാക്കി. ആ പാത ഒഴിഞ്ഞ കൂടുകളിലേക്കു തുറക്കുന്നതായിരുന്നു. പെട്ടെന്ന് മാനുകൾ മനുഷ്യരുടെ നേരെ തിരിഞ്ഞു. ഒരു മാൻ അതിന്റെ പിൻകാലുകൾ ഊന്നി ആളുകളുടെ തലയ്ക്കു മുകളിലൂടെ ചാടി. മറ്റു പതിന്നാലു മാനുകളും അതിനെ പിൻതുടർന്നു. അത് അന്യാദൃശമായ ഒരു കാഴ്ചയായിരുന്നു.

വളപ്പിന്റെ രണ്ടറ്റത്തു നിന്നിരുന്ന രണ്ടു മാനുകൾ ഒരേ സമയം ചാടി, അവ ചാട്ടത്തിനിടയിൽ കൂട്ടിമുട്ടിയിട്ട് രണ്ട് പന്തുകൾ പോലെ അകന്നു മാറി. അടുത്ത നിമിഷത്തിൽ മാനുകൾ ഈ സംഭവം മറക്കുകയും തങ്ങളെ വളഞ്ഞിരിക്കുന്ന മനുഷ്യരെ ഭയത്തോടെ നോക്കിക്കൊണ്ട് വെറുതെ നിൽക്കുകയും ചെയ്തു.

ഇളകിയ മണ്ണിൽ പതിഞ്ഞ അവയുടെ കാല്പാടുകൾ ഞങ്ങൾ അളന്നു നോക്കി. നിന്നനിൽപ്പിൽനിന്ന്ചാടിയ അവയുടെ ലോങ്ങ് ജംപ് റിക്കാർഡ് 11 മീറ്റർ ആണെന്ന് ഞങ്ങൾ കണ്ടുപിടിച്ചു.

പുള്ളിമാനുകളെപ്പോലെ തന്നെ കടുവകൾക്കും ചാടാൻ സാധിക്കും എന്നുള്ള വിശ്വാസം അബദ്ധമാണ്. ഒരു മലഞ്ചെരുവിൽ നിന്ന് ചാടാൻ കടുവകൾക്കു കഴിഞ്ഞാൽപ്പോലും മാനുകളോടൊപ്പം എത്താൻ അവയ്ക്കു കഴിവില്ല. ഞങ്ങളുടെ മൃഗശാലയിൽ അവ ഏറ്റവും കൂടുതൽ ചാടിയിട്ടുള്ളത് 6 മീറ്റർ നീളമാണ്.

എങ്കിൽപ്പിന്നെ ഉസ്സൂറി കടുവകൾ പുള്ളിമാനുകളെ പിടിക്കുന്നത് എങ്ങനെയാണ്? കടുവ ഇരയുടെയടുത്തേക്ക് ആദ്യം പതുങ്ങിച്ചെല്ലുന്നു. പിന്നീട്, അത് ഭയങ്കരമായ അലർച്ചയോടെ അതിന്റേമേൽ ചാടിവീഴുന്നു. അലർച്ചകേൾക്കുന്ന മാത്രയിൽ മാൻ ഭയം കൊണ്ട് തരിച്ചുനിന്നുപോകുന്നു. നിഷ്പ്രയാസം ചാടി രക്ഷപ്പെടാവുന്ന മാനുകൾ കടുവയുടെ അലർച്ച കേട്ടാൽ നിന്നിടത്തുതന്നെ തരിച്ചുനിൽക്കുന്ന കാഴ്ച വിദൂരപൂർവ്വദേശത്തെ തൈഗയിലെ വേട്ടക്കാർ പലപ്പോഴും കാണാറുണ്ട്. ഓടാൻ സമർത്ഥരായ ചെറുമാനുകളേയും സ്റ്റെപ്പിയിലെ ആന്റിലോപുകളെയും ഓർക്കാപ്പുറത്ത് ചെന്നായ്ക്കൾ ആക്രമിക്കുമ്പോഴും ഇതുതന്നെയാണ് സംഭവിക്കുന്നത്. അവ ചാടി രക്ഷപ്പെടുന്നതിനു പകരം ഭയന്നുനിന്ന് ചെന്നായ്ക്കൾക്ക് ഇരയായിത്തീരുന്നു.

മീനുകളെ മരവിപ്പിച്ച് വീണ്ടും ജീവിപ്പിക്കുന്നു

നോവോസിബീർസ്കിൽനിന്ന് തപാൽ വഴി ഞങ്ങൾക്ക് ഒരു പെട്ടി ലഭിച്ചു. നോവോസിബീർസ്ക് മൃഗശാലയിലെ യുവജീവശാസ്ത്രജ്ഞർ മോസ്കോ മൃഗശാലയിലെ അവരുടെ കൂട്ടുകാർക്ക് അയച്ചതായിരുന്നു ആ പെട്ടി.

ഉദ്വേഗഭരിതരായ കുട്ടികൾ പെട്ടി തുറന്നു. അടപ്പ് മാറ്റി നോക്കിയപ്പോൾ അതിനകത്ത് രണ്ട് പ്രഷ്യൻ കാർപ്പ് മത്സ്യങ്ങൾ യാതൊരു ചലനവുമില്ലാതെ ചത്തതുപോലെ കിടക്കുന്നുണ്ടായിരുന്നു.

പെട്ടിക്ക് ഇരട്ട ഭിത്തികളുണ്ടായിരുന്നു. പെട്ടി അയക്കുന്നതിനു മുമ്പ് നോവോസിബീർസ്കിലെ കുട്ടികൾ ഭിത്തികളുടെ ഇടയ്ക്കുള്ള സ്ഥലത്ത് ഐസ് നിറച്ചിരുന്നു. എന്നാൽ നീണ്ടയാത്രയ്ക്കിടയ്ക്ക് ഐസ് ഉരുകി വെള്ളമാവുകയും ആ വെള്ളം വിടവുകളിൽക്കൂടി ഒലിച്ചുപോവുകയും ചെയ്തു.

രണ്ടു മത്സ്യങ്ങളേയും ഞങ്ങൾ ഒരു തൊട്ടിയിലുള്ള വെള്ളത്തിൽ ഇട്ടു. ഒരു മണിക്കൂർ കഴിഞ്ഞപ്പോൾ അവയിലൊന്ന് ചികളകൾ

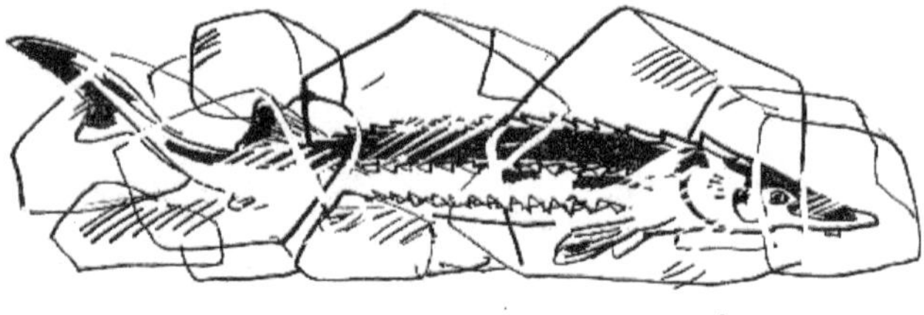

ചലിപ്പിച്ച് ശ്വസിക്കാൻ തുടങ്ങി. താമസിയാതെ അത് തൊട്ടിയിലെ വെള്ളത്തിൽ നീന്തിത്തുടങ്ങി. എന്നാൽ അതിന്റെ ചങ്ങാതിക്ക് ജീവൻ വീണില്ല.

ഈ ദീർഘയാത്രയെ അതിജീവിച്ച് മീനിന് നിർഭാഗ്യവശാൽ പെട്ടിയുടെ വശങ്ങളിൽത്തട്ടിയതുമൂലം പരുക്കുപറ്റിയിരുന്നു. നോവോസിബിർസ്കിലെ കുട്ടികൾ മത്സ്യങ്ങൾക്ക് മാർദ്ദവമുള്ള ഒരു മെത്ത തയ്യാറാക്കുന്നതിനെപ്പറ്റി ചിന്തിച്ചില്ല എന്നതായിരുന്നു അതിന്റെ കാരണം.

മീനിന് വെള്ളമില്ലാതെ ജീവിക്കാൻ കഴിയുമോ എന്നറിയാനുള്ള പരീക്ഷണങ്ങൾ നടത്തുകയാണ് തങ്ങൾ എന്ന് യുവജീവശാസ്ത്രജ്ഞർ മോക്സോ സുഹൃത്തുക്കൾക്ക് എഴുതിയിരുന്നു. 'മീനുകളെ ഞങ്ങൾ പതിനൊന്നു ദിവസം വരെ ഇങ്ങനെ സൂക്ഷിച്ചിട്ടുണ്ട്,' അവർ അഭിമാനത്തോടെ കത്തിൽ വെളിപ്പെടുത്തി. 'ഞങ്ങൾ അവയെ 00 സെന്റിഗ്രേഡിലാണ് സൂക്ഷിച്ചത്. പന്ത്രണ്ടാം ദിവസം അവയെ ഞങ്ങൾ വെള്ളത്തിൽ ഇട്ടു. അവയ്ക്ക് ജീവൻ വീണു.'

മോസ്കോ മൃഗശാലയിലെ യുവ ജീവശാസ്ത്രജ്ഞർ ഒരു പെട്ടി ഗോൾഡ് ഫിഷുകളെ നോവോസിബിർസ്കീലേക്ക് അയച്ചു. മീനുകളെ അയയ്ക്കുന്നതിനു മുമ്പ് കുട്ടികൾ ഈ പരീക്ഷണം നടത്തി; അവയെ ഒരു പെട്ടിയിൽ വച്ച് ഐസിന്റെ മുകളിൽ മൂന്നു പകലും മൂന്നു രാത്രിയും വച്ചു. എഴുപത്തിരണ്ടു മണിക്കൂർ കഴിഞ്ഞ് വെള്ളത്തിലിട്ടപ്പോൾ അവയ്ക്ക് വീണ്ടും ജീവൻ വീണു.

ഈ പരീക്ഷണങ്ങൾക്ക് പ്രായോഗികമായി വളരെ പ്രാധാന്യമുണ്ട്. മീൻ വെള്ളത്തോടെ ദൂരസ്ഥലങ്ങളിലേക്ക് കൊണ്ടുപോകാൻ വളരെ പ്രയാസമാണ്. ചിലപ്പോൾ അത് തീരെ അസാദ്ധ്യം പോലുമാണ്. അങ്ങനെ കൊണ്ടുപോകുന്നതിനിടയിൽ പലപ്പോഴും മീനിന്റെ വശങ്ങളിൽ മുറിവുകൾ ഉണ്ടാകാറുണ്ട്. മീൻ വെള്ളമില്ലാതെ

പായ്ക്കുചെയ്ത് അയക്കുവാൻ വളരെ എളുപ്പമാണ്.

നോവോസിബീർസ്കും മോസ്കോയും തമ്മിലുള്ള ഈ കൈമാറ്റിനു ശേഷം ലെനിൻഗ്രാഡിലെ റെഫ്രിജറേഷൻ ഇൻസ്റ്റിറ്റ്യൂട്ട് ഈ പരീക്ഷണം തന്നെ നടത്തുന്നുണ്ടെന്ന് ഞങ്ങൾക്ക് അറിവു ലഭിച്ചു. മീനിന്റെ തൊലിയുടെ ഏറ്റവും മുകളിലത്തെ പാളി മരവിപ്പിച്ചാൽ മാത്രമേ ഈ പരീക്ഷണം വിജയിക്കയുള്ളുവെന്ന് തെളിഞ്ഞു. അങ്ങനെ ചെയ്യുമ്പോൾ മീൻ അനബയോസിസ് അഥവാ 'വ്യാജമരണം' എന്ന അവസ്ഥ പ്രാപിക്കുന്നു.

ലെനിൻഗ്രാഡ് ഇൻസ്റ്റിറ്റ്യൂട്ടിൽ മീനിനെ 0^0 സെന്റിഗ്രേഡ് വരെ തണുപ്പിച്ചു. ചെറിയ മീനുകളെ ലബോറട്ടറിയിൽ പരീക്ഷണ വിധേയമാക്കിയ ശേഷം അവർ വലിയ മീനുകളുടെ മേൽ പരീക്ഷണം നടത്തി. അസ്രഖാനടുത്തുള്ള മത്സ്യബന്ധന കേന്ദ്രത്തിൽ അഞ്ച് സ്റ്റർജിയനുകളെ 'തണുപ്പിച്ചു.' 16.5^0 സെന്റിഗ്രേഡിലുള്ള വെള്ളം നിറച്ച രണ്ടു വീപ്പകളിൽ അവയെ ഇട്ടു. വെള്ളത്തിൽ ഐസ്കട്ടകൾ ഇട്ട് അത് 0^0 സെന്റിഗ്രേഡ് വരെ തണുപ്പിച്ചു. മീനുകളുടെ ചലനം നിലച്ചു. അവ അനബയോസിസ് എന്ന അവസ്ഥ പ്രാപിച്ചു. രണ്ടുമണിക്കൂർകഴിഞ്ഞ് അവയെ വീപ്പയ്ക്കുള്ളിൽ നിന്ന് പുറത്തെടുത്ത് പ്രത്യേകം തയ്യാറാക്കപ്പെട്ട ഐസ് നിറച്ച പെട്ടികളിൽ പായ്ക്കു ചെയ്തു. ഈ പെട്ടികൾ പിന്നീട് റെഫ്രിജെറേറ്റർ ബാർജിൽ വച്ചു. പിറ്റേദിവസം ബാർജ് അസ്രഖാനിലേക്ക് കൊണ്ടു പോയി. അവിടെ വെച്ച് പെട്ടികൾ തുറക്കപ്പെട്ടു. മീനുകൾ ചത്തതുപോലെ നിശ്ചലമായി കാണപ്പെട്ടു. എന്നാൽ 17^0 സെന്റിഗ്രേഡിലുള്ള വെള്ളത്തിൽ ഇട്ട ഉടനെ അവയിൽ നാലെണ്ണം പുനർജീവിച്ചു.

ജീവനുള്ള മീൻഇങ്ങനെ കയറ്റി അയക്കണമെങ്കിൽ ഇനിയും അനേകം പരീക്ഷണങ്ങൾ നടത്തേണ്ടിയിരിക്കുന്നു. എന്നാൽ ഈ മാർഗ്ഗം സാദ്ധ്യമാണെന്നും യുവജീവശാസ്ത്രജ്ഞരുടെ പരീക്ഷണം അധികം കാലതാമസം കൂടാതെ പ്രായോഗികമായിത്തീരുമെന്നും നമുക്ക് ഇപ്പോൾത്തന്നെ പറയാം

ഒഴുകിപ്പോകുന്ന ഹിമപ്പരപ്പിൽ

വിദൂരോത്തരപ്രദേശത്തെ തണുത്ത കടലുകളിലാണ് നീർനായ്ക്കളിൽ അധികവും കാണപ്പെടുന്നത്. മീൻ, ശംഖ്, കക്ക മുതലായവ തേടിയും ഹിമപ്പരപ്പിൽ വിശ്രമിച്ചും അവ സമയം കഴിക്കുന്നു. കാറ്റടിച്ച് ഹിമപ്പരപ്പുകൾ ഒന്നായിത്തീരുകയും അവിടവിടെയുള്ള ജലപ്പരപ്പ് മൂടുകയും ചെയ്യുമ്പോൾ നീർനായ്ക്കൾ അടിയിലുള്ള വെള്ളത്തിലേക്കു പോവുകയും ഹിമപ്പരപ്പിനു മുകളിലേക്ക് തിരിച്ചുവരികയും ചെയ്യുന്നത് എങ്ങനെയാണെന്ന് നിങ്ങൾ ആലോചിച്ചുനോക്കിയിട്ടുണ്ടോ?

നീർനായ്ക്കളുടെ ദേഹം ചൂടുള്ളതാകയാൽ അവ ഹിമപ്പരപ്പിൽ ഒരേ സ്ഥലത്തുതന്നെ വളരെനേരം ഇരിക്കുമ്പോൾ അവിടുത്തെ ഐസ് ഉരുകുകയും അങ്ങനെ ഹിമപ്പരപ്പിൽ 'വിടവുണ്ടാക്കി' അവ അടിയിലുള്ള വെള്ളത്തിലേക്ക് ഇറങ്ങിപ്പോവുകയും ചെയ്യുന്നു എന്നാണ് ചിലർ വിശ്വസിക്കുന്നത്. എന്നാൽ വാസ്തവം അതല്ല. തൊലിക്കടിയിൽ കൊഴുപ്പിന്റെ കട്ടിയുള്ള ഒരു പാളിയുള്ളതുകൊണ്ട് നീർനായയുടെ ദേഹത്തുനിന്നും ചൂട് അധികം പുറത്തേക്കു കടക്കുന്നില്ല. അത് ഐസിനുമുകളിൽ ദീർഘനേരം കിടന്നാലും ആഴമില്ലാത്ത ഒരു കുഴി മാത്രമേ ഐസിൽ ഉണ്ടാവുകയുള്ളൂ.

ഈ വിഷയത്തിലേക്കു വെളിച്ചം വീശുന്ന ഒരു പരീക്ഷണം ഞങ്ങൾ മൃഗശാലയിൽ നടത്തുകയുണ്ടായി. ശരത്ക്കാലാരംഭത്തിൽ ഞങ്ങൾ ഏഴ് ഗ്രീൻലാൻഡ് നീർനായ്ക്കളെ ഒരു വലിയ കുളത്തിൽ ഇട്ടു. ശീതകാലത്ത് കുളം ഐസുകൊണ്ട് മൂടപ്പെട്ടിരുന്നു. തീറ്റസ്ഥലത്തിനടുത്തുള്ള കുറച്ചുസ്ഥലം മാത്രമേ ഇനിയും ഉറയാതെ ബാക്കിയുള്ളൂ. ഒരു ദിവസം നീർനായ്ക്കൾ പേടിച്ച് കുളത്തിനടിയിലേക്ക് പിൻവാങ്ങി. താമസിയാതെ ഉറയാതെ കിടന്ന ഭാഗത്തെ വെള്ളവും ഉറച്ചുകട്ടയായി. മണിക്കൂറുകൾ കഴിഞ്ഞിട്ടും ഒന്നും സംഭവിച്ചില്ല. നീർനായ്ക്കൾ ശ്വാസം മുട്ടി മരിച്ചിരിക്കുമോ?

പ്രഭാതത്തിൽ കുളത്തിൽ ഒരിടത്തുനിന്ന് നീരാവി ചുരുളുചുരുളായി മുകളിലേക്കുയരുന്നത് ഞാൻ കണ്ടു. ഞാൻ ശബ്ദമുണ്ടാക്കാതെ അങ്ങോട്ടു ചെന്നു. സുതാര്യമായ പച്ച നിറമുള്ള ഐസിനിടയിലൂടെ അതിനിടയിലുള്ള ഏഴു നീർനായ്ക്കളെ ഞാൻ കണ്ടു. ഐസിലുള്ള ഒരു ചെറിയ വിടവിൽ മൂക്കു ചേർത്തുപിടിച്ചുകൊണ്ട് അവയെല്ലാം അതിൽക്കൂടി വായു ശ്വസിക്കുകയായിരുന്നു. അവ ഉച്ഛ്വസിക്കുമ്പോൾ കുമിളകളായി പുറത്തേക്കു വരുന്ന വായു ഐസിന്റെ അടിവശം ഉരുക്കി. ഒരു ദ്വാരം ഐസിൽ ഉണ്ടാക്കാൻ ഏതാനും മണിക്കൂറുകൾ വേണ്ടി വന്നു.

വടക്കൻ പ്രദേശത്തുള്ള അവയുടെ സഹോദരങ്ങളും ഇങ്ങനെ തന്നെയാണ് ചെയ്യുന്നതെന്ന് എനിക്ക് ഉറപ്പായി. വിപരീതമായ കാറ്റുകൾ, ഏറ്റിറക്കുകൾ, പ്രവാഹങ്ങൾ മുതലായവയുടെ ഫലമായി ധ്രുവക്കടലുകളിലെ ഐസ് എപ്പോഴും വിണ്ടു കീറാറുണ്ട്. വടക്കൻ പ്രദേശത്തെ വേട്ടസ്ഥലങ്ങളെപ്പറ്റി പഠനം നടത്തിയിട്ടുള്ള ഗവേഷകന്മാരും ആർട്ടിക് അന്വേഷകന്മാരും എന്റെ നിഗമനം ശരിയാണന്ന് തെളിയിച്ചിട്ടുണ്ട്. ഹിമപ്പരപ്പിന്നടിയിൽ മൂക്ക് ചേർത്തുപിടിച്ചുകൊണ്ടിരിക്കുന്ന ഒരു നീർനായ് സംഘത്തെ കാണുമ്പോൾ വേട്ടക്കാർ ഇങ്ങനെ പറയുക സാധാരണമാണ്. 'അവ ഒരു വിടവിലൂടെ ഊതുകയാണ്.'

ശൈത്യകാലത്ത് മൃഗശാലയിലെ കുളത്തിന്റെ ഉപരിതലത്തിലുള്ള ഹിമപാളിക്ക് നല്ല കട്ടിയുണ്ടായിരിക്കും. ആ സമയത്ത് നീർനായ്ക്കൾ ദുർല്ലഭമായേ വെള്ളത്തിൽ നിന്ന് പുറത്തുവരാറുള്ളു കാരണം, ആ സമയത്ത് വെള്ളത്തിന് വായുവിനേക്കാൾ ചൂടു കൂടുതലുണ്ട് എന്നുള്ളതാണ്. വസന്തകാലത്ത് അവ വെള്ളത്തിൽ നിന്ന് പുറത്തുവന്ന് വെയിൽ കായും. ഐസ് മുഴുവൻ ഉരുകിക്കഴിഞ്ഞാൽ അവ ഒരു മോട്ടോർബോട്ടിനേക്കാൾ വേഗത്തിൽ അനേകം മണിക്കൂറുകൾ നീന്തിനടക്കും. അവ വെള്ളത്തിനടിയിലും ഉപരിതലത്തിലും വശം ചെരിഞ്ഞും മലർന്നു കിടന്നും നീന്തുന്നു. ചെറുമീനുകളെ കുളത്തിലിട്ടുകൊടുത്താൽ നീർനായ്ക്കൾ അതിവേഗം അവയുടെ പിന്നാലെ

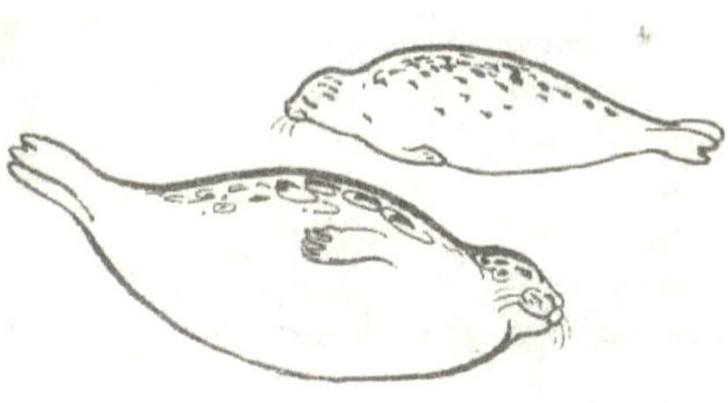

ചെല്ലും. കരയിൽ വളരെ സാവധാനത്തിൽ മാത്രം സഞ്ചരിക്കുന്ന ഈ കൂറ്റൻ ജന്തുക്കൾ വെള്ളത്തിൽ ഇത്ര ചുറുചുറുക്കു കാണിക്കുന്നതു കാണുമ്പോൾ നാം അത്ഭുതപ്പെട്ടുപോകും.

ക്ഷീണിക്കുമ്പോൾ അവ കുളത്തിന്റെ അടിത്തട്ടിൽ കിടന്ന് ഉറങ്ങുക പതിവാണ്. മൂന്നോ നാലോ മിനുട്ടുനേരം അവിടെ നിശ്ചല മായി കിടന്നശേഷം അവ ഉറക്കച്ചടവോടെ മുകളിലേക്കു പൊങ്ങുന്നു. മുകളിൽ വച്ച് അവ ബൃഹത്തായ ശ്വാസകോശങ്ങളിലേക്ക് ധാരാളം വായു ശ്വസിച്ചുകയറ്റുകയും ഒന്നോ രണ്ടോ നിമിഷത്തേക്ക് കണ്ണ് തുറക്കുകയും ചെയ്തുശേഷം വീണ്ടും താണുപോകുന്നു.

അവ ലഘുവമായി മാത്രമേ ഉറങ്ങാറുള്ളൂ. ഉറക്കത്തിലും ജാഗ്രത കൈ വിടുന്നില്ല. ഹിമപ്പരപ്പിൽ കിടന്നുറങ്ങുകയാണെങ്കിൽ അത് ഏതാണ്ട് എല്ലാ അഞ്ചുമിനിട്ടു കൂടുമ്പോഴും കണ്ണു തുറന്ന് ഏതെങ്കിലും ആപത്തോ ധ്രുവക്കരടിയോ അടുത്തെങ്ങാനുമുണ്ടോയെന്ന് നോക്കി യിട്ട് വീണ്ടും ഉറങ്ങുന്നു. അവ ബോധപൂർവ്വമാണ് ഇങ്ങനെ ചെയ്യു ന്നത് എന്ന് നിങ്ങൾ വിചാരിക്കുന്നുണ്ടാവും. അത് ശരിയല്ല. അത് നൈസർഗ്ഗികവാസനയാണ്. ജന്മനായുള്ള ഒരു (നിരുപാധിക) പ്രതികരണത്തിന്റെ ഫലമാണ് അത്. തലമുറകളായുള്ള ആർട്ടിക് പ്രദേശത്തെ ജീവിതത്തിന്റെ ഫലമായി നീർനായ്ക്കൾക്ക് സിദ്ധിച്ചി ട്ടുള്ള ഒരു പ്രതികരണമാണ് അത്.

ചെവിയുള്ള നീർനായ്ക്കളും ചെവിക്കല്ലുകളും

ചത്തുപോയ ഒരു ചെവിയൻ നീർനായയെ (Sea lion) മുറിച്ചു നോക്കിയിട്ട് മൃഗശാലയിലെ ഡോക്ടർമാർ ആശ്ചര്യപ്പെട്ടു.'ഇതെന്താണ്? വയറ്റിലും കുടലിലും ഇത്രയധികം വ്രണങ്ങൾ ഉണ്ടാകാൻ കാരണമെന്താണ്? ഡോർസ് മത്സ്യങ്ങളെ തിന്നിട്ടായിരിക്കുമോ? ആഹാരത്തിന്റെ കുഴപ്പമായിരിക്കുമോ? പക്ഷേ ഗ്രീൻലാൻഡ് നീർനായ്ക്കളും ഡോർസ് മത്സ്യങ്ങളെയാണല്ലോ തിന്നുന്നത്. അവയ്ക്ക് വ്രണങ്ങൾ ഉണ്ടാകുന്നില്ലല്ലോ!'

മൃഗശാലയിലെ ചെവിയുള്ള നീർനായ്ക്കൾ പെട്ടന്ന് രോഗബാധിതരായിത്തീരാൻ കാരണമെന്താണെന്ന് ആർക്കും പറയാൻ കഴിഞ്ഞില്ല.

ഞങ്ങൾ അതേപറ്റി കൂടുതൽ പഠനം നടത്തിയപ്പോഴാണ് അതിന്റെ രഹസ്യം മനസ്സിലായത്. ചെവിയുള്ള നീർനായ്ക്കളുടെ കടലിൽ ഡോർസിന്റെ ചെവിക്കുള്ളിലുള്ള ചെവിക്കല്ല് എന്ന് അറിയപ്പെടുന്ന ഒട്ടോലിത് എന്ന പദാർത്ഥം ധാരാളം കാണപ്പെട്ടു. ഞങ്ങൾ ചെവിയൻ നീർനായ്ക്കൾക്ക് കൊടുത്തിരുന്ന പ്രധാന ആഹാരമായിരുന്നു ഡോർസ്.

ഈ ചെവിക്കല്ലുകളുടെ അഗ്രങ്ങൾ അരംപോലെയാണിരിക്കുന്നത്. ചെവിയുള്ള നീർനായ്ക്കളുടെ ആമാശയ രസങ്ങൾക്ക് ഈ ചെവിക്കല്ലുകളെ ദഹിപ്പിക്കാൻ ശക്തിയില്ല. വയറ്റിലും കുടലിലും സംഭരിക്കപ്പെടുന്ന ചെവിക്കല്ലുകൾ അവയുടെ ഭിത്തികളിൽ ഉരയുകയും ഇങ്ങനെ ഉരയുന്ന ഭാഗത്ത് വ്രണങ്ങൾ പ്രത്യക്ഷപ്പെടുകയും ചെയ്യുന്നു.

മൃഗശാലയിലെ ഓരോ ചെവിയൻ നീർനായയ്ക്കും ദിവസം പ്രതി 16 കിലോഗ്രാം ഡോർസ് മത്സ്യം ലഭിച്ചിരുന്നു. അങ്ങനെ ദിവസവും അതിന്റെ വയറ്റിൽ നേരത്തെ ഉള്ളതിന്റെ കൂടെ രണ്ടോ മൂന്നോ കൈ ചെവിക്കല്ലുകൾകൂടി സംഭരിക്കപ്പെട്ടുകൊണ്ടിരുന്നു. നൂറ്റുകണക്കിനുള്ള ഈ ചെറിയ അറക്കവാളുകൾ ആ ജന്തുവിന് ഭയങ്കരവേദനയുള്ള അനേകം വ്രണങ്ങൾ സംഭാവന ചെയ്യുന്നു.

പക്ഷേ ഗ്രീൻലാൻഡ് നീർനായ്ക്കൾ യാതൊരു അസുഖവും കൂടാതെയിരിക്കുന്നത് എന്തുകൊണ്ടാണ്? ഈ നീർനായ്ക്കളും ഡോർസുകളും ഒരേ പ്രകൃതിസാഹചര്യത്തിലാണ് ജീവിക്കുന്നത് എന്നതാണ് ഇതിനുള്ള കാരണമെന്ന് പ്രത്യക്ഷമാണ്. യുഗങ്ങളായി ഈ മീൻ ഭക്ഷിച്ചു ജീവിക്കുന്ന നീർനായ്ക്കൾ അതിന്റെ തല കടിച്ചുകളഞ്ഞിട്ട് ഉടൽ മാത്രം തിന്നാൻ പഠിച്ചു.

ഞങ്ങളുടെ ചെവിയുള്ള നീർനായ്ക്കളാകട്ടെ തെക്കെ അമേരിക്കൻ തീരങ്ങളിൽ നിന്നു വന്നവയാണ്. അവിടെ അവ കഴിച്ചു ശീലിച്ചിട്ടുള്ള ഭക്ഷണം ഇതായിരുന്നില്ല.

ചെവിയൻ നീർനായ്ക്കളുടെ മരണത്തിനുള്ള കാരണം മനസ്സിലാക്കിയതിനുശേഷം മരണത്തെ അതിജീവിച്ചവയ്ക്ക് ഞങ്ങൾ തലമാറ്റിയ ഡോർസുകളെ നൽകിത്തുടങ്ങി.

മൂഷിക നിർമ്മാർജ്ജനം

മോസ്കോയിലെവിടെയും, വീടുകളിലും, നിലവറകളിലും, സ്റ്റോർമുറികളിലും എലികൾ വിഹരിച്ചിരുന്ന ഒരു കാലമുണ്ടായിരുന്നു. ഞങ്ങളുടെ മൃഗശാലയിലും അവ വാസമുറപ്പിച്ചു. എല്ലാ കൂടുകളിലും എല്ലാ വളപ്പുകളിലും എല്ലാ മുറികളിലും ആഫീസുകളിലും അവ കൂട്ടം കൂടി. ജന്തുക്കൾക്ക് നൽകിയ ഭക്ഷണം എലികൾ മോഷ്ടിച്ചു. കെട്ടിടങ്ങൾക്ക് നാശമുണ്ടാക്കി. മൃഗശാലയിലെ ജന്തുക്കളെപ്പോലും അവ തിന്നുതുടങ്ങി. ജലപക്ഷികളെ പിടിക്കാനായി എലികൾ കുളക്കരയിൽ പതിയിരുന്നു. കുളത്തിലും അക്വേറിയങ്ങളിലും മുങ്ങാംകുഴിയിട്ട് ദശകണക്കിന് മത്സ്യങ്ങളെ വകവരുത്തി. എലികൾക്കെതിരെ വിട്ടുവീഴ്ചയില്ലാത്ത യുദ്ധം പ്രഖ്യാപിക്കുകയല്ലാതെ ഞങ്ങൾക്ക് മറ്റു ഗത്യന്തരമില്ലായിരുന്നു.

സമരോപായം എന്തായിരിക്കണമെന്നതിനെപ്പറ്റി ഞങ്ങൾ തലപുകഞ്ഞാലോചിച്ചു. വിഷം ഉപയോഗിച്ചും കുത്തിവച്ചും ശത്രുവിനെ

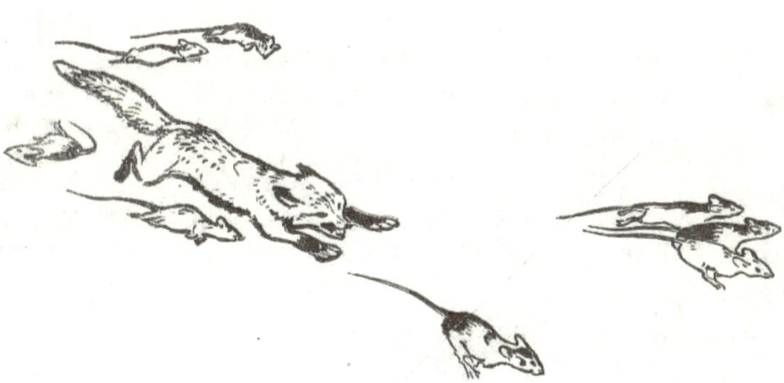

നശിപ്പിക്കണമെന്നുള്ള അഭിപ്രായം നിരാകരിക്കപ്പെട്ടു: എലികളോടൊപ്പം മൃഗശാലയിലെ ജന്തുക്കളെക്കൂടി കൊന്നൊടുക്കാൻ ഞങ്ങൾ ആഗ്രഹിച്ചില്ല. കെണിവച്ചു പിടിക്കു, ചെറിയ ഉണ്ടകളിടാവുന്ന തോക്കുകൊണ്ട് വെടിവെയ്ക്കുക എന്നീ മാർഗ്ഗങ്ങൾ ഞങ്ങൾ പരീക്ഷിച്ചു നോക്കി. എന്നാൽ മരിച്ചുവീണവയുടെ സ്ഥാനത്തേക്ക് പട്ടണത്തിലെ മറ്റു ജില്ലകളിൽ നിന്ന് കൂട്ടംകൂട്ടമായി പുതിയ കുപ്പിണികൾ വന്നുകൊണ്ടിരുന്നു.

മൃഗശാലയിലെ ജീവിതവുമായി എലികൾ ശരിക്കു പൊരുത്തപ്പെട്ടു കഴിഞ്ഞിരുന്നു. മൃഗങ്ങളുടെ അഴുകിയ മൃതശരീരം തിന്നുന്ന ഏയ്യുളൌഹീൗ ഫൈന്ന വൻപക്ഷികളുടെ കൂട്ടിൽ കടന്നുചെല്ലാൻ ഭയപ്പെടേണ്ടെന്ന് എലികൾക്ക് അറിയാമായിരുന്നു. എന്നാൽ എലികളെ വിഭവങ്ങളുടെ പട്ടികയിൽ ഉൾപ്പെടുത്താൻ താല്പര്യമുള്ള വലിയ പ്രാപ്പിടയന്മാരുടെ കൂട്ടിൽ തലകാണിക്കാൻ സാഹസികനായ ഒരു മൂഷികൻ മാത്രമേ ധൈര്യപ്പെടുകയുള്ളൂ. കരുതലുള്ള എലികൾ രാത്രിയിൽ മൂങ്ങകളുടെ അടുത്തെങ്ങും പോവുകയില്ല. എന്നാൽ രാത്രി മാത്രമേ ഈ ചിറകുള്ള ശത്രുക്കൾ തങ്ങളുടെ ആക്രമണത്തെ തടയാൻ മുതിരുകയുള്ളുവെന്ന് ഉറപ്പുള്ളതുകൊണ്ട് അവ പകൽസമയത്ത് മൂങ്ങകളുടെ തീറ്റ മതിയാവോളം അകത്താക്കിയിരുന്നു.

ധിക്കാരികളായ എലികൾ പൂച്ചകളെപ്പോലും വിരട്ടി.

വണ്ടാരക്കോഴികളുടേയും മയിലുകളുടേയും വളപ്പുകളിൽ എലികൾ നിർബാധം വിഹരിച്ചു. രാത്രി അസമയത്ത് എലികൾ കലഹപ്രിയരല്ലാത്ത ഈ പക്ഷികളുടെ മേൽ ചാടിവീഴുകയും മരച്ചില്ലകളിൽ അഭയം തേടാൻ അവയെ നിർബന്ധിക്കുകയും ചെയ്തു.

വണ്ടാരക്കോഴികളെ ഞങ്ങൾ മറ്റൊരു കൂട്ടിലേക്ക് മാറ്റിയിട്ട് അവയുടെ സ്ഥാനത്ത് കൊമ്പൻമൂങ്ങകളെ (Eagle owl) ഇട്ടു രാവിലെ നോക്കിയപ്പോൾ കൊത്തിമുറിവേൽപിക്കപ്പെട്ട എലികളുടെ പാതിതിന്ന ഉടലുകൾ നഖങ്ങളിൽ അള്ളിപ്പിടിച്ചുകൊണ്ട് ഉറക്കം തൂങ്ങുന്ന മൂങ്ങകളെയാണ് കണ്ടത്. രാത്രി മുഴുവൻ ആ വളപ്പിനുള്ളിൽ ഉഗ്രമായ പോരാട്ടം നടന്നതിന്റെ ലക്ഷണങ്ങൾ അവിടെ കാണാൻ

കഴിഞ്ഞു. രാത്രി ജോലി ചെയ്യുന്ന സൂക്ഷിപ്പുകാർ ഇത്തരമൊരു സംഘട്ടനം നേരിട്ടു കാണുകയുണ്ടായി. കരഞ്ഞുകൊണ്ട് പിടയുന്ന ഒരെലിയെ നഖങ്ങളിൽ കോർത്തു പിടിച്ചുകൊണ്ട് ഒരു മൂങ്ങ ഇരിക്കുകയായിരുന്നു. ക്ഷുഭിതരായ ഡസൻകണക്കിന് എലികൾ അതിനെ പല പ്രാവശ്യം ആക്രമിച്ചു. നല്ല ശക്തിയുള്ള ആ പക്ഷി രോഷാകുലരായ എതിരാളികളെ അതിന്റെ കൂർത്ത മൂർച്ചയുള്ള നഖങ്ങൾ കൊണ്ട് കുത്തിക്കീറുകയും ഞെരിച്ചുകൊല്ലുകയും ചെയ്തു. എന്നാൽ എലികളുടെ സംഖ്യാബലം വളരെ കൂടുതലായിരുന്നതിനാൽ മൂങ്ങയ്ക്ക് ഇരയുമായി ഒരു മരത്തിന്റെ മുകളിലേക്ക് പറന്നുപോകേണ്ടി വന്നു. കൊമ്പൻമൂങ്ങയുടെ അത്രതന്നെ ശക്തിയില്ലാത്ത ചാരനിറമുള്ള മൂങ്ങകളെ എലികൾ ചിലപ്പോൾ പരാജയപ്പെടുത്തി കടിച്ചു ചീന്തുക പോലും ചെയ്തിട്ടുണ്ട്.

ഇത്രയൊക്കെ ധിക്കാരികളാണെങ്കിലും കൊമ്പൻമൂങ്ങയുമായുള്ള യുദ്ധത്തിനുശേഷം എലികൾ വളരെ നാളത്തേക്ക് അവയുടെ കൂട്ടിനകത്ത് കയറാറില്ലായിരുന്നു.

ചെറുതെങ്കിലും നല്ല ചുറുചുറുക്കുള്ള സ്റ്റെപ്പികുറുക്കൻ എലികൾ ഏറ്റവുമിട്ടാൻ ഇഷ്ടപ്പെടാത്ത മറ്റൊരു ശത്രുവായിരുന്നു. ആ കുറുക്കൻ ' ചാർജ്ജ് വഹിച്ചിരുന്ന' വളപ്പിൽ രാവിലെ ചത്ത അനേകം എലികൾ ചിതറിക്കിടന്നിരുന്നു. കുറുക്കൻ ഒരു മൂലയിൽ ഒരു കമ്പിളിപ്പന്തുപോലെ ചുരുണ്ടു കിടന്ന് ശാന്തമായി ഉറങ്ങുന്നുണ്ടായിരുന്നു, ചുറ്റും തല തകർന്ന് ഡസൻ കണക്കിന് എലികളും.

1935 വസന്തത്തിൽ ലണ്ടൻ മൃഗശാലയുടെ ഡയറക്ടറായിരുന്ന ഡോ. വിവേഴ്സ് മോസ്കോവിലെത്തി ഞങ്ങളെ സന്ദർശിക്കുകയുണ്ടായി. കടൽ ഉള്ളി (Scilla maritima) എന്ന ചെടിയുടെ സത്ത് ഉപയോഗിച്ച് തന്റെ മൃഗശാലയിൽ എലികളെ വിജയകരമായി കൊന്നൊടുക്കിയെന്ന് അദ്ദേഹം ഞങ്ങളോട് പറഞ്ഞു. മെഡിറ്ററേനിയൻ കടലിന്റേയും അറ്റ്ലാന്റിക് സമുദ്രത്തിന്റെയും തീരങ്ങളിൽ ഈ ചെടികൾ വളരുന്നു. കരിങ്കടൽത്തീരത്തുള്ള സുഖുമിക്ക് അടുത്ത് ഈ ചെടിയോട് ബന്ധപ്പെട്ട ഒരു ജാതി ചെടി വളരുന്നുണ്ട്.

ലണ്ടനിൽ തിരിച്ചെത്തിയ ഉടനെ ഡോ. വീവേഴ്സ് ഞങ്ങൾക്ക് ആ സത്ത് ഒരു കുപ്പി അയച്ചുതന്നു. ഇത് എലികൾക്കു മാത്രമേ മാരകമായിട്ടുള്ളുവെന്നും മറ്റു ജന്തുക്കൾക്കൊന്നും അപകടം വരുത്തിവയ്ക്കുകയില്ലെന്നും ലേബലിൽ എഴുതിയിരുന്നു. എങ്കിലും അതു ശരിയാണോയെന്ന് നേരിട്ടു പരീക്ഷിച്ചു നോക്കാൻ ഞങ്ങൾ നിശ്ചയിച്ചു. പരീക്ഷണത്തിനായി പിടിക്കപ്പെട്ട അനേകം എലികൾക്കും ഒരു പൂച്ചയ്ക്കും പത്തു കുരുവികൾക്കും ഞങ്ങൾ ആ വിഷം ചേർത്ത

തീറ്റി നൽകി. എലികളുടെ പിൻഭാഗം തളർന്നുപോയെന്ന് പിറ്റേന്ന് ഞങ്ങൾക്ക് മനസ്സിലായി. പൂച്ചയ്ക്കും കുരുവികൾക്കും യാതൊരു കുഴപ്പവും ഉണ്ടായതുമില്ല.

ലേബലിൽ പറഞ്ഞിരുന്നത് സത്യമാണെന്ന് ഞങ്ങൾക്ക് ബോധ്യമായി. പാലിൽ കുതിർത്ത റൊട്ടി ഭക്ഷിക്കാനായി എല്ലാ ദിവസവും ഒരു കൃത്യസമയത്ത് പുറത്തു വരാൻ എലികളെ ശീലിപ്പിക്കുകയെന്നതായിരുന്നു ഞങ്ങളുടെ അടുത്ത പരിപാടി. പിന്നീട് ഞങ്ങൾ നാലര റാത്തൽ റൊട്ടി മേൽപ്പറഞ്ഞ സത്തു ചേർത്ത പാലിൽ കുതിർത്ത് പതിവു സ്ഥലങ്ങളിൽ വച്ചു. പിറ്റേന്ന് എലികളെ ഒരിടത്തും കാണാനില്ലായിരുന്നു. നടപ്പാതകളിൽ അവിടവിടെയായി പിൻഭാഗം തളർന്ന ഒന്നോ രണ്ടോ എലികളെ മാത്രം കാണാൻ കഴിഞ്ഞു.

ജലപക്ഷികളുടെ തീറ്റത്തൊട്ടിക്കടുത്ത് തീറ്റകൊടുക്കുന്ന സമയത്ത് സാധാരണയായി അനേകം ശതം എലികൾ പ്രത്യക്ഷപ്പെടാറുണ്ടായിരുന്നു. എന്നാൽ അന്ന് നാല് എലിക്കുഞ്ഞുങ്ങൾ മാത്രമേ അവിടെ ഹാജരായുള്ളൂ.

ഞങ്ങളുടെ മൃഗശാലയിൽ പൂച്ചകൾ ധാരാളമുണ്ടായിരുന്നു. എലികൾ അവയെ ഭീഷണിപ്പെടുത്തിയിരുന്നെങ്കിലും അവയ്ക്കു തീറ്റ സുഖമായിരുന്നു. അവ കൊഴുത്ത് തടിച്ചിരുന്നു. എന്നാൽ എലികളെ കൊന്നൊടുക്കിയതോടെ പൂച്ചകൾ പട്ടിണിയായി. എല്ലും തോലുമായി ത്തീർന്ന അവ വിശപ്പിന്റെ ശക്തി മൂലം ഞങ്ങളുടെ ജലപക്ഷികളെ പിടിച്ചു തിന്നുതുടങ്ങി. പൂച്ചകളെ വെടിവെയ്ക്കുകയല്ലാതെ മറ്റു പോം വഴിയില്ലായിരുന്നു.

എലികൾ മറ്റൊരു തരത്തിലും ഞങ്ങളോട് പ്രതികാരം ചെയ്തു. അവയുടെ മാളങ്ങളിൽ നിന്ന് ലക്ഷക്കണക്കിന് ചെള്ളുകൾ പുറത്തുവന്നു. സന്ദർശകർക്ക് പരസ്യമായി ദേഹം ചൊറിയേണ്ടിവന്നു. എലികൾക്കെതിരായ യുദ്ധം മോസ്ക്കോയിലാകെ വ്യാപിച്ചതിനു ശേഷം മാത്രമാണ് പരിപൂർണ്ണവിജയത്തിലെത്തിയത്. എലികളും ചെള്ളുകളും ഞങ്ങളുടെ തലസ്ഥാനത്തുനിന്ന് എന്നെന്നേക്കുമായി നിഷ്കാസനം ചെയ്യപ്പെട്ടു. കടൽഉള്ളി ഇപ്പോൾ ഞങ്ങളുടെ തെക്കൻ പ്രദേശത്ത് നട്ടുവളർത്തുന്നുണ്ട്. അത് അമൂല്യമായ ഒരു ഔഷധമാണെന്ന് ഞങ്ങളുടെ ഡോക്ടർമാർ കണ്ടുപിടിച്ചു.

കണ്ണുകാണാത്ത പൈക്ക്

മോസ്കോ മൃഗശാലയിലെ നല്ല വെളിച്ചമുള്ള ഒരു വലിയ അക്വേറിയത്തിൽ കുറെ പൈക്ക് മത്സ്യങ്ങൾ കിടന്നിരുന്നു. അവയ്ക്ക് ഇളം മഞ്ഞ നിറമായിരുന്നു. എന്നാൽ ഒരെണ്ണത്തിന്റെ മാത്രം നിറം നല്ല കറുപ്പായിരുന്നു. മീൻ പിടുത്തക്കാർ അത് കണ്ട് അത്ഭുതപ്പെട്ടു.

'പ്രകൃതിയുടെ വികൃതി' അവർ സാധാരണ പറയുമായിരുന്നു. ' ശരിക്കും ഒരു പൈക്ക് തന്നെ, പക്ഷെ നിറം മാത്രം അതിന്റേതല്ല. ഇത് അപൂർവ്വമായ വല്ല ബ്രീഡും ആണോ?'

അല്ലതന്നെ. അതൊരു സാധാരണ പൈക്ക് തന്നെയായിരുന്നു. നിറത്തിൽ വ്യത്യാസമുണ്ടായിരുന്നുവെന്നതു ശരി തന്നെ. അതിന്റെ കാരണം മീനിന്റെ നിറം അതു താമസിക്കുന്നിടത്തെ വെളിച്ചത്തെ ആശ്രയിച്ചാണിരിക്കുന്നത്. എന്നതാണ്. തൊലിക്ക് നിറം കൊടുക്കുന്ന വർണകത്തിന്റെ കണികകകൾ ചെറുവരകളായി സംഭരിക്കപ്പെടുന്നതുകൊണ്ട് പ്രകാശത്തിന്റെ ശക്തി കൂടുന്തോറും അവയുടെ തൊലി കൂടുതൽ വിളർത്തതായിത്തീരുന്നു. നല്ല വെളിച്ചമുള്ള അക്വോറിയത്തിൽ വളരുന്ന പൈക്കുകളുടെ നിറം ഇത്ര മങ്ങിയതാവാൻ കാരണം അതാണ്.

എന്നാൽ അതേ അക്വോറിയത്തിൽത്തന്നെ നീന്തിനടക്കുന്ന കറുത്ത പൈക്കിന്റെ കാര്യമോ? ഒരേ സാഹചര്യത്തിൽ താമസിച്ചിട്ടും അതിന്റെ തൊലി മറ്റുള്ളവയുടെ തൊലിയിൽ നിന്നും വ്യത്യസ്തമായതെന്തുകൊണ്ടാണ്?

ആ പൈക്കിനെ കുറേക്കൂടെ അടുത്തുനിന്ന് പരിശോധിച്ചാൽ അതിന്റെ രണ്ടു കണ്ണുകളും തിമിരം ബാധിച്ചവയാണെന്ന് കാണാം. അതിന് കണ്ണുകാണുകയില്ല. തൊലിയിൽക്കൂടിയല്ല. കണ്ണിൽക്കൂടി കടന്ന് തലച്ചോറുവഴിയാണ് പ്രകാശം വർണകണികകളുടെമേൽ പ്രവർത്തനം നടത്തുന്നത് എന്ന് ഗവേഷണം തെളിയിച്ചിട്ടുണ്ട്. മിഴിമണ്ഡലത്തിൽ പതിക്കുന്ന ശക്തമായ പ്രകാശം ഞരമ്പുകൾക്ക് ഉത്തേജനം നൽകുകയും ഞരമ്പുകൾ ആ സ്പന്ദനങ്ങൾ മസ്തിഷ്കത്തിലെത്തിക്കുകയും അവിടെ നിന്ന് അവ തൊലിയിലെത്തുകയും ചെയ്യുന്നതിന്റെ ഫലമായി വർണകത വ്യത്യാസപ്പെടുന്നു. ഒരു മീനിന്റെ കണ്ണു കെട്ടിയാൽ ചുറ്റും എത്ര വെളിച്ചമുണ്ടെങ്കിലും ഏതാനും സെക്കന്റുകൾക്കുള്ളിൽ അതിന്റെ നിറം ഇരുണ്ടതാവും. ഒരു പൈക്കിനെ ചുവപ്പു കണ്ണട ധരിപ്പിച്ചാലും ഇതു തന്നെ സംഭവിക്കുന്നു.

ഞങ്ങളുടെ കറുത്ത പൈക്കിന് കണ്ണുകാണുകയില്ലെങ്കിലും നല്ല ആരോഗ്യമുണ്ടായിരുന്നു. മറ്റു പൈക്കുകളെപ്പോലെ തന്നെ അത് അടുത്തുകൂടെ പോകുന്ന മത്സ്യങ്ങളെ പിടിക്കാറുണ്ട്. ചുറ്റുമുള്ള വെള്ളത്തിലെ ഓളങ്ങളും ചലനങ്ങളും സ്പർശിച്ചറിഞ്ഞിട്ടോ ഒരു പക്ഷേ മീനുകൾ ഉണ്ടാക്കുന്നുവെന്നു വിശ്വസിപ്പിക്കപ്പെടുന്ന ശബ്ദങ്ങൾ തിരിച്ചറിഞ്ഞോ ആയിരിക്കും അത് അവയെ പിടികൂടുന്നത്.

വെളിച്ചം കടന്നുചെല്ലാത്ത അഗാതയിൽ നിന്നു പിടിച്ചെടുക്കുന്ന മത്സ്യങ്ങൾ തുറസ്സായ സ്ഥലത്തു വയ്ക്കുമ്പോൾ പെട്ടെന്ന് വിളറിപ്പോകുന്നത് എല്ലാ മീൻപിടുത്തക്കാരും ശ്രദ്ധിച്ചിരിക്കുമെന്നുള്ളതിന് സംശയമില്ല. ആഴം കുറഞ്ഞതും ധാരാളം സൂര്യപ്രകാശം കടന്നുചെല്ലുന്നതുമായ ഭാഗങ്ങളിൽ കാണുന്ന ഇതേതരം മീനുകളുടെ നിറം അവിടുത്തെ ഇളം മഞ്ഞ നിറമുള്ള മണലും ചരലുമായി ഇണങ്ങിച്ചേരുന്നു.

ഇതിനെയാണ് നമ്മൾ സംരക്ഷകസംവർണനം എന്നു വിളിക്കുന്നത്. ഇത് പല മത്സ്യങ്ങളേയു അവയുടെ ശത്രുക്കളുടെ വായിൽ നിന്ന് രക്ഷിക്കുന്നു. ആഴം കുറഞ്ഞ ഭാഗത്ത് ഇരതേടിപ്പിടിക്കാനും അവയെ അതു സഹായിക്കുന്നു. ജീവികളെ ചുറ്റുപാടുകളുമായി അനുകൂലനം ചെയ്യുന്നതിൽ അവയുടെ നാഡീവ്യൂഹം വഹിക്കുന്ന പങ്ക് മേൽപറഞ്ഞ ഉദാഹരണത്തിൽ നിന്ന് വ്യക്തമാകുന്നു.

വെളുത്ത മുയലുകൾ

വസന്തത്തിൽ മുയലുകൾ അവയുടെ ശൈത്യകാലരോമക്കുപ്പായം ഉപേക്ഷിക്കുന്നു. വലിയ ജടകളായി അത് പൊഴിഞ്ഞു പോകുന്നു. നീളവും കട്ടിയും കുറഞ്ഞ രോമം കൊണ്ടുണ്ടാക്കപ്പെട്ട വേനൽക്കാലക്കുപ്പായവുമായി അവ താമസിയാതെ ഓടി നടക്കുന്നു. മാർച്ച് ഏപ്രിൽ മാസങ്ങളിലും ചിലപ്പോൾ മേയ് മാസത്തിലുമാണ് മുയലുകളുടെ രോമം കൊഴിയുന്നത്. ഏത് മാസത്തിലാണ് എന്നുള്ളത് അവ താമസിക്കുന്ന പ്രദേശം ഏതു ശീതോഷ്ണമേഖലയിലാണ് എന്നതിനെ ആശ്രയിച്ചാണിരിക്കുന്നത്.

വേനൽക്കാലം മുഴുവൻ വെള്ളമുയലുകളുടെ രോമക്കുപ്പായം കട്ടികുറഞ്ഞ് ചുവപ്പ് കലർന്ന തവിട്ടുനിറത്തിലുള്ളതായിരിക്കും. ശരൽക്കാലമാകുമ്പോൾ അത് വെളുത്ത് ഇടതിങ്ങിയതായിത്തീരുന്നു. എന്നാൽ ആ സമയത്ത് പഴയ രോമം കൊഴിഞ്ഞു പോകുന്നില്ല.

കേവലം രണ്ടോ മൂന്നോ ആഴ്ചകൾ കൊണ്ട് അവയുടെ ശൈത്യകാല രോമക്കുപ്പായം തയ്യാറായിക്കഴിയുന്നു. ചിലപ്പോൾ ഒരു മുയൽ ശൈത്യകാലതൊപ്പി ഇല്ലാതെ, വേനൽക്കാലത്തെ തൊപ്പി തന്നെ ധരിച്ചുകൊണ്ട് നടക്കുന്നത് കാണാം. അത്തരം മുയലുകളുടെ നീണ്ട ചെവികളിലും മൂക്കിന്മേലും, കവിളുകളിലും, നെറ്റിയിലും ചാരനിറമാർന്ന തവിട്ടു പുള്ളികൾ സാധാരണയായി കാണാറുണ്ട്. ഇങ്ങനെ പുള്ളികുത്തിയ മുയലുകൾ താമസിച്ചാണ് - കോച്ചുന്ന തണുപ്പും നീണ്ട രാത്രികളും തുടങ്ങുന്നതിനു തൊട്ടു മുമ്പ് മാത്രമാണ് - അവയുടെ ശൈത്യകാലക്കുപ്പായം അണിയുക പതിവ്.

ശിശിരകാലത്തെ ദൈർഘ്യം കുറഞ്ഞ പകലുകളാണ് പഴയ രോമം കളഞ്ഞ് പുതിയ വെള്ളരോമക്കുപ്പായം ധരിക്കാൻ അവയെ പ്രേരിപ്പിക്കുന്നത് എന്നു വേണം വിചാരിക്കാൻ.

ശരൽക്കാലത്ത് മുയലുകളുടെ നിറം മാറുന്നത് ഞങ്ങൾ നിരീക്ഷിച്ചു. എന്നാൽ അവയുടെ വേനൽക്കാലത്തെ രോമത്തിന് എന്തു

സംഭവിച്ചുവെന്ന് ഞങ്ങൾ അത്ഭുതപ്പെട്ടു.

താഴെ കൊടുക്കുന്ന പരീക്ഷണം അതിന് ഉത്തരം നൽകി. ജൂലൈ അവസാനത്തിൽ ഞങ്ങൾ മൂന്ന് വെള്ളമുയലുകളെ ബാസ്മ, ഹൈഡ്രജൻ പെറോക്സൈഡ്, ഹെന്നാ എന്നീ ചായങ്ങളിൽ മുക്കി.

വിചിത്രമായ ഈ ചുവപ്പ് കുപ്പായം അവ ശരത്ക്കാലം വരെ അണിഞ്ഞു. നവംബർ മധ്യത്തിൽ അവ പൊടിമഞ്ഞുപോലെ വെളുത്തു. അവയുടെ ചെവികളുടെ അഗ്രം മാത്രം ഇരുണ്ടിരുന്നു. പുതിയ രോമത്തിന് പെട്ടെന്ന് നല്ല നീളം വച്ചതുകൊണ്ട് അത് നിറം പിടിപ്പിച്ച വേനൽക്കാലത്തെ രോമത്തെ പൂർണ്ണമായും മറച്ചു.

ഓരോ വേനൽക്കാല രോമത്തിനും എട്ടോ പത്തോ ശൈത്യകാല രോമം എന്ന അനുപാതത്തിൽ അതു വളർന്നിട്ടുള്ളതായി ഞങ്ങൾ കണ്ടു.

ചില വെള്ള രോമങ്ങളുടെ അഗ്രം ചുവന്നിരുന്നു. ശൈത്യകാല രോമങ്ങൾ ജൂലൈ മാസത്തിൽ തന്നെ മുളച്ചു തുടങ്ങിയിരുന്നുവെന്നു വേണം ഇതിൽ നിന്ന് അനുമാനിക്കാൻ. എങ്കിലും ശരത്ക്കാല ത്താണ് അവ ഏറ്റവും അധികം വളരുന്നത്.

അതിനിബിഡമായ, ഇരുണ്ട വേനൽക്കാല രോമങ്ങളുടെ സ്ഥാനത്ത് വെളുത്ത രോമങ്ങൾ വളരെ വേഗം വളരുന്നു.

ഒരു മുയലിന്റെ മുതുകിൽ നിന്ന് തൊലിയുടെ ഏറ്റവും മുകളിലു ള്ള പാളി അല്പം മുറിച്ചെടുത്ത് ഞങ്ങൾ എണ്ണിനോക്കി. ശസ്ത്രക്രിയ സമയത്ത് അതിനെ 'ജീവനോടെ തൊലിയുരിക്കുക'യായിരുന്നെങ്കി ലും അതിന് വേദന അനുഭവപ്പെടുന്നതായി തോന്നിയില്ല. പൊതുവെ മുയലുകൾക്കുള്ള ഒരു പ്രത്യേകതയാണ് ഇത്. അധികം രക്തം പുറത്തു വരുത്താതെയും വേദനയില്ലാതെയും അവയുടെ ശരീരത്തിൽ നിന്നും ഒരു വലിയ കഷ്ണം തൊലി മുറിച്ചു മാറ്റാൻ കഴിയും.

ഒരിക്കൽ ഞാൻ നായാട്ടിനു പോയപ്പോൾ മുറിവേറ്റ ഒരു മുയലിനെ പൊക്കിയെടുത്തു. മുയൽ നിലത്തുവീണു. രോമനിബിഡമായ തൊലിയുടെ നേർത്ത് ഒരു പാളി മാത്രം എന്റെ കൈയ്യിൽ ഇരുന്നു. മുയലിന്റെ തൊലിയിൽ ഒരു തുള്ളി ചോര പോലും പൊടിഞ്ഞതായി ഞാൻ കണ്ടില്ല.

മറ്റൊരവസരത്തിൽ ഒരു മുയലിനെ ഓടിക്കുന്ന കുറുക്കന്റെ കാൽപ്പാടുകൾ മഞ്ഞിൽ പതിഞ്ഞു കിടക്കുന്നത് ഞങ്ങൾ കണ്ടു.

കുറുക്കുവഴികളിൽക്കൂടി കുറുക്കൻ അതിന്റെ അടുത്തെത്തി. രണ്ടു പ്രാവശ്യം കുറുക്കൻ അതിന്റെമേൽ ചാടി വീണുവെന്ന് തന്നെ പറയാം. കുറുക്കൻ മുയലിന്റെ നേരെ ചാടി അതിന്റെ തോലിൽ പിടികൂടി. പക്ഷെ തൊലിയുടെ ഒരു കഷ്ണം മാത്രമേ അതിന്റെ വായിൽ അവശേഷിച്ചുള്ളൂ.

അങ്ങനെ സംഭവിച്ചപ്പോഴെല്ലാം മുയൽ കുതറി ഓടി.

കുറുക്കന്റെ കാൽപ്പാടുകൾക്കടുത്ത് ഇത്തരം രോമം നിറഞ്ഞ തൊലിക്കഷ്ണങ്ങൾ കിടക്കുന്നത് ഞങ്ങൾ കണ്ടു. എന്നാൽ രക്തം ഒരിടത്തും കണ്ടില്ല. മുയൽ രക്ഷപ്പെട്ട് ഓടിപ്പോയി.

മുറിഞ്ഞുപോകുന്ന വാൽ പല്ലികളെ ശത്രുവിന്റെ പിടിയിൽ നിന്നു പലപ്പോഴും രക്ഷിക്കുന്നതുപോലെ മുയലിന്റെ തോലിന്റെ ഈ ലോലമായ മേൽപാളി പലപ്പോഴും അതിന്റെ ജീവൻ രക്ഷിക്കാറുണ്ട്.

ചതുപ്പനിലക്കോഴികൾക്കും ഈ സംരക്ഷക സവിശേഷതയുണ്ട്. അത് ക്ഷോഭിച്ചാലുടൻ അതിന്റെ തൂവലുകൾ അടർന്നുപോകുന്നു. എന്നാൽ നിബിഡമായ ഒരു വനത്തിൽക്കൂടി നല്ല വേഗത്തിൽ പറന്നു പോകുമ്പോൾ അതിന്റെ ഒരൊറ്റ തൂവലുപോലും പൊഴിഞ്ഞു പോകുന്നില്ല.

നായാട്ടുകാർ ഒരു ചതുപ്പനിലക്കോഴിയെ വെടിവെച്ചു വീഴ്ത്തുമ്പോൾ അവസാനത്തെ പിടച്ചിലിൽ അത് തൂവലുകൾ ചുറ്റും ഉതിർത്തിടുന്നു. അനായാസേന ഉതിർന്നു പോകുന്ന തൂവലുകൾ ചതുപ്പനിലകോഴികളെ പ്രാപ്പിടിയന്റേയും മറ്റു വേട്ടപ്പക്ഷികളുടേയും കൂർത്ത നഖങ്ങളിൽ നിന്ന് രക്ഷിക്കുന്നു. വേട്ടപ്പക്ഷികൾ പലപ്പോഴും ഇരയ്ക്കു പകരം തൂവലുകളുടെ ഒരു പടലമായിരിക്കും കണ്ടെത്തുക.

പരിശീലനം ലഭിച്ച കഴുകൻമാർ

ഒരാഴ്ച സ്റ്റെപ്പിയിൽ ജോലി ചെയ്ത ശേഷം ഞാൻ ഒറ്റയ്ക്ക് സെമിപളാതിൻസ്ക് എന്ന പട്ടണത്തിലേക്ക് മടങ്ങുമ്പോൾ നേരം വൈകിയിരുന്നു. രാത്രി അടുത്തടുത്തു വന്നു. ഇനിയും വളരെ ദൂരം സഞ്ചരിച്ചാലെ പട്ടണത്തിലെത്തുകയുള്ളൂ. അപ്രതീക്ഷിതമായി ഒരു ചെറിയ കുന്നിൻപുറത്ത് ഒരു കസാക്ക് കൂടാരം കണ്ടപ്പോൾ എനിക്കുണ്ടായ ആശ്വാസം പറയേണ്ടതില്ലല്ലോ. അതിന്റെ ഉടമസ്ഥൻ വാതിൽക്കൽ നിന്ന് ഔദാര്യപൂർവ്വം പുഞ്ചിരി തൂകി.

കൂടാരത്തിന്റെ ഒരു മൂലയിൽ ഒരു വലിയ രാജകഴുകൻ ഇരുന്നിരുന്നു. അതിന് ജീവനില്ലെന്നാണ് ഞാൻ ആദ്യം വിചാരിച്ചത്. അത് അത്ര നിശ്ചലമായിരുന്നു. 'അതിനെ ഇരുട്ടത്തു സൂക്ഷിക്കുന്നതെന്തിനാണ്?' ഞാൻ കസാക്കുകാരനോട് ചോദിച്ചു. 'അതു പറക്കാൻ മറന്നുപോകും.'

കസാക്കുകാരൻ ഒരു പുഞ്ചിരിയോടെ കഴുകനെ എടുത്ത് പുറത്തേക്ക് കൊണ്ടുവന്നു. കഴുകന്റെ തല മൂടിയിരുന്ന ഒരു മൂടി അയാൾ എടുത്തു മാറ്റി. കഴുകൻ ചിറകുകൾ വിടർത്തി മുകളിലേക്കുയർന്ന് കൂടാരത്തിനു മുകളിൽ വട്ടമിട്ടു പറന്നു തുടങ്ങി. ആ ശക്തിയുള്ള പക്ഷി കൂടുതൽ കൂടുതൽ ഉയരത്തിൽ പറന്നു. അത് തിരിച്ചു വരുമോയെന്ന് ഞാൻ സംശയിച്ചു. പെട്ടെന്ന് അതിന്റെ യജമാനനൻ ഒരു ശബ്ദം പുറപ്പെടുവിച്ചു. ഉടൻ തന്നെ കഴുകൻ ചിറകുകൾ മടക്കി ഒരു കല്ലുപോലെ ഭൂമിയിലേക്ക് പതിച്ചു. അതു നിലത്തു വന്നു വീഴുമ്പോഴുണ്ടാകുന്ന അസുഖകരമായ ശബ്ദം പ്രതീക്ഷിച്ചു നിന്ന ഞാൻ കണ്ടത് അത് വീണ്ടും ചിറക് വിരിച്ച് മെല്ലെ നിലത്തിറങ്ങുന്നതാണ്. കസാക്കുകാരൻ അതിന് വലിയ ഒരു കഷ്ണം പച്ചമാംസം കൊടുത്തിട്ട് വീണ്ടും കൂടാരത്തിനുള്ളിലാക്കി.

'ഒന്നാന്തരം ഒരു വേട്ടക്കാരനാണ് ഇത്.' മുറി റഷ്യനിൽ കസാക്കുകാരൻ പറഞ്ഞു. 'ഇപ്പോൾ മഞ്ഞു പെയ്യുന്നുണ്ട്. നാളെ എന്റെ കൂടെ

വരികയാണെങ്കിൽ പുതുമഞ്ഞിൽ ഒരു വേട്ട കാണാം.'

ഞാൻ സമ്മതിച്ചു. പിറ്റേന്ന് ഞങ്ങൾ പുറപ്പെട്ടു.

കസാക്കുകാരന്റെ തുകൽ കയ്യുറ ധരിച്ചിട്ടുള്ള ഒരു കൈപത്തി ജീനിയിൽ ഘടിപ്പിച്ചിട്ടുള്ള ഒരു താങ്ങിൽ വിശ്രമിച്ചു. കഴുകൻ കയ്യുറ ധരിച്ചിട്ടുള്ള കൈപത്തിയിൽ ഇരുന്നു. അതിന്റെ തല മൂടിക്കൊണ്ട് മൂടിയിരുന്നു.

കസാക്കുകാരൻ ഒരു ചെന്നായയുടെ കാല്പാടുകൾ കണ്ടുപിടിച്ചു. ആ കാല്പാടുകളെ പിൻതുടർന്ന് ഏതാണ്ട് അഞ്ചു മൈലോളം സഞ്ചരിച്ചശേഷമാണ് ആ ചെന്നായയെ ഞങ്ങൾക്കു കാണാൻ കഴിഞ്ഞത്. കസാക്കുകാരൻ കഴുകന്റെ തലയിലെ മൂടി മാറ്റി. അത് ഉടൻതന്നെ വളരെ ഉയരത്തിൽ പറന്നുതുടങ്ങി.

കഴുകൻ ഒരു പ്രാവശ്യം വട്ടമിട്ടു സൂക്ഷ്മദൃഷ്ടികൾ ചെന്നായയുടെ മേൽ തറപ്പിച്ചുകൊണ്ട് അതിന്റെ നേർക്ക് താണു. ചെന്നായ് അതിവേഗം ഓടിയെങ്കിലും അതും കഴുകനും തമ്മിലുള്ള അകലം കുറഞ്ഞു വന്നു. ഞങ്ങൾ ചെന്നായയുടെ പിന്നാലെ കുതിരയെ കുതിച്ചോടിച്ചു. എന്നാൽ ഏതാനും മിനിട്ടുകൾക്കകം ചെന്നായയും കഴുകനും ഒരു കുന്നിന്റെ മറവിൽ അപ്രത്യക്ഷരായി.

ഞങ്ങൾ പോർക്കളത്തിലെത്തിയപ്പോൾ കഴുകന് ഞങ്ങളുടെ സഹായം ആവശ്യമില്ലെന്നു മനസ്സിലായി. കഴുകന്റെ ഒരു കാലിലെ നഖങ്ങൾ ചെന്നായയുടെ തുടയിൽ കോർത്ത് പിടിച്ചിരുന്നു. അത് മറ്റേ കാലുകൊണ്ട് ചെന്നായയുടെ മോന്ത ഇരുമ്പുമുഷ്ടിയിലെന്നപോലെ അമർത്തിപ്പിടിച്ചു. ശക്തി ക്ഷയിച്ച ചെന്നായയ്ക്ക് കഴുകന്റെ ശക്തമായ പിടിയിൽ നിന്ന് കുതറി മാറാൻ കഴിഞ്ഞില്ല. കഴുകന്റെ കാലുകൾ ഒരു കഷ്ണം തുകൽ കൊണ്ട് തമ്മിൽ ബന്ധിച്ചിരിക്കുന്നത് ഞാൻ കണ്ടു.

അതുകൊണ്ട് കഴുകന്റെ പിടി വിടുവിക്കാൻ ശ്രമിച്ചിട്ടും അതിന്റെ കാലുകൾ അകത്തി മാറ്റുവാൻ ചെന്നായയ്ക്ക് കഴിഞ്ഞില്ല.

യുദ്ധം അതിന്റെ പാരമ്യത്തിലെത്തി. ചെന്നായയുടെ കണ്ണുകൾ കഴുകൻ കൊത്തിപ്പറിച്ചു. മോന്തയിൽ നിന്ന് ഉരിഞ്ഞുപോയ തൊലി ദംഷ്ട്രകളിൽ നിന്ന് തൂങ്ങിക്കിടന്നു.

കസാക്കുകാരൻ ചെന്നായുടെ അടുത്തേയ്ക്ക് കുതിര ഓടിച്ചു ചെന്ന് ചാട്ടപ്പിടികൊണ്ട് അടിച്ച് അതിന്റെ പ്രാണവേദന അവസാനിപ്പിച്ചു. ഇരയെ വിട്ടുപോകാൻ മനസ്സില്ലാത്ത കഴുകൻ അതിന്റെ മീതെ ചിറകുകൾ വിരിച്ചുപിടിച്ചു. ഞാൻ ശ്വാസമടക്കിക്കൊണ്ട് നോക്കിനിൽക്കെ കസാക്കുകാരൻ കഴുകന്റെയടുത്തേക്ക് പെട്ടെന്ന് ചാടിയിറങ്ങിച്ചെന്ന് അയാളുടെ മേലങ്കികൊണ്ട് അതിനെ മൂടിയിട്ട് അതിനടിയിൽ വച്ച് മൂടി അതിന്റെ തലയിൽ വച്ച് അതിന്റെ കണ്ണു കെട്ടി. ഉടൻ തന്നെ പക്ഷി ശാന്തമായി.

ആ രാജകഴുകന്റെ വിജയം അനായാസമായിരുന്നില്ല എന്നു പറയേണ്ടതില്ലല്ലോ. വേട്ടക്കാരൻ അക്കാരണത്താൽത്തന്നെ അതിനെ കൂടുതൽ വിലമതിക്കുന്നു. പേടിയെന്തെന്നറിയാത്ത ആ പക്ഷി അയാൾക്ക് അനേകം മുയലുകളെയും കുറുക്കൻമാരെയും രോമമുള്ള മറ്റു ജന്തുക്കളേയും എല്ലാം ശരൽക്കാലത്തും പിടിച്ചു കൊടുക്കുന്നു.

'ചെന്നായയുടെ കണ്ണുകൾ കൊത്തിപ്പറിക്കാൻ നിങ്ങൾ അതിനെ എങ്ങനെ പഠിപ്പിച്ചു?' ജിജ്ഞാസയോടെ ഞാൻ ചോദിച്ചു.

'ഒരു ചെന്നായയുടെ തലയോട്ടിയിലെ കണ്ണിന്റെ ദ്വാരങ്ങളിൽ കൂടി ഞാൻ അതിന് തീറ്റ കൊടുത്തു ശീലപ്പിച്ചു,' കസാക്കുകാരൻ പറഞ്ഞു

വേട്ടയാടുന്ന വിധങ്ങൾ

പേടിച്ചോടുന്ന ഒരു മുയലിന്റെ പിന്നാലെ നൂറുവാരയോളം ഓടിയിട്ട് അതിനെ പിടികിട്ടാൻ സാദ്ധ്യതയില്ലെന്നു മനസ്സിലാക്കിയാലുടൻ കുറുക്കൻ ഓട്ടം നിർത്തി എലികളെ തിരയുന്ന ജോലി പുനരാരംഭിക്കുന്നു. സാധാരണയായി ഇരപിടിക്കുന്ന ജന്തുക്കൾ അതിവേഗം ഓടാൻ കഴിയുന്ന ജന്തുക്കളുടെ പിന്നാലെ ഓടി സ്വയം ക്ഷീണിപ്പിക്കാറില്ല. പിടിയിൽ നിന്ന് വഴുതിപ്പോയ ഒരു മുയലിന്റെ പിന്നാലെ കാട്ടുപൂച്ച ഓടുന്നത് അപൂർവ്വമാണ്.

കാട്ടിലെ നിവാസികൾ ഇരപിടിക്കാൻ മൃഗങ്ങളിൽ നിന്ന് രക്ഷപ്പെടുന്നത് അവയുടെ വേഗത ഒന്നുകൊണ്ട് മാത്രമാണെന്ന് പലരും വിശ്വസിക്കുന്നു. വേഗത വളരെ പ്രധാനമാണെങ്കിലും വേഗത മാത്രമല്ല അവയെ രക്ഷിക്കുന്നത്.

ഉക്രേനിയൻ സ്റ്റെപ്പിയിൽ പുല്ലുകരണ്ടുകൊണ്ടുനിൽക്കുന്ന തവിട്ടു മുയലുകളുടെ സമീപത്തേക്ക് ഒരു കുറുക്കൻ അവയ്ക്കു ചുറ്റും വട്ടമിട്ട ഓടി കൂടുതൽ അടുക്കുന്നത് ഞാൻ കണ്ടിട്ടുണ്ട്. കുറുക്കൻ പ്രദക്ഷിണം വയ്ക്കുന്ന കാഴ്ച പല പ്രാവശ്യം കണ്ട മുയലുകൾ ഒടുവിൽ അതിനെ ശ്രദ്ധിക്കാതെയായി.

മോസ്കോ പെൽറ്റ് -ഫർ ഇൻസ്റ്റിറ്റ്യൂട്ടിലെ ഒരു ബിരുദാനന്ത രവിദ്യാർത്ഥിയായിരുന്ന എം.പി. പാവ്‌ലോവ് ക്രൈമിയയിലെ ജന്തുജാലങ്ങളെപ്പറ്റി ഗവേഷണം നടത്തിക്കൊണ്ടിരിക്കെ ഇത്തരം ഒരു സംഭവം കാണുകയുണ്ടായി. അദ്ദേഹം ഒരു മലഞ്ചെരിവിൽക്കൂടി സാവധാനം നടക്കുകയായിരുന്നു. അടുത്തുള്ള ഒരു വെളിപ്രദേശത്ത് പുല്ല് കരണ്ടുകൊണ്ടു നിന്ന് ഒരു തവിട്ടു മുയലിനെ കണ്ടതേയില്ല എന്ന മട്ടിൽ ഒരു കുറുക്കൻ അതിന്റെ അടുത്തേക്ക് ഇഞ്ചിഞ്ചായി അടുക്കു ന്നത് അദ്ദേഹം കണ്ടു. അദ്ദേഹം ഒരു മരത്തിനു പിന്നിൽ മറഞ്ഞു നിന്നുകൊണ്ട് അതു നോക്കിനിന്നു. കുറുക്കൻ അടുത്തെത്തിയപ്പോൾ മുയൽ ഒരു വശത്തേക്ക് ചാടി മാറിയിട്ട് വീണ്ടും പുല്ലുതിന്നുതുടങ്ങി.

വളരെ നേരം ഇതു തുടർന്നു. പാവ്‌ലോവിന്റെ കോട്ട് കാറ്റടിച്ച് ഇളകി. മുയൽ അതു കണ്ടു. ഉടൻ തന്നെ അത് ഓടി മറഞ്ഞു. തല തിരിച്ചു നോക്കിയപ്പോൾ മുയൽ അടുത്തെങ്ങും ഇല്ലെന്നു മനസ്സിലാ ക്കിയ കുറുക്കൻ ക്ഷോഭിച്ചു. അത് നിലത്ത് മണത്ത് നോക്കിയിട്ട് മുയൽ പോയ വഴിയേ ഓടി.

അഞ്ചോ പത്തോ മിനിട്ടിനകം കുറുക്കൻ മുയലിന്റെമേൽ ചാടിവീഴാൻ തക്കവിധം അതിനോടടുക്കുകയും അതിന്റെ കഥ കഴി ക്കുകയും ചെയ്യുമായിരുന്നു. പാവ്‌ലോവും കാറ്റും മുയിലിന്റെ ജീവൻ രക്ഷിച്ചു.

ഒരിക്കൽ കലീനിൻ പ്രദേശത്ത്, ഇണയെ വിളിക്കുന്ന ശബ്ദം പുറപ്പെടുവിച്ചുകൊണ്ട് ഇരിക്കുന്ന ഒരു കാട്ടുപൂവൻ കോഴിയെ ഞാൻ നോക്കിക്കൊണ്ടു നിൽക്കുകയായിരുന്നു. ഒരു ചാലിനരികിൽക്കൂടി അതിന്റെയടുത്തേക്ക് ഒരു കുറുക്കൻ ഇഴഞ്ഞു വരുന്നത് ഞാൻ കണ്ടു. കാട്ടുകോഴി അതിനെ കണ്ട് പാട്ടു നിർത്താതെ തന്നെ മറ്റൊ രിടത്തേക്ക് ഓടിപ്പോയി. കുറുക്കൻ എണീറ്റു. പക്ഷിയുടെ മുമ്പിൽ കുറച്ചു സമയം ചുറ്റിപ്പറ്റി നിന്നിട്ട് അത് പുൽപ്രദേശത്തുകൂടി നടന്നു തുടങ്ങി. കാട്ടുകോഴി ഇരിക്കുന്നതിന്റെ എതിർവശത്തേക്ക് തല തിരിച്ചുപിടിച്ചുകൊണ്ടാണ് കുറുക്കൻ നടന്നിരുന്നതെങ്കിലും ഓരോ കാൽവയ്പിലും അത് കോഴിയോട് അടുത്തടുത്ത് വന്നുകൊണ്ടിരു ന്നു. കാട്ടുകോഴിയാകട്ടെ പഴയതുപോലെ ഉറക്കെ പാടിക്കൊണ്ട് പിറകോട്ടു പോയ്ക്കൊണ്ടിരുന്നു. നൈസ്സർഗ്ഗികമായ പ്രേരണയാൽ അത് കൗശലക്കാരനായ കുറുക്കനിൽ നിന്നും സ്വയം അകന്നുമാറി.

തന്റെ അടവു ഫലിക്കുന്നില്ല എന്നു മനസ്സിലായപ്പോൾ കുറുക്കൻ നിന്നു. ഒരു കുഴിയിൽ നിന്ന് കുറെ വെള്ളം നക്കിക്കുടിച്ചിട്ട് കാടിന്റെ മറ്റൊരു ഭാഗത്ത് മറ്റൊരു കാട്ടുകോഴി ശബ്ദിച്ചുകൊണ്ടിരുന്നിടത്തേ ക്ക് ഓടിപ്പോയി.

കഴിഞ്ഞ യുദ്ധകാലത്ത് കൊല്ലപ്പെട്ട അന്ദ്രേയ് പൊനോമര്യോവ് എന്ന ജീവശാസ്ത്രജ്ഞൻ എന്നോടു പറഞ്ഞ കഥയാണ് താഴെ കൊടുക്കുന്നത്.

പഴയ ലാപ്പലാൻഡ് റിസർവ്വേഷനിലെ മഞ്ഞുമൂടിക്കിടന്ന ചുനാനനദിയിൽ വെള്ളം ഉറഞ്ഞിട്ടില്ലാത്ത ഒരു കുഴിക്കു ചുറ്റും ഒരു വൂൾവെറിന്റേയും കുറുക്കന്റെയും കാല്പാടുകൾ അദ്ദേഹം കണ്ടു.

രണ്ടു ജന്തുക്കളും ഐസിലുള്ള ആ ചെറിയ വെള്ളക്കുഴിക്കു ചുറ്റും വട്ടമിട്ടു നടന്നതായും അവ അടുത്തടുത്ത് വന്ന് ഒടുവിൽ വൂൾവെറിൽ കുറുക്കന്റെ മേൽ ചാടിവീണ് അതിനെ കൊന്നതായും ആ കാല്പാടുകൾ പുതിയതായിരുന്നതുകൊണ്ട് പൊനൊമര്യേവ് അദ്ദേഹത്തിന്റെ സ്കീകളിൽ, കുറുക്കനെ വലിച്ചിഴച്ചുകൊണ്ടു പോയ വൂൾവെറിന്റെ കാല്പാടുകളെ പിൻതുടർന്നു. ഒടുവിൽ അദ്ദേഹം ദൂരെ ഒരു ചുവന്ന സാധനം കിടക്കുന്നതു കണ്ടു. തല പൊട്ടി കഴുത്ത് ഞെരിഞ്ഞ് കിടക്കുന്ന ഒരു വലിയ ആൺ കുറുക്കന്റെ ശരീരമായിരുന്നു അത്.

കോക്കസിലെ റിസർവ്വേഷനിൽ ചെന്നായ്ക്കൾ മലയാടുകളുടെ സംഘത്തോടൊപ്പം യാത്ര ചെയ്യുന്നതായി പലപ്പോഴും കാണാറുണ്ട്. ഈ സഹയാത്രികരെ കണ്ട് ആടുകൾക്ക് പഴക്കമാകുന്നു. അവ അടുത്തടുത്ത് കിടന്നുറങ്ങുക പോലും ചെയ്യുന്നു.

ചെന്നായ്ക്കൾ ആദ്യം കാണുന്ന ആടിന്റെ പിന്നാലെ ഓടുകയല്ല ചെയ്യുന്നത് ചെങ്കുത്തായ പാറകളുടെ മുകളിലേക്ക് മലയാടുകൾക്ക് ചാടിക്കയറാൻ കഴിയുമെന്നറിയാവുന്ന ചെന്നായ്ക്കൾ അനുകൂലമായ ഒരു അവസരം വരുന്നതുവരെ ക്ഷമിച്ചിരിക്കുന്നു. പറ്റിയ അവസരം വരുമ്പോൾ ഏറ്റവും കുറച്ച് ശക്തി ഉപയോഗിച്ച് അവയെ പിടികൂടുന്നു.

മൊത്തം മൃഗക്കുട്ടികളിൽ ഏതാണ്ട് പകുതിയും ചെന്നായ്ക്കൾക്ക് ഇരയായിത്തീരുന്നു.

ഇര അതിവേഗം ഓടാൻ കഴിയാത്തതോ അതിന് അനുകൂലമല്ലാത്ത ഏതെങ്കിലും സ്ഥിതിയിൽ അകപ്പെട്ടതോ ആണെങ്കിൽ ചെന്നായ്ക്കൾ അതിനെ ഇട്ടോടിക്കുന്നു. പൊടിമഞ്ഞ് കനത്തിൽ കൂടിക്കിടക്കുന്നിടത്തുവച്ച് ചെന്നായ്ക്കൾ കുളമ്പുള്ള ജന്തുക്കളെ ഓടിച്ചു പിടിക്കുന്നത് ഇതിന് ഒരു ഉദാഹരണമാണ്. അതുകൊണ്ട് ചെന്നായ്ക്കൾക്ക് അവയെ നിഷ്പ്രയാസം ഓടിച്ചു പിടിക്കാം.

അതിവേഗം ഓടാൻ കഴിയുന്ന സ്റ്റെപ്പിയിലെ ഒരു പെൺ ആന്റിലോപിനോടൊപ്പം അതിന്റെ കുട്ടിയുണ്ടെങ്കിൽ വേട്ടക്കാരനായ ചെന്നായ അതിന്റെ പിന്നാലെ ഓടുകയില്ല. തള്ള കുട്ടിയെ വിട്ട് ഓടിപ്പോകുകയില്ലെന്ന് അതിനറിയാം. സന്താനത്തിന്റെ

അടുത്തെവിടെയെങ്കിലും അത് ഉണ്ടായിരിക്കും. കുട്ടി ഏതെങ്കിലും കുറ്റിച്ചെടിയുടെ അടിയിൽ കിടന്നു വിശ്രമിക്കുകയായിരിക്കും. ചെന്നായ് അത്തരം സന്ദർഭങ്ങളിൽ അമ്മയുടെ പിന്നാലെ പതുങ്ങി നടന്ന് കുട്ടിയെവിടെയെന്ന് കണ്ടുപിടിച്ച് അതിനെ കൊല്ലുകയാണ് പതിവ്. ഇത്തരം ഒരു കൊലയാളിയുടെ പിന്നാലെ, ഒരിക്കൽ സവെറെവും അദ്ദേഹത്തിന്റെ സ്നേഹിതരും ആറുമൈലോളം കാറോടിച്ചുപോയി. അവരുടെ കൈവശം വെടിത്തിരകളില്ലായിരുന്നതുകൊണ്ട് അതിന്റെ മേൽ കാർ കയറ്റി അവർ അതിനെ കൊന്നു.

വിമാനത്തിൽ നിന്നെടുത്ത രസകരമായ ഒരു ഫോട്ടോ ഞാൻ ഒരിക്കൽ കണ്ടിട്ടുണ്ട്. ആന്റിലോപ്പുകളുടെ ഒരു വലിയ പറ്റവും അവയ്ക്കു നടുവിലായി ഒരു ചെന്നായും സ്റ്റെപ്പിയിൽക്കൂടി സാവധാനം ഓടുന്നതാണ് ആ ഫോട്ടോയിലുണ്ടായിരുന്നത്.

പക്ഷികളും തങ്ങളുടെ ഇരയെ കൊല്ലാൻ ധൃതികാട്ടാറില്ല. ഉദാഹരണത്തിന് താറാക്കുഞ്ഞുങ്ങളെ പിടിക്കാൻ പുറപ്പെടുന്ന ഒരു കാക്ക അവയുടെ മേൽ പൊടുന്നനെ ചാടിവീഴുകയല്ല ചെയ്യുന്നത്. താറാക്കുഞ്ഞുങ്ങളുടെ സംഘത്തെ അത് കുറേ ദൂരം പിൻതുടരുന്നു. അവ കാക്കയെ ശ്രദ്ധിക്കുന്നില്ലെന്ന് ഉറപ്പാകുമ്പോൾ ഏറ്റവും പിന്നാലെ പോകുന്ന താറാക്കുഞ്ഞിനെ റാഞ്ചിക്കൊണ്ട് അത് പറന്നുപോകുന്നു.

അമ്മയുടെ കുളമ്പുകൾ ആപത്താണ്

1934 വസന്തത്തിൽ ഒരു ആഫ്രിക്കൻ പെൺപന്നി (വാർട്ട് ഹോഗ്) മോസ്കോ മൃഗശാലയിൽ വച്ച് പ്രസവിച്ചു. ഏഴ പന്നിക്കുഞ്ഞുങ്ങൾ ഉണ്ടായിരുന്നു.

ആ പെൺപന്നി അതിന്റെ കുട്ടികളോട് അല്പം പോലും മാതൃസഹജമായ വാത്സല്യം കാട്ടിയില്ലയെന്നുള്ളത് അസാധാരണമായി ഞങ്ങൾക്ക് തോന്നി. കുട്ടികളെ ഉപദ്രവിക്കാൻ വന്നതാണെന്ന് അതിനു തോന്നിയ മനുഷ്യരിൽ നിന്നും അവയെ രക്ഷിക്കാനായി അത് ഉഗ്രമായി പൊരുതിയെന്നുള്ളത് ശരി തന്നെ. പക്ഷെ അത് സ്വന്തം കുളമ്പുകൾ അശ്രദ്ധമായി തറയിൽ ഊന്നുന്നതു കണ്ടപ്പോൾ പന്നിക്കുട്ടികളെ ഏതു നിമിഷവും അതു ചവിട്ടിക്കൊല്ലാനിടയുണ്ടെന്ന് ഞങ്ങൾക്ക് തോന്നി.

എന്നാൽ ആദ്യം മുതൽ തന്നെ പന്നിക്കുട്ടികൾ അസാധാരണമായ ചുറുചുറുക്കും വേഗതയും തന്റേടവും ഉള്ളവയായിരുന്നു.

അമ്മ എഴുന്നേറ്റു നിന്നാലുടൻ അവ ഓടി അകലും വിശന്ന് പാലുകുടിച്ചുകൊണ്ടിരിക്കുമ്പോൾ പോലും അവ ജാഗ്രതയിലായിരുന്നു. അമ്മ ഒന്നനങ്ങിയാലുടൻ അവ മുലകുടി നിർത്തി മാറി നിൽക്കും.

എങ്കിലും രണ്ടു പന്നിക്കുട്ടികൾ അമ്മയുടെ ക്രൂരമായ കുളമ്പുകൾക്കടിയിൽ പെട്ട് മരിച്ചു. കൂട്ടത്തിൽ ഏറ്റവും ചുണകെട്ട, ദുർബ്ബലരായ രണ്ട് കുട്ടികൾക്കാണ് ഈ അപകടം സംഭവിച്ചത്.

ആഫ്രിക്കൻ പെൺപന്നി കുട്ടികളുടെ കാര്യത്തിൽ ഇത്ര അശ്രദ്ധ കാട്ടാൻ കാരണമെന്താണ്? അതിന് കുട്ടികളോട് മാതൃസഹജമായ വാത്സല്യം ഒട്ടും തന്നെ ഇല്ലേ?

തീർച്ചയായും ഉണ്ട്. പക്ഷെ അതിന്റെ പുത്ര വാത്സല്യം ഒരു പ്രത്യേകതരത്തിലാണ്. ആഫ്രിക്കൻ പന്നികൾ ജനിക്കുമ്പോൾ തന്നെ പ്രാകൃതികനിർദ്ധാരണനിയമം പ്രകടമാക്കുന്നു.

അമ്മയുടെ വാത്സല്യരഹിതമായ പെരുമാറ്റത്തിന്റെ അർത്ഥം ജീവിക്കാൻ ഏറ്റവും പ്രാപ്തരായ കുട്ടികൾ മാത്രമേ ജീവിക്കുകയുള്ളൂ എന്നാണ്. ഇങ്ങനെ അതിജീവിക്കുന്ന ജന്തുക്കൾ ആ വർഗ്ഗത്തിന്റെ വികാസത്തിന്റെ പുരോഗതിയെ ത്വരിതപ്പെടുത്താൻ സഹായിക്കുന്നു. ആഫ്രിക്കൻ കാട്ടുകളിലെ ഹിംസ്രജന്തുക്കളുടെ നടുവിൽ ജീവിക്കുന്ന വാർട്ട് ഹോഗുകൾ നല്ല കരുത്തുള്ളവരായിരിക്കണം.

വാർട്ട് ഹോഗിന്റെ സന്താനങ്ങൾ ജനിക്കുമ്പോൾ അവയുടെ മുൻകാലുകളിൽ ആണികൾ (corns) ഉണ്ടായിരിക്കും. വളർച്ചയെത്തിയ വാർട്ട് ഹോഗുകളുടെ കാലിന്റെ അതേഭാഗത്തുള്ള തൊലി കട്ടിയുള്ളതും പരുപരുത്തതുമായിരിക്കും. മുട്ടുകൾ എന്ന് തെറ്റായി വിശേഷിപ്പിക്കപ്പെടുന്ന ഈ സന്ധികൾ നിലത്ത് കുത്തിയാണ് മേയുമ്പോൾ അവ നടക്കുന്നത്.

ഒരു വാർട്ട് ഹോഗ് ശിശു ജനിക്കുമ്പോൾ അതിന്റെ മേൽച്ചുണ്ടിൽ വളരെ സൂക്ഷിച്ചുനോക്കിയാൽ മാത്രം കാണാൻ കഴിയുന്ന രണ്ടു അർദ്ധവൃത്താകൃതിയിലുള്ള കുഴികൾ ഉണ്ട്. പിന്നീട് മുളയ്ക്കുന്ന കരുത്തുറ്റ രണ്ട് തേറ്റകളുടെ ഉറവിടമാണ് അവ. വളർച്ചയെത്തിയ വാർട്ട് ഹോഗുകൾ 'മുട്ടിന്മേൽ ' ഇഴഞ്ഞ് നടന്ന് തേറ്റകൾകൊണ്ട് വേരുകൾ കുത്തിയെടുക്കുന്നു.

കാട്ടുതാറാവിന്റെ തീറ്റി

കാട്ടുതാറാവിന്റെ തീറ്റി എന്താണ്?

ഒരു കാട്ടുതാറാവിനെ വെടിവെച്ച് അതിന്റെ വയറു കീറി നോക്കാം എന്നു ചിലർ വിചാരിക്കുന്നുണ്ടാവും. എന്നാൽ അങ്ങനെ ചെയ്തതുകൊണ്ട് ആ ചോദ്യത്തിന് ഉത്തരം ലഭിക്കുന്നില്ല.

താറാവുകളുടെ വയറു കീറിനോക്കിയപ്പോൾ കുളത്തിലെ കള, ചതുപ്പപ്രദേശങ്ങളിൽ വളരുന്ന ചെടികൾ മുതലായവയുടെ വിത്തുകൾ മാത്രമാണ് കാണാൻ കഴിഞ്ഞത്.

വേട്ടയാടാനുള്ള റിസർവ്വേഷനുകളുടെ സൂക്ഷിപ്പുകാർ കാട്ടുതാറാവുകൾക്ക് വേണ്ടത്ര തീറ്റി ലഭിക്കാൻ വേണ്ടി ചതുപ്പപ്രദേശങ്ങളിൽ മേല്പറഞ്ഞതരം ചെടികൾ നട്ടുപിടിപ്പിച്ചു. മീൻ, തവളകൾ, പുഴുക്കൾ, ക്രസ്റ്റേഷിയ മുതലായവ കാട്ടുതാറാവുകൾ ഭക്ഷിക്കുന്നത് പലരും കണ്ടിട്ടുണ്ട്. എന്നാൽ അത്തരം ഭക്ഷണം അവ ദുർല്ലഭമായി മാത്രമേ തിന്നുകയുള്ളൂവെന്നാണ് എല്ലാവരും കരുതിയിരുന്നത്. കാരണം, എത്ര താറാവുകളെ മുറിച്ചു നോക്കിയിട്ടും ഇത്തരം ജീവികളുടെ ഒരു തരി പോലും അവയുടെ വയറ്റിൽ നിന്ന് ആർക്കും കണ്ടുകിട്ടിയിട്ടില്ല.

ഗോൾഡൻ - ഐ എന്നറിയപ്പെടുന്ന ഒരിനം താറാവുകളുടെ ഒരു വലിയ പറ്റത്തെ സൈബീരിയയിൽ നിന്ന് ഞങ്ങളുടെ മൃഗശാലയിലേക്കുകൊണ്ടു വന്നപ്പോൾ ഞങ്ങൾക്ക് താറാവുകളുടെ

തീറ്റിയെപ്പറ്റിയുണ്ടായിരുന്ന വീക്ഷണം പുനപ്പരിശോധന ചെയ്യേണ്ട തായി വന്നു. മോസ്കോയിലെത്തുന്നതിനുമുമ്പ് അവ ഏതാണ്ട് ഒന്നര മാസത്തോളം ഒരു സ്റ്റേഷനിലും തീവണ്ടിമുറിയിലുമായി കഴിച്ചു. ഈ നീണ്ട യാത്രയ്ക്കിടയിൽ അവയ്ക്ക് ഗോതമ്പും മീനും മാത്രമായിരുന്നു തീറ്റി കൊടുത്തിരുന്നത്. എങ്കിലും യാത്രക്കിടയിൽ ചത്തുപോയ ഏതാനും താറാവുകളെ മുറിച്ചു നോക്കിയപ്പോൾ അവയുടെ വയറ്റിൽ ജലസസ്യങ്ങളുടെ വിത്തുകളല്ലാതെ മറ്റൊന്നും ഉണ്ടായിരുന്നില്ല.

നാല്പത്തഞ്ചു ദിവസംകൊണ്ടുപോലും ദഹിക്കാത്ത ഈ വിത്തുക ളല്ലാതെ മറ്റൊന്നും അവ തിന്നിട്ടില്ലെന്നു വരുമോ!

കട്ടപ്പമുള്ള ആ വിത്തുകൾ പക്ഷികളുടെ വയറ്റിൽ അവശേഷിച്ചത് അവയ്ക്ക് അതു ദഹിപ്പിക്കാൻ കഴിയാത്തതുകൊണ്ടുതന്നെയാണ്. ചെറിയ ചരലുകൾ പോലെയുള്ള ഈ വിത്തുകൾ ഭക്ഷണപദാർത്ഥ ങ്ങൾ അരയ്ക്കാൻ സഹായിക്കുന്ന കല്ലുകൾ പോലെ പ്രവർത്തിക്കു യാണ് ചെയ്യുന്നത്.

അപ്പോൾ ചോദ്യം പിന്നേയും അവശേഷിക്കുന്നു. താറാവുകൾ തിന്നുന്നതെന്താണ്?

ജലപക്ഷികളുടെ ദഹനേന്ദ്രിയങ്ങളിൽ ജന്തുഭക്ഷണത്തിന്റെ തരിപോലും അവശേഷിക്കാത്തത് എന്തുകൊണ്ടാണ് എന്നു കണ്ടു പിടിക്കേണ്ട ജോലി ഞങ്ങൾ സ്വയം ഏറ്റെടുത്തു.

ഞങ്ങൾ ഒരു സംഘം ആൺകാട്ടുതാറാവുകൾക്ക് നിശ്ചിതമായ ആഹാരം കൃത്യമായ അളവിൽ നൽകി. അവയെ ഓരോന്നിനെ വീതം പല സമയങ്ങളിലായി കീറി അവയുടെ വയറ്റിലും കുടലിലും ഉള്ള പദാർത്ഥങ്ങൾ എന്തെന്ന് പഠനം നടത്തി.

ആഹാരം നൽകി ഇരുപതു മിനിട്ടിനുശേഷം ആദ്യത്തെ താറാവിനെ കീറി നോക്കിയപ്പോൾ അതിന്റെ വയറ്റിലോ കുടലിലോ അതിനു നൽകിയ മീനിന്റേയോ മണ്ണിരയുടേയോ ക്രസേറ്റേഷി യയുടേയോ അവശിഷ്ടം ഒന്നും ഉണ്ടായിരുന്നില്ല. രണ്ടാമതൊരു താറാവിനെ തീറ്റികൊടുത്ത് പതിനഞ്ചു മിനിട്ടു കഴിഞ്ഞപ്പോൾ കീറി നോക്കി. മൂന്നാമത്തെ താറാവിനെ ഭക്ഷണം കഴിച്ച് പത്തുമിനിട്ടു കഴിഞ്ഞപ്പോൾ കീറിനോക്കി.

അത്ഭുതമെന്നു പറയട്ടെ ഫലം ഒന്നും തന്നെയായിരുന്നു: കഴിച്ച ആഹാരത്തിന്റെ യാതൊരവശിഷ്ടവും അവയുടെ വയറ്റിൽ ഉണ്ടാ യിരുന്നില്ല. ഒരു ചെതുമ്പൽ പോലും അവശേഷിച്ചിരുന്നില്ല. മറ്റു ജന്തുക്കൾ ഇതുപോലെയുള്ള ചെതുമ്പലുകൾ ദഹിപ്പിക്കാൻ വളരെ സമയം എടുക്കാറുണ്ട്.

താറാവുകൾ അവയുടെ ഭക്ഷണം ദഹിപ്പിക്കുന്നതിന്റെ അത്ഭുതകരമായ വേഗത നിമിത്തം അവയുടെ ആഹാരത്തിന്റെ സ്വഭാവത്തെപ്പറ്റി തെറ്റായ ധാരണ ഉണ്ടായി.

താറാവുകളുടെ ഭക്ഷണത്തിൽ പല ചെടികൾക്കും ഒട്ടും അപ്രധാനമല്ലാത്ത ഒരു പങ്കുണ്ട്. എന്നാൽ ജലസസ്യങ്ങളുടെ കട്ടപ്പമുള്ള വിത്തുകൾ മാത്രം നാം അവയ്ക്കു തീറ്റിനൽകിയാൽ താമസിയാതെ ആ സാധുപക്ഷികൾ മരണമടയും.

സായാഹ്നങ്ങളിൽ താറാവുകൾ പുൽത്തകിടികളിലേക്കും കാട്ടുകളുടെ അതിർത്തികളിലേക്കും പറന്നുപോകും. അവിടെ സന്ധ്യാവേളകളിൽ പുറത്തുവരാറുള്ള അനവധി മണ്ണിരകളെ അവ ഭക്ഷിക്കുന്നു.

ഒരു മണ്ണിരയെ വിഴുങ്ങി രണ്ടു മൂന്നു മിനിട്ടിനുള്ളിൽ പക്ഷിയുടെ ആമാശയരസങ്ങളിൽ അത് അലിഞ്ഞു ചേരുന്നു. അതിന്റെ ഉള്ളിലുള്ള കുറച്ചു കറുത്ത ചെളി മാത്രം അലിയാതെ അവശേഷിക്കുന്നു.

ചെറിയ വുഡ്കോക്ക്, വാഗ്ട്രെയിൻ മുതലായ പക്ഷികളുടെ വയറും ഇതുപോലെ തന്നെ ശൂന്യമാണ്. സാധാരാണയായി മണൽപ്പുറങ്ങളിലാണ് ഈ പക്ഷികൾ കാണപ്പെടുന്നത്. വെള്ളത്തിനോടടുത്തു തത്തിക്കളിക്കുകയും തിരിച്ചു പറക്കുകയും ചെയ്യുന്ന ഈ പക്ഷികൾ മണലിൽ നൃത്തം ചെയ്യുകയാണെന്ന് തോന്നും. ഒരോളം ഇറങ്ങിക്കഴിഞ്ഞ് അടുത്തത് വരുന്നതിനു മുമ്പ് അവ നനഞ്ഞ മണലിൽ നിന്ന് എന്തോ കൊത്തിയെടുക്കുന്നു.

ഈ പക്ഷികളിൽ ചിലതിനെ ഞങ്ങൾ വെടിവെച്ചുവീഴ്ത്തി കീറിനോക്കി. മണൽത്തരികളല്ലാതെ മറ്റൊന്നും വയറ്റിൽ ഉണ്ടായിരുന്നില്ല.

എന്നാൽ ആ പക്ഷികൾ മണലിനു വേണ്ടി തിരയുകയായിരുന്നുവെന്ന് ഞങ്ങൾക്ക് വിശ്വസിക്കാൻ കഴിഞ്ഞില്ല.

യുവജീവശാസ്ത്രജ്ഞർ ഈ കടങ്കഥക്ക് ഉത്തരം കണ്ടുപിടിച്ചു. അവർ നനഞ്ഞ മണലിൽ അടിഞ്ഞുകൂടിയ ഏക്കൽ മണ്ണ് അരിച്ചുനോക്കി. പരസഹസ്രം ഒലിഗോകീറ്റസ് പുഴുക്കൾ അരിപ്പയിൽ അവശേഷിച്ചു.

അതാണ് പക്ഷികളെ ആകർഷിച്ചതെന്ന് ഞങ്ങൾക്ക് മനസ്സിലായി. ഓരോ ഓളവും തിരിച്ചുപോകുമ്പോൾ പുഴുക്കൾ ഏക്കലിൽ നിന്നു മുളച്ച് പുറത്തുവരും. അടുത്ത ഓളം വരുന്നതിനു മുമ്പ് പക്ഷികൾ അവയെ വായിലാക്കും. ഒന്നോ രണ്ടോ മിനിട്ടിനകം പക്ഷികളുടെ ആമാശയരസങ്ങൾ പുഴുക്കളെ നാമാവശേഷരാക്കുന്നു.

പക്ഷികളുടെ ദഹനപ്രത്യേകതകളെപ്പറ്റി തുടർന്ന് പഠിച്ചപ്പോൾ എല്ലാ ഇനം പക്ഷികളും അവയുടെ ആഹാരം താറാവുകളേയും വുഡ്കോക്കുകളേയും വാഗ്ടെയിലുകളെയും പോലെ തന്നെ അതിവേഗം ദഹിപ്പിക്കണമെന്ന് ഞങ്ങൾക്ക് മനസിലാക്കാൻ കഴിഞ്ഞു.

വേനൽക്കാലം അതിക്രമിച്ചപ്പോൾ താറാവുകൾ ഡക്ക് വീഡ് എന്ന ജലസസ്യങ്ങൾ തിങ്ങി വളരുന്ന ചില കുളങ്ങളിലേക്ക് പറന്നു. അവ ഈ കുളങ്ങൾ തിരഞ്ഞെടുക്കാൻ കാരണമെന്തെന്ന് ഞങ്ങൾ ആലോചിച്ചു. ഡക്ക് വീഡ് എല്ലാ കുളങ്ങളിലും ഉണ്ടായിരുന്നു. ഞങ്ങൾ വെടിവെച്ച താറാവുകളുടെ വയറ്റിൽ ഡക്ക് വീഡ് മാത്രമല്ല അനേകം ചിത്രശലഭങ്ങളും ഉണ്ടായിരുന്നു. ചിത്രശലഭങ്ങൾ മുട്ടയിടുന്നത് പൊങ്ങിക്കിടക്കുന്ന ഡക്ക് വീഡുകളുടെ മുകളിലാണ്. മുട്ട വിരിഞ്ഞ് പുഴു പുറത്തുവരുമ്പോൾ ഈ പുഴുക്കൾ ഡക്ക് വീഡിന്റെ കുരുന്ന് ഇലകൾ തിന്നു വളരുന്നു. താറാവുകൾ ഇത്തരം ഡക്ക് വീഡുകളുടെ കൂട്ടത്തിൽ അവയിലെ പുഴുക്കളെയും തിന്നുന്നു. എല്ലാ കുളങ്ങളിലും ഡക്ക് വീഡ് ചിത്രശലഭങ്ങൾ കാണാറില്ലല്ലോ.

കാക്കകൾക്ക് എണ്ണാനൊക്കുമോ?

ഒരു മണൽത്തട്ടിനു മുകളിലൂടെ ഒരു കാക്ക പറന്നു. അത് ക്ഷീണത്തോടെ ചിറകിട്ടടിച്ചു. അതിനു നല്ല വിശപ്പുണ്ടെന്ന് സ്പഷ്ടമായിരുന്നു

പെട്ടെന്ന് അത് നിലത്ത് സൂക്ഷിച്ചുനോക്കിക്കൊണ്ട് വട്ടമിട്ടു പറന്നു തുടങ്ങി. പിന്നീട് അതു പറന്ന് താണ് മണലിൽ ഇറങ്ങിയിട്ട് ആഴമില്ലാത്ത വെള്ളത്തിൽ ഒരു അനോഡോണ്ട കിടന്നിരുന്നിടത്തേക്ക് ചാടിച്ചാടി ചെന്നു. അത് ആ ഷെൽ കൊത്തിയെടുത്തുകൊണ്ട് പറന്നുപോയി.

ഏതാണ്ട് പതിനഞ്ചു വാര മുകളിലെത്തിയപ്പോൾ കാക്ക ഷെൽ താഴെയിട്ടിട്ട് അതെടുക്കാൻ താണു. ഷെൽ മണലിലാണ് വീണത്. അതിൽ ഒരു പോറൽ പോലും വീണില്ല.

മൂന്നു പ്രാവശ്യം കാക്ക അത് പൊക്കിയെടുത്ത് താഴെയിട്ടു.

ക്ഷീണിച്ച ആ കാക്ക ഈ വ്യായാമം കൊണ്ട് തളർന്നെന്നു തോന്നി. അത് മണൽത്തട്ടിലിരുന്ന് അല്പം വിശ്രമിച്ചിട്ട് നിരീക്ഷണാർത്ഥം അനേകം വാര മുകളിലേക്കു പറന്നു. മണൽത്തട്ടിൽ കല്ലുകളുള്ള ഒരു ഭാഗത്തിന്റെ മുകളിലായി ഒന്നോ രണ്ടോ പ്രാവശ്യം വട്ടമിട്ടുപറന്നിട്ട് ഷെൽ എടുക്കാൻ തിരിച്ചുപോയി.

നാലാമത്തെ തവണ കാക്ക ഷെൽ കല്ലുകളുടെ മുകളിലേക്കാണ് ഇട്ടത്. അത് തകർന്നു. കാക്ക ഭക്ഷണത്തിനായി താണു. ഉറപ്പുള്ള നഖങ്ങൾ കൊണ്ട് കാക്ക ഷെൽ രണ്ടായി പിളർന്ന് അതിനുള്ളിലെ മാർദ്ദവമുള്ള മാംസം ആർത്തിയോടെ കൊത്തിത്തിന്നു.

കാക്കയുടെ ഈ അദ്ധ്വാന ശീലം കണ്ട് അത്ഭുതപ്പെട്ട ഒരു ലേഖകനാണ് എന്നോട് ഈ കഥ പറഞ്ഞത്. അടിയന്തിരാവസ്ഥയിൽ തങ്ങൾക്കു ഉപകരിക്കുന്ന ഇത്തരം പല ശീലങ്ങളും ജീവിതം ജന്തുക്കളെ പഠിപ്പിച്ചിട്ടുണ്ട്.

ഓയിസ്റ്റർ ക്യാച്ചർ എന്ന പക്ഷി ഷെൽ പൊട്ടിക്കുന്നത് കാക്കയെപ്പോലെയല്ല. അത് ഷെൽ കൊക്കിൽ ബലമായി പിടിച്ച് ഏതെങ്കിലുമൊരു കല്ലിൽ ഇടിച്ചു പൊട്ടിക്കുന്നു.

മിക്ക പക്ഷികളുടെ മസ്തിഷ്കത്തേക്കാളും കൂടുതൽ വികസിച്ചതാണ് കാക്കയുടെ മസ്തിഷ്കം. അതുകൊണ്ട് അവയെ അടുത്ത് നിരീക്ഷിക്കുന്നവർ പല അസാധാരണ സംഭവങ്ങളും കാണാറുണ്ട്.

ഇമ്മാതിരി ഒരു രസകരമായ സംഭവത്തെപ്പറ്റി യുറാൽ പ്രദേശത്തുകാരനായ ഒരു വേട്ടക്കാരൻ ഞങ്ങളോടു പറയുകയുണ്ടായി.

യുറാൽപ്രദേശത്തെ ഒരു മൈനിംഗ് എൻജിനീയർ വേട്ടയിലുള്ള തന്റെ സാമർത്ഥ്യം വർദ്ധിപ്പിക്കാൻ വേണ്ടി എന്നും കാക്കകളെ വെടി വെയ്ക്കാൻ തുടങ്ങി. ഇങ്ങനെ രണ്ടു മൂന്നു ദിവസം കഴിഞ്ഞപ്പോൾ കാക്കകൾ അയാളെ കണ്ടാലുടൻ പറന്നുപോകുമെന്നായി. അയാളുടെ തോക്കിൽ നിന്നുള്ള വെടിയേൽക്കാത്തത്ര ദൂരെ അവ പറന്നുപോയിരിക്കും.

കാക്കകളുടെ വിഹാരരംഗമായ ചവറ്റുകൂനയുടെ അടുത്തുള്ള ഒരു ചെറിയ കളപ്പുരയിൽ ഒളിച്ചിരുന്ന് കാക്കകളെ വെടിവെയ്ക്കാമെന്ന് അയാൾ വിചാരിച്ചു.

എന്നാൽ അയാൾ ശബ്ദമുണ്ടാക്കാതെ കളപ്പുരയ്ക്കുള്ളിലേക്ക് ഇഴഞ്ഞുകയറുന്നത് കാക്കകൾ കണ്ടു . അവ മരക്കൊമ്പുകളിലേക്ക് പറന്നു പോയി. എൻജിനീയർ കളപ്പുരയിൽ നിന്നു പോയതിനുശേഷമേ അവ ചവറ്റു കൂനയിലേക്കു മടങ്ങിയുള്ളൂ.

പിറ്റെ ദിവസം അയാൾ ഒരു സുഹൃത്തിനേക്കൂടി കളപ്പുരയിലേക്കു കൂട്ടിക്കൊണ്ടുപോയി. ഒന്നു രണ്ടു മിനിട്ടുകഴിഞ്ഞ് സുഹൃത്ത് മടങ്ങിപ്പോയി. ഒരു മനുഷ്യൻ കളപ്പുരയിൽ നിന്നിറങ്ങിപ്പോകുന്നത് കാണുമ്പോൾ കാക്കകൾ വീണ്ടും ചവറ്റുകൂനയുടെ മുകളിലേക്ക് വരുമെന്നാണ് എൻജിനീയർ വിചാരിച്ചത്.

എന്നാൽ ഇത്ര ലളിതമായ ഒരു വിദ്യ കൊണ്ട് കാക്കകളെ പറ്റിക്കാൻ കഴിഞ്ഞില്ല. സുരക്ഷിതമായ മരക്കൊമ്പുകൾ വിട്ട് ഒരൊറ്റ കാക്ക പോലും പുറത്തു വന്നില്ല. തന്റെ അടവു ഫലിക്കുന്നില്ലെന്നു കണ്ട എൻജിനീയർ കുറെ കാത്തതിനുശേഷം വീട്ടിലേക്കു മടങ്ങി.

ഒരു മനുഷ്യനായ തനിക്ക് വിശേഷബുദ്ധിയില്ലാത്ത ഒരു പറ്റം കാക്കകളെ പറ്റിക്കാൻ കഴിയാതെ പോയതിൽ നിരാശനായ എൻജിനീയർ രോഷാകുലനായി.

പിറ്റേന്ന് അയാൾ രണ്ടുപേരെക്കൂടി കൂട്ടിക്കൊണ്ടാണ് പോയത്. അയാൾ അവരെ ഉടൻതന്നെ തിരിച്ചയച്ചു.

അവർ പോയ്ക്കഴിഞ്ഞപ്പോൾ എൻജിനീയർ ഭിത്തിയിലുള്ള ഒരു വിടവിൽ കൂടി പ്രതീക്ഷയോടെ പുറത്തേക്കു നോക്കി. കാക്കകൾ ക്ഷമയോടെ പൈൻമരങ്ങളിൽ കാത്തിരിക്കുകയായിരുന്നു.

'ഞാൻ തോൽവി സമ്മതിക്കയില്ല!' എന്ന് ദൃഢവ്രതം ചെയ്തുകൊണ്ട് എൻജിനീയർ മൂന്നു സുഹൃത്തുക്കളോടൊപ്പം കളപ്പുരയിലെത്തി.

ഇപ്രാവശ്യം അയാൾ ജയിക്കുക തന്നെ ചെയ്തു. മൂന്നുപേർ കളപ്പുരയിൽ നിന്നിറങ്ങി മുറ്റം കടന്ന് പോയ്ക്കഴിഞ്ഞപ്പോൾ കാക്കകൾ ചവറ്റുകുനയുടെ മുകളിലേക്ക് പറന്നുവന്നു.

'ഈ സംഭവം കാണിക്കുന്നത് കാക്കകൾക്ക് മൂന്നുവരെ എണ്ണാൻ കഴിയുമെന്നാണ്.' എന്നോട് ഈ സംഭവത്തെപ്പറ്റി പറഞ്ഞയാൾ അവകാശപ്പെട്ടു.

ഇതുശരിയാണോ? കാക്കകൾ അവയുടെ ശത്രുവിന്റെ രൂപം ഓർമ്മയിൽ വയ്ക്കുകയും അയാൾ കളപ്പുര വിട്ടുപോകുന്നതുവരെ കാത്തിരിക്കുകയും ചെയ്തതാവാനാണ് കൂടുതൽ ന്യായം.

മൂന്നുപേർ ഒരുമിച്ച് കളപ്പുരയിൽ നിന്നിറങ്ങി നടന്നുപോയപ്പോൾ അക്കൂട്ടത്തിൽ ആരെയോ കണ്ടിട്ട് വേട്ടക്കാരനാണെന്ന് കാക്കകൾക്ക് തോന്നിയിരിക്കണം.

മനുഷ്യരുടെ മുഖവും ശരീരപ്രകൃതിയും ഓർത്തിരിക്കാൻ കാക്കകൾ പൊതുവേ അതിസമർത്ഥരാണ്. എന്ന് പറയാം. അവയെ ഉപദ്രവിക്കുന്നവരെ അവ പ്രത്യേകിച്ചും ഓർമ്മയിൽ വെയ്ക്കുന്നു.

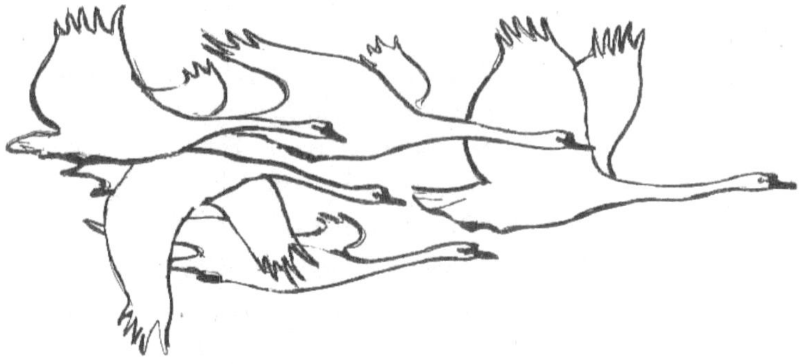

തൊറങ്കീക്കോൽ തടാകം

ഇർതീഷ് നദിയുടെ മുകൾഭാഗത്തെപ്പറ്റി പഠിച്ചുകൊണ്ട് സഞ്ചരിക്കുമ്പോൾ തൊറങ്കീക്കോൽ തടാകത്തിന്റെ തീരത്തു നിബിഡമായി വളരുന്ന ഈറ്റകൾക്കിടയിൽ ഒരു അരയന്ന കുടുംബത്തെ കണ്ടുമുട്ടി.

മാതാപിതാക്കൻമാരും ചാരനിറമുള്ള മൂന്നു അരയന്നക്കുഞ്ഞുങ്ങളും ചേർന്നതായിരുന്നു ആ കുടുംബം. അപ്പോൾ ശരൽക്കാലമായിരുന്നു. അവ തെക്കൻ പ്രദേശത്തേക്കു പറക്കാൻ തയ്യാറെടുക്കുകയായിരുന്നു അവ വാസസ്ഥാനമായിരുന്ന തടാകം വിട്ട് മൂന്നു മൈലോളം ഇതിനകം തന്നെ സഞ്ചരിച്ചു കഴിഞ്ഞു.

പെട്ടെന്ന് അരയന്നക്കുഞ്ഞുങ്ങളിൽ ഒന്ന് കൂട്ടത്തിൽനിന്നും പിരിഞ്ഞ് തടാകത്തിലേക്കു തന്നെ തിരിച്ചു പോയി. ആ കുടുംബം മുഴുവൻ അതിന്റെ പിന്നാലെ പറന്നു ചെന്നു. തിരിച്ചുപോയ പക്ഷിക്കുഞ്ഞിന്റെ ചുറ്റും വട്ടമിട്ടു പറന്ന് അച്ഛനും അമ്മയും തെക്കോട്ട് പറക്കാൻ അതിനെ പലതരത്തിൽ പ്രേരിപ്പിച്ചു. അത് ഒരിക്കൽക്കൂടി തെക്കോട്ട് മറ്റുള്ളവയോടൊപ്പം പറന്നു തുടങ്ങി. താമസിയാതെ അത് വീണ്ടും തടാകത്തിലേക്ക് തന്നെ മടങ്ങി.

അനേകം പ്രാവശ്യം ഇതാവർത്തിച്ചു. അച്ഛനും അമ്മയും മറ്റ് രണ്ട് അരയന്നക്കുഞ്ഞുങ്ങളും ഉൽക്കണ്ഠാകുലരായി തടാകത്തിന്റെ മുകളിൽ വട്ടമിട്ടു പറന്നുകൊണ്ടിരുന്നു. എന്നാൽ ആ അരയന്നക്കുഞ്ഞ് അവയോടൊപ്പം കുറെ പറന്ന് അപരിചിതമായ പ്രദേശത്തെത്തിയാലുടൻ

തിരിച്ചുപോരും. ഒടുവിൽ അരയന്നകുടുംബം അതിനെ ഉപേക്ഷിച്ചു പോവാൻ നിർബന്ധിതരായി. അരയന്നക്കുഞ്ഞ് ഒറ്റയ്ക്കായി അതികഠിനമായ തണുപ്പ് തുടങ്ങാറായി.

ഞാൻ ശക്തിയുള്ള ഫീൽഡ് -ഗ്ലാസിൽ കൂടി ആ ഒറ്റപ്പെട്ട അരയന്നത്തെ നോക്കിക്കൊണ്ടിരുന്നു. അത് ദയനീയമായ സ്വരത്തിൽ അച്ഛനേയും അമ്മയേയും വിളിച്ചുകൊണ്ടിരുന്നെങ്കിലും അതിന് നല്ല ആരോഗ്യവും കരുത്തും ഉണ്ടെന്ന് തോന്നി. പിന്നെ എന്തുകൊണ്ടാണ് അത് മറ്റുള്ളവയോടൊപ്പം തൊറങ്കീക്കോൽ തടാകം വിട്ടുപോകാൻ വിസമ്മതിച്ചത്?

തൊറങ്കീക്കോൽ തടാകത്തിൽ നിന്നും ഞാൻ തിരിച്ചുപോകുമ്പോൾ എനിക്കറിയാമായിരുന്നു ആ പക്ഷി ഇനി ഒരിക്കലും അതിന്റെ കുടുംബത്തെ കാണുകയില്ലെന്ന്. വടക്കുള്ള മറ്റ് തടാകങ്ങളിൽ നിന്ന് തെക്കോട്ട് പറന്നുപോകുന്ന വഴി തൊറങ്കീക്കോൽ തടാകം കടന്നുപോകുന്ന ഏതെങ്കിലും അരയന്നപ്പറ്റത്തിൽ അത് ചേർന്നില്ലെങ്കിൽ, ശീതകാലത്ത് അത് മരിച്ചുപോകുമെന്നുള്ളത് തീർച്ചയായിരുന്നു.

പ്രവാസിപ്പക്ഷികൾ തെക്കോട്ടു പറന്നുപോകാൻ വൈമനസ്യം കാണിക്കുന്നത് അപൂർവ്വമാണ്. അതുകൊണ്ട് വ്യാസ്മ എന്ന പട്ടണത്തിന്റെ പ്രാന്തപ്രദേശങ്ങളിൽ താമസമാക്കിയിരുന്ന റൂക്ക് എന്ന ഇനത്തിൽപ്പെട്ട അനേകം കാക്കകൾ ശരൽക്കാലത്ത് തെക്കോട്ട് പറന്നു പോകാത്തതിന്റെ കാരണമെന്തെന്ന് ഞങ്ങൾ അത്ഭുതപ്പെട്ടു.

അതേപ്പറ്റി പഠിക്കുവാനായി ഞങ്ങൾ അവയിൽ പതിനഞ്ചെണ്ണത്തിനെ വെടിവെച്ചു വീഴ്ത്തി പരിശോധിച്ചു. അവയിൽ ഒന്നൊഴിയാതെ എല്ലാറ്റിനും ശാരീരികമായി എന്തെങ്കിലും വൈകല്യമുള്ളതായി ഞങ്ങൾ കണ്ടു പിടിച്ചു. ഉദാഹരണത്തിന് അവയിലൊന്നിന്റെ കീഴ്ത്താടിയുടെ പകുതി കാണാനില്ലായിരുന്നു. വളരെക്കാലം മുമ്പ് ഒരു വെടിയുണ്ട അപഹരിച്ചതായിരിക്കണം അത്. മറ്റൊന്നിന്റെ റേഡിയസ് എന്ന അസ്ഥി ഒടിഞ്ഞത് ഇനിയും ശരിക്ക് സുഖപ്പെട്ടിരുന്നില്ല. മൂന്നാമതൊരണ്ണെത്തിന്റെ വിരലുകളിൽ രണ്ടെണ്ണം കുറവുണ്ടായിരുന്നു. നാലാമത്തേതിന്റെ മാംസപേശികൾക്കുള്ളിൽ ഒരു ചെറിയ വെടിയുണ്ടയുടെ അംശം തറഞ്ഞിരിപ്പുണ്ടായിരുന്നു. ഈ വൈകല്യങ്ങളാണ് അവയെ തെക്കോട്ടു പറക്കുന്നതിൽ നിന്നും പിൻതിരിപ്പിച്ചത്.

പല ഇനങ്ങളിലും പെട്ട കാട്ടുവാത്തകൾ വസന്തത്തിലും ശരൽക്കാലത്തും പറന്നുപോകാൻ വെമ്പൽ കാട്ടുന്നത് മോസ്കോ മൃഗശാലയിൽ ഞങ്ങൾ കണ്ടിട്ടുണ്ട്. എന്നിട്ടും അവ മോസ്ക്കോയിൽത്തന്നെ

തങ്ങുന്നത് അവയുടെ വിരലുകളുടെ അറ്റം മുറിക്കപ്പെട്ടതുകൊണ്ടാണ്. ഈ പക്ഷികൾ വളരെ ഉയരത്തിൽ പൊങ്ങി പട്ടണത്തിനു മുകളിൽ വളരെ നേരം വട്ടമിട്ടു പറക്കുന്നു. എന്നാൽ അവ ദൂരയാത്രയ്ക്കു ഒരുമ്പെട്ടുന്നില്ല. ചിറകുകൾ കൂടി മുറിക്കപ്പെട്ട പെലിക്കണുകൾ പോലും വസന്തത്തിലും ശിശിരത്തിലും മോസ്കോയ്ക്കു മുകളിലൂടെ പറന്നു നടന്നിട്ട് മൃഗശാലയിലേക്കു തന്നെ തിരിച്ചു വരുന്നു. അവ ശൈത്യകാലം കഴിക്കുന്നത് മോസ്കോയിൽത്തന്നെയാണ്.

തൊറങ്കീക്കോൾ തടാകത്തിൽ അവശേഷിച്ച അരയന്നക്കുഞ്ഞിനും നേരത്തെ ഏതെങ്കിലും തരത്തിൽ പരിക്ക് പറ്റിയിട്ടുണ്ടായിരിക്കണം.

ഗണിതത്തിൽ ചില അത്ഭുതങ്ങൾ

ഏതാനും കരടിക്കുട്ടികൾ കെട്ടിമറിഞ്ഞ് കളിച്ചുകൊണ്ടിരുന്ന ഒരു വളപ്പിനു മുമ്പിൽ ഒരു സന്ദർശക സംഘം നിൽക്കുകയായിരുന്നു.

കരടിക്കുടുംബത്തിന്റെ കഥ വിവരിച്ചുകൊടുക്കുന്നതിനിടയിൽ ഗൈഡ് അപ്രതീക്ഷിതമായ ഒരു ചോദ്യം ചോദിച്ചു.

'നിങ്ങൾക്കൊക്കെ കണക്കറിയാമല്ലോ. ഞാൻ പറയുന്ന കണക്ക് ഒന്നു ചെയ്തു നോക്കു. ഒരു മനുഷ്യശിശുവിന് ജനിക്കുമ്പോൾ 3-1 കിലോഗ്രാം തൂക്കമുണ്ടായിരിക്കും. 192 കിലോഗ്രാം തൂക്കമുള്ള ഒരു കരടിയുടെ കുട്ടിക്ക് ജനിക്കുമ്പോൾ എന്തു തൂക്കമുണ്ടായിരിക്കും?'

'8 കിലോഗ്രാമോളം,' ഒരാൾ പറഞ്ഞു

'അതല്ല ! അതിൽ കൂടുതൽ കാണും! ' മറ്റൊരാൾ ഇടയ്ക്കുകയറി പറഞ്ഞു. 'കരടിക്ക് ഏതാണ്ട് ഒരു പശുവിന്റെ വലിപ്പമുണ്ട്. ഒരു പശുക്കിടാവിന് ജനിക്കുമ്പോൾ 24 കിലോഗ്രാമെങ്കിലും തൂക്കമുണ്ടായിരിക്കും.'

എല്ലാവരും അവരവരുടെ അഭിപ്രായം പറഞ്ഞു. പക്ഷെ ആരുടേയും ഉത്തരം ശരിയായിരുന്നില്ല. കാരണം 5, 6 കിലോഗ്രാമിൽ കുറഞ്ഞ ഒരു തൂക്കം പറയാൻ അവരിൽ ആരും ധൈര്യപ്പെട്ടില്ല.

ഒരു കരടിക്കുട്ടിക്ക് ജനിക്കുമ്പോൾ ഒരു റാത്തൽ, അതായത് ഒരു പെരുച്ചാഴിയുടെ തൂക്കം മാത്രമേയുള്ളുവെന്ന് ഗൈഡ് പറഞ്ഞപ്പോൾ എല്ലാവരും അത്ഭുതപ്പെട്ടു.

ആട്ടിൻകുട്ടികൾക്ക് സാധാരണ അതിന്റെ പത്തിരട്ടി തൂക്കമുണ്ടായിരിക്കും.

ഈ ശിശുക്കളുടെ തൂക്കം അവയുടെ അമ്മമാരുടെ തൂക്കവുമായി താരതമ്യപ്പെടുത്തി നോക്കിയാൽ ഒരു കരടിക്കുട്ടിക്ക് അമ്മയുടെ തൂക്കത്തിന്റെ 0.27 ശതമാനവും ഒരേ സേബിൾ ശിശുവിന് മൂന്നു ശതമാനവും ഒരാട്ടിൻ കുട്ടിക്ക് പത്തു ശതമാനത്തോളവും തൂക്കമുണ്ടെന്ന് കാണാം.

ആദ്യത്തെ പത്തു ദിവസങ്ങളിൽ പ്രതിദിനം, ഒരു പോക്കൻ പൂച്ചക്കുഞ്ഞിന് ഒരൗൺസും സേബിൾ ശിശുവിന് 0.2 ഔൺസും ആട്ടിൻകുട്ടിക്ക് ഏഴ് ഒരൗൺസും തൂക്കം വർദ്ധിക്കുമ്പോൾ ഒരു കരടിക്കുട്ടിക്ക് 0.1 ഔൺസ് മാത്രമാണ് തൂക്കം വർദ്ധിക്കുന്നത്. ഇങ്ങനെ വരാൻ കാരണമെന്താണ്? സമഞ്ജസയായ പ്രകൃതി ഇങ്ങനെയൊരു തെറ്റായ കണക്കുകൂട്ടൽ അനുവദിക്കുമോ?

ഒരു കരടി ജനുവരിയിൽ പ്രസവിക്കുന്നു. കുട്ടികളെ പാലൂട്ടിക്കൊണ്ട് വസന്തം വരെ അത് ഗുഹയിൽത്തന്നെ കഴിയുന്നു. ശരത്കാലത്ത് അതിന്റെ ശരീരത്തിൽ സംഭരിക്കപ്പെട്ട കൊഴുപ്പും മറ്റുപോഷകപദാർത്ഥങ്ങളും ആണ് ഈ സമയത്ത് ഉപയോഗിക്കപ്പെടുന്നത്. ശൈത്യകാലത്ത് പോഷകപദാർത്ഥങ്ങൾ ഒന്നും തന്നെ അവയോട് കൂട്ടിച്ചേർക്കപ്പെടുന്നില്ല. കാരണം ആ സമയത്ത് കരടി വെള്ളം പോലും കുടിക്കുന്നില്ല.

ഇക്കാരണത്താൽ പെൺകരടികൾക്ക് ശീതകാലത്ത് ഏറ്റവും ചെറിയ ശിശുക്കളെ മാത്രമേ മുലയൂട്ടി വളർത്താൻ കഴിയൂ. കരടിക്കുട്ടികൾ ജനിക്കുമ്പോൾ ആട്ടിൻകുട്ടികളുടെ അത്ര വലിപ്പം അവയ്ക്കുണ്ടായാൽ അവയ്ക്ക് ദിവസം പ്രതി അര തൊട്ടി പാലെങ്കിലും വേണ്ടി വരും.

അങ്ങനെയായാൽ പെൺകരടിയുടെ പാൽ അതിവേഗം തീർന്നുപോവുകയും കുടുംബം മുഴുവൻ പട്ടിണികൊണ്ട് മരിക്കുകയും ചെയ്യും.

ഭാഗ്യവശാൽ എല്ലാ ജീവികളും അവയുടെ ജീവിതരീതിയുമായി സ്വയം പൊരുത്തപ്പെടുന്നു.

വസന്തംവരെ കടിക്കുട്ടികളുടെ വളർച്ച വളരെ മന്ദഗതിയിലായിരിക്കും. എന്നാൽ വസന്താരംഭത്തിൽ, വെയിൽകായാനായി അമ്മയുടെ ഗുഹയിൽ നിന്ന് പുറത്തിറങ്ങുമ്പോൾ അവ വിവിധ തരം ആഹാര സാധനങ്ങൾ ധാരാളം തിന്നുന്നു. തലേ വർഷത്തെ ഫലമൂലാദികൾ, ഉറുമ്പുകൾ, വിരകൾ, പുഴുക്കൾ, എലികൾ, മീൻ എന്നുവേണ്ട മണ്ണ് പുതുജീവൻ കൊള്ളുന്ന ആ സന്ദർഭത്തിൽ കണ്ണിൽക്കാണുന്നതെന്തും അവ അകത്താക്കുന്നു.

അതു മുതൽ കരടിക്കുട്ടികൾക്ക് വേഗത്തിൽ തൂക്കം വർദ്ധിച്ചു തുടങ്ങുന്നു.

സസ്യഭുക്കുകളായ എല്ലാ സസ്തനികളേയും പോലെ ആട്ടിൻ കുട്ടികൾ അമ്മയുടെ പാൽ കുടിച്ച് തടിച്ചു കൊഴുക്കുന്നു. അമ്മ ആണ്ടോടാണ്ട് തിന്നുന്ന തീറ്റിയിൽ നിന്നും ആവശ്യമുള്ളത്ര പാൽ ഉല്പാദിപ്പിക്കപ്പെടുന്നു.

ആട്ടിൻകുട്ടികൾ വളരെ വേഗം തന്നെ പുൽത്തകിടിയിൽ മേഞ്ഞു തുടങ്ങുന്നു. അതുകൊണ്ടാണ് ആദ്യ ദിവസങ്ങളിൽ വളരെ വേഗം വളരുന്നത്.

ഇരപിടിക്കാൻ ശരീരലാഘവവും ചുറുചുറുക്കും പ്രധാനോപാധിയായിട്ടുള്ള സേബിൾ, മാർട്ടെൻ, പോക്കൻ പൂച്ച മുതലായ ചെറിയ ജന്തുക്കളുടെ ശിശുക്കളും ജനിക്കുമ്പോൾ താരതമ്യേന ചെറുതായിരിക്കും. അമ്മമാർ പൂർണ്ണ ഗർഭിണികളായിരിക്കുമ്പോൾ പോലും അവയുടെ ശരീരലാഘവവും ചുറുചുറുക്കും നഷ്ടപ്പെടാതിരിക്കാനും അങ്ങനെ അവയ്ക്ക് അപ്പോൾ പോലും സ്വന്തം ഭക്ഷണം നേടിയെടുക്കാനും ഇത് സഹായിക്കുന്നു. ഇത് ഇങ്ങനെയല്ലായിരുന്നെങ്കിൽ എലികളേയും പക്ഷികളേയും പിടിക്കാൻ അവയ്ക്ക് കഴിയുമായിരുന്നില്ല.

ഈ ചെറിയ ഇരപിടിയൻ മൃഗങ്ങളുടെ ശിശുക്കൾ വളരെ വേഗം വളരുന്നു. ആദ്യത്തെ പത്തു ദിവസങ്ങൾ കൊണ്ട് അവയുടെ തൂക്കം ഏതാണ്ട് മുന്നിരട്ടി വർദ്ധിക്കുന്നു. അവയ്ക്ക് അണപ്പല്ലുകളും ദംഷ്ട്രകളും വന്ന് വളരെനാൾ കഴിഞ്ഞിട്ടേ മുൻവശത്തെ പല്ലുകൾ മുളയ്ക്കുകയുള്ളു വെന്ന് കൂട്ടത്തിൽ പറഞ്ഞുകൊള്ളട്ടെ. ഇതിനു പ്രാധാന്യം എന്തെങ്കിലും ഉണ്ടെന്ന് നമുക്ക് തോന്നുകയില്ല. എങ്കിലും ഈ പ്രത്യേകതമൂലം മൃഗശിശുക്കൾക്ക് അമ്മയുടെ അകിട്ടിൽ മുറിവുണ്ടാക്കാതെ പാൽ കുടിക്കാൻ കഴിയുന്നു. സേബിളിന്റെയും പോക്കൻപൂച്ചയുടേയും കുഞ്ഞുങ്ങൾ അധികം വളർന്നതിനുശേഷം ഏതാണ്ട് മുപ്പത്തിനാലോ മുപ്പത്താറോ ദിവസം കഴിഞ്ഞതിനുശേഷം മാത്രമേ കണ്ണു തുറക്കുകയുള്ളൂ.

ജീവനുള്ള ഗ്ലൈഡറുകൾ

സെപ്തംബർ മാസത്തിൽ സവ്യോലോവ്സ്ക് ലൈനിലുള്ള ഇക്ക്ഷാ എന്ന സ്റ്റേഷനടുത്ത് ഞാൻ ഉള്ളാൻ കുരുവികളെ അന്വേഷിച്ചു നടക്കുകയായിരുന്നു. ജീവനുള്ള രണ്ടു ഗ്ലൈഡറുകൾ ചലിക്കുന്നത് ഞാൻ നോക്കി കണ്ടു.

ഒരു വലിയ കാടിന്റെ മുകളിൽക്കൂടി പ്രായം കുറഞ്ഞ രണ്ടു കഴുകൻമാർ തെക്കോട്ടു പറക്കുകയായിരുന്നു. ചിറകുകൾ ശക്തിയായി ചലിപ്പിച്ചുകൊണ്ട് ഏതാണ്ട് നൂറ്റമ്പത് മീറ്റർ ഉയരത്തിലാണ് അവ പറന്നിരുന്നത്. കഴുകന്മാർ വളരെ ദൂരെ നിന്നും പറന്നു വരികയാണെന്നും അവ ക്ഷീണം കൊണ്ട് തളർന്നിട്ടുണ്ടെന്നും എനിക്കു മനസ്സിലായി.

ഒടുവിൽ അവ ഒരു വെളിപ്രദേശത്തെത്തി. ചിറകുകൾ നിശ്ചലമായി പിടിച്ചുകൊണ്ട് പറന്നു തുടങ്ങി. അവ വെളിപ്രദേശത്തിനു മുകളിൽ വട്ടമിട്ടു പറന്നു. ഓരോ പ്രാവശ്യവും മുകളിലേക്ക് കൂടുതൽ കൂടുതൽ പൊങ്ങിക്കൊണ്ടിരുന്നു. ശക്തിയുള്ള ഒരു കാന്തം അവയെ മേഘങ്ങളുടെ അടുത്തേക്ക് ആകർഷിച്ചു കൊണ്ടു പോവുകയാണെന്ന് തോന്നി. പത്തു മിനിറ്റു കഴിഞ്ഞപ്പോൾ ആകാശത്തിൽ അവ രണ്ടു പൊട്ടുകൾ പോലെ കാണപ്പെട്ടു. പിന്നീട് അവ തെക്കോട്ട് വീണ്ടും പറന്നു തുടങ്ങി. അപ്പോഴും അവയുടെ ചിറകുകൾ നിശ്ചലമായിരുന്നു. അവ രണ്ട് യഥാർത്ഥ ഗ്ലൈഡറുകളെപോലെ ആകാശത്തിലേക്കുയർന്നിട്ട്, ഒരു പർവ്വതത്തിന്റെ മെല്ലെയുള്ള ചരിവിലൂടെ

ഇറങ്ങുന്നതുപോലെ മന്ദം മന്ദം ഒഴുകി ചക്രവാളത്തിനപ്പുറത്ത് മറഞ്ഞു

അതിൽ അസാധാരണമായി ഒന്നുമില്ല. ചിറകുകൾ അനക്കാതെ കഴുകന്മാർ പറക്കുന്നത് ഈ പ്രദേശത്തു സാധാരണയാണ്. എന്നാൽ ഈ ചെറിയ കഴുകന്മാർ കാടിനു മുകളിലൂടെ പറന്നപ്പോൾ തളർന്ന മട്ടിൽ ചിറകിട്ടടിച്ചത് എന്തുകൊണ്ടാണ്?

സൂര്യപ്രകാശം തട്ടി വെളിപ്രദേശത്തെ നിലത്തിന് കാട്ടിലെ നിലത്തേക്കാൾ കൂടുതൽ ചൂടുണ്ടായിരിക്കും എന്നുള്ളതാണ് അതിന് ഉത്തരം. കഴുകന്മാർ വെളിപ്രദേശത്തെത്തിയപ്പോൾ ചൂടുള്ള വായു മുകളിലേക്ക് പ്രവഹിക്കുന്നുണ്ടായിരുന്നു. പ്രയത്നമൊന്നുമില്ലാതെതന്നെ വളരെ മുകളിലേക്ക് പൊങ്ങുവാൻ ഈ പ്രവാഹം കഴുകന്മാരെ സഹായിച്ചു. മുകളിലെത്തിക്കഴിഞ്ഞപ്പോൾ ശക്തി ഉപയോഗിക്കാതെ, എൻജിനോ പറക്കുന്ന ചിറകുകളോ ഇല്ലാതെ ഗ്ലൈഡറുകളെപ്പോലെ, അനായാസമായി ഒഴുകിപ്പോകാൻ അവയ്ക്ക് കഴിഞ്ഞു.

സാധാരണയായി കഴുകൻമാർ ചിറകടിച്ചു പറക്കുന്നതിലും കൂടുതൽ സമയം ചിറകനക്കാതെ ഇങ്ങനെ ഒഴുകിനടക്കുകയാണ് ചെയ്യുന്നത്. അതുകൊണ്ടാണ് പാടങ്ങളുടെ മുകളിൽ വട്ടമിടുമ്പോൾ അവയ്ക്ക് ഇത്രയധികം ഉയരാൻ കഴിയുന്നത്.

ഞാൻ കണ്ട കഴുകന്മാർ വളരെ ദൂരം കാടുകൾക്കു മീതെ പറന്നു കഴിഞ്ഞിരുന്നു. ചിറകടിച്ച് കൂടുതൽ മേല്പോട്ടു പൊങ്ങാൻ അവയ്ക്ക് വയ്യാതായി. എത്താവുന്നത്ര ഉയരത്തിൽ എത്തിക്കഴിഞ്ഞിരുന്നു. എന്നിട്ടും വെളിപ്രദേശം ഒന്നും കണ്ടില്ല. വെളിപ്രദേശത്ത് അവയ്ക്ക് ചിറകനക്കാതെ വിശ്രമിക്കാനൊക്കും. അവിടുത്തെ വായുധാരയിലൊഴുകി മേൽപോട്ടുയരാൻ കഴിയും. അങ്ങനെ ഒരിടം കാണാത്തതുകൊണ്ട് അവ കുറ്റൻ ചിറകുകളടിച്ച് മരത്തലപ്പുകളുടെ മീതേക്കൂടി പരിക്ഷീണരായി പറന്നുകൊണ്ടിരുന്നു.

കഴുകന്മാരുടെ ഇതേ അനുഭവം തന്നെ ഗ്ലൈഡറിലോ വിമാനത്തിലോ പറക്കുന്ന ഏതൊരാൾക്കും ഉണ്ടാകുന്നതാണ്. കാടിനു മീതെ പറക്കുമ്പോൾ വിമാനം പലപ്പോഴും അവരുടെ ഭാഷയിൽ പറഞ്ഞാൽ വായുകൂപത്തിൽ വീഴുന്നു. നിലത്തുനിന്ന് ആകാശത്തിലേക്കുയരുന്ന വായുധാരയുടെ അഭാവത്തിൽ വിമാനം സാധാരണ താഴോട്ട് 'വലിക്കപ്പെടുന്നു.'

പക്ഷികളുടെ പറക്കൽ വ്യോമയാനത്തിന് അത്യന്തം പ്രയോജനപ്രദമായിട്ടുണ്ട്. വിമാനങ്ങളും ഗ്ലൈഡറുകളും ഡിസൈൻ ചെയ്യുന്നവർ പക്ഷികൾ വായുവിൽ എങ്ങനെ പറക്കുന്നുവെന്ന് നോക്കി പഠിക്കുന്നു.

പക്ഷികൾ തടവിൽ മുട്ടവിരിക്കുന്നതെങ്ങിനെ

മോസ്കോ മൃഗശാലയിൽ കമ്പിവലകൊണ്ട് ചുറ്റപ്പെട്ട ഒരു വലിയ കട്ടിൽ പച്ചനിറമുള്ള പല തരം ചെറിയ ആസ്ട്രേലിയൻ തത്തകൾ ഉണ്ടായിരുന്നു. നല്ല ഓജസ്സുള്ള ഈ മനോഹരമായ പക്ഷികളുടെ ആഹ്ലാദകരമായ ശബ്ദം കൊണ്ട് അന്തരീക്ഷം മുഖരിതമായി.

ആസ്ത്രേലിയയിൽ ഈ തത്തകൾ മരങ്ങളുടെ പൊത്തുകളിലാണ് മുട്ടയിട്ടിരുന്നത്. ഇത്തരം പെട്ടികളോ മരപ്പൊത്തുകളോ ഇല്ലെങ്കിൽ അവ ഇണചേരുകയോ അടയിരിക്കുകയോ ചെയ്യുകയില്ല.

പരീക്ഷണാർത്ഥം തത്തകളുടെ കൂട്ടിൽ നിന്ന് ഞങ്ങൾ പെട്ടികളെല്ലാം എടുത്തുമാറ്റി. മുട്ടയിടുകയും കുഞ്ഞുങ്ങളെ വിരിയിക്കുകയും ചെയ്തുതുടങ്ങിയ സ്ഥിതിക്ക് അവ അതു തുടരുമെന്നും ഞങ്ങൾ വിചാരിച്ചു. എന്നാൽ ഞങ്ങൾക്ക് നിരാശപ്പെടേണ്ടി വന്നു. ഇണകൾ പിരിഞ്ഞു. തത്തകൾ മുട്ടയിട്ടില്ല. ഞങ്ങൾ പെട്ടികൾ വീണ്ടും കൂട്ടിൽ തൂക്കിയിട്ടു. തത്തകൾ ജോടികളായി തിരിഞ്ഞ് ഇണചേരുകയും മുട്ടയിട്ട് അടയിരിക്കുകയും ചെയ്തു. പതിനാറ് ദിവസം കഴിഞ്ഞ് തൂവലില്ലാത്ത നിസ്സഹായരായ തത്തക്കുഞ്ഞുങ്ങൾ പുറത്തു വന്നു. അച്ഛനും അമ്മയും അവയ്ക്ക് തീറ്റി കൊടുത്തു.

യുവജീവശാസ്ത്രജ്ഞരിലൊരാൾ എന്നോടു ചോദിച്ചു. 'മൃഗശാലയിലെ പക്ഷികളിൽ മിക്കവയും മുട്ടയിട്ടു വിരിക്കാത്തത്, അനേകായിരം വർഷങ്ങളായി അവ കൂടു കെട്ടി ശീലിച്ചിട്ടുള്ള സാഹചര്യങ്ങളുടെ അഭാവം മൂലമായിരിക്കുകയില്ലേ? ഒരു പ്രത്യേക തരത്തിലുള്ള ചുറ്റുപാടുകളോട് പാവ്‌ലോവ് നിരുപാധികപ്രതികരണമെന്ന് വിളിക്കുന്ന തരത്തിലുള്ള ഒരു പ്രതികരണം അവയിൽ രൂഢമൂലമായിട്ടുണ്ടായിരിക്കണം.'

'ഊഹോപോഹങ്ങൾ നടത്താതെ നമുക്ക് പരീക്ഷണങ്ങൾ നടത്തിനോക്കാം,' ഞാൻ പറഞ്ഞു. 'മൃഗശാലയിലെ നീണ്ട ജീവിതത്തിനിടയിൽ ഒരിക്കൽപോലും മുട്ടയിട്ടു വിരിയിച്ചിട്ടില്ലാത്ത പക്ഷികളെ അവയ്ക്കു സുപരിചിതമായ ചുറ്റുപാടുകൾ സൃഷ്ടിച്ച് പരീക്ഷണവിധേയരാക്കാം.'

ഞങ്ങൾ ദൃഢനിശ്ചയത്തോടെ ജോലി തുടങ്ങി. കുട്ടികൾ ഉന്തുവണ്ടിയിൽ കല്ലുകൾ കൊണ്ടുവന്നു. കുളത്തിൽ അവ അടുക്കി വെച്ച് ചെറിയ ചെറിയ ഗുഹകൾ ഉണ്ടാക്കി. ഓരോന്നിന്റെയും തറയിൽ ആഴമില്ലാത്ത ഓരോ കുഴികൾ ഉണ്ടാക്കി. അവർ സരീത്സിനൊയിലെ കുളങ്ങളിൽ നിന്നും കോരപ്പുല്ലുകൾ വളർന്നുനിൽക്കുന്ന മൺകട്ടകൾ കൊണ്ട് വന്ന് ഞങ്ങളുടെ ചതുപ്പിലെ ആഴം കുറഞ്ഞ ഭാഗങ്ങളിൽ ഇട്ടു. ബുൾഫഞ്ചിന്റെ കൂട്ടിൽ പൊക്കമുള്ള ഫാർമരത്തൈ നട്ടു. അപ്പോൾ അതിന് പച്ച നാമ്പുകൾ ഒന്നും ഉണ്ടായിരുന്നില്ല.

ബന്ധനത്തിൽ മുട്ടയിടാത്ത പക്ഷികളുടെ വാസസ്ഥാനങ്ങൾ ഇപ്പോൾ അവയുടെ പ്രകൃതിദത്തമായ ചുറ്റുപാടുകൾ പോലെ തോന്നിച്ചു. വസന്താഗമനം ഞങ്ങൾ അക്ഷമയോടെ കാത്തിരുന്നു. ഒടുവിൽ വസന്തം എത്തി..... പകലിന് ദൈർഘ്യം കൂടി, വാനംപാടികൾ പാടിത്തുടങ്ങി, തെക്കുനിന്ന് പക്ഷികൾ കൂട്ടംകൂട്ടമായി പറന്നുവന്നു. കൊക്കുകൾ ത്രികോണാകൃതിയിലുള്ള സംഘങ്ങളായി മുകളിലൂടെ പറന്നുപോയി. രാത്രിയിൽ, തുന്ദ്രയിലേക്കു മടങ്ങുന്ന വൃദ്ധ്‌കോക്കുകളുടെ അസാധാരണവും ശ്രുതിമധുരവുമായ ചൂളം വിളികൾ കേട്ടു തുടങ്ങി.

ഏതാനും വർഷങ്ങൾക്കു മുമ്പ് നോർവ്വേയിൽ നിന്നു കൊണ്ടുവന്നതും അതേവരെ മുട്ടയിടാത്തതുമായ കസാർക്കകൾ ഉദ്വേഗഭരിതരായി. അവ വടക്കോട്ടു നോക്കി നിലയുറപ്പിച്ചു. പറക്കാൻ വേണ്ടി അവ ഓടി തയ്യാറെടുത്തു. പക്ഷേ പറക്കാൻ കഴിയാത്ത അവ വെള്ളത്തിലേക്കു തന്നെ വീണു. ചിറകുകൾ മുറിച്ചുകളഞ്ഞിരുന്നതിനാലാണ് അവയ്ക്കു പറക്കാൻ കഴിയാതിരുന്നത്.

ജലപക്ഷികൾ പ്രവാസം നടത്തുന്ന സമയം രണ്ടാഴ്ചക്കുശേഷം അവസാനിച്ചു. വെള്ളക്കവിളുകളുള്ള കസാർക്കകൾ ശാന്തരായി. വടക്കൻപ്രദേശത്തെ തങ്ങളുടെ വാസസ്ഥാനങ്ങളിൽ എത്തിയെന്നാണ് വാസ്തവത്തിൽ അവ വിചാരിച്ചത്. അവ ഇണകളായി പിരിഞ്ഞ് കൽത്തിട്ടകളിൽ കൂട്ടു കെട്ടാൻ പറ്റിയ മൂലകൾ തേടി. കൂട്ടു തയ്യാറാക്കിക്കൊണ്ടിരുന്ന പെൺപക്ഷിയുടെ അടുത്തുനിന്ന് അതിന്റെ ഇണയായ ആൺപക്ഷി മറ്റ് ആൺപക്ഷികളെ അകറ്റി നിർത്തി. സ്വതേ ഭീരുക്കളും നിശ്ശബ്ദരുമായ ഈ പക്ഷികൾ, കൂട്ടു കെട്ടിക്കഴിയുന്നതുവരെ ചീറുകയും മാന്തുകയും ചെയ്യുന്ന ഭയങ്കരന്മാരായിത്തീർന്നു.

ഒടുവിൽ പെൺപക്ഷികൽ മുട്ടയുടെ മേൽ അടയിരുന്നു തുടങ്ങി. അന്യരാരും തങ്ങളുടെ വസന്തിയിൽ കടന്നുവരാതിരിക്കാൻ ആൺപക്ഷികൾ കാവൽ നിന്നു.

ഇരുപത്തെട്ടു ദിവസങ്ങൾ കഴിഞ്ഞപ്പോൾ മുട്ടകൾ വിരിഞ്ഞു. ഇളം പച്ചനിറമാർന്ന കുഞ്ഞുങ്ങളുടെ നടുക്കായി ജോടികൾ അഭിമാനത്തോടെ തലയുയർത്തിക്കൊണ്ട് കുളക്കരയിൽ പ്രത്യക്ഷപ്പെട്ടു.

ചതുപ്പിലെ മൺകൂനകളുടെ മുകളിലുള്ള കോരപ്പുല്ലുകൾ തഴച്ചു വളർന്നു. നടുക്ക് പ്രത്യേകം ഉണ്ടാക്കപ്പെട്ട കുഴികളോടുകൂടിയ ഈ ചെറുദ്വീപുകളിലേക്ക് മലാർഡ്, ടീൽ തുടങ്ങിയ പലയിനം പക്ഷികളും താമസം മാറ്റി. അവയൊന്നും അതിനു മുമ്പ് ബന്ധനത്തിൽ മുട്ടയിട്ടിരുന്നില്ല. വെള്ളത്തിൽ അമർന്നു കിടന്നുകൊണ്ട് ആരും കാണാതെ അവ കോരപ്പുല്ലുകൾക്കിടയിലൂടെ മൺതിട്ടകളിലേക്ക് കയറി അവിടെ അവ നെഞ്ചിലെ പൂടകൾ പറിച്ച് കൂട്ടിൽ പാകിയിട്ട് മുട്ടയിട്ടു.

ഇരുപത്തിനാലോ ഇരുപത്തെട്ടോ ദിവസങ്ങൾക്കകം മനുഷ്യനിർമ്മിതമായ ആ ചതുപ്പ് പല ഇനത്തിലുള്ള താറാക്കുഞ്ഞുങ്ങളെക്കൊണ്ട് നിറഞ്ഞു.

ഫർമരവും ഏകാന്തമായിരുന്നില്ല. മരച്ചില്ലകൾ, വൈക്കോൽ, തങ്ങളോടൊപ്പം പാർക്കുന്ന മറ്റു പക്ഷികകളുടെ തൂവലുകൾ മുതലായവ

ഉപയോഗിച്ച് ബുൾഫിഞ്ച് പക്ഷികളുടെ പല ഇണകളും അതിൽ വെടിപ്പുള്ള ചെറിയ കൂട്ടുകൾ കെട്ടി.

മുട്ടയിട്ടു വിരിക്കാൻ ഏതു സാഹചര്യങ്ങളാണ് പക്ഷികൾ ഇഷ്ടപ്പെടുന്നത് എന്ന് ഞങ്ങൾ തുടർന്ന് പഠിക്കുകയും അവ മൃഗശാലയിൽ സൃഷ്ടിക്കുകയും ചെയ്തു. ഇതിന്റെ ഫലമായി ഫിഞ്ചുകൾ, നൈറ്റിംഗേലുകൾ, ബ്ലാക്ക് കോക്കുകൾ, വുഡ് ഗ്രൗസുകൾ മുതലായ അനേകം പക്ഷികൾ ബന്ധനത്തിൽ വംശവർദ്ധന നടത്തി. എന്നാൽ കഴുകനോ മറ്റു വേട്ടപ്പക്ഷികൾക്കോ ഈ വിധസാഹചര്യങ്ങൾ ഉണ്ടാക്കിക്കൊടുക്കാൻ ഞങ്ങൾക്ക് കഴിഞ്ഞില്ല. പൊക്കമുള്ള മരങ്ങളുടെ മുകളിൽ അവ കൂട്ടുകെട്ടുന്നത്. എന്നാൽ ഞങ്ങളുടെ പക്ഷികൾക്ക് വളരെ ദൂരം പറക്കാൻ കഴിയുമായിരുന്നില്ല. വളരെക്കാലം പറക്കാതിരുന്നതുകൊണ്ട് അവയുടെ മാംസപേശികൾ ദുർബ്ബലമായിത്തീരുകയും ആന്തരിക അവയവങ്ങൾക്ക് ചില മാറ്റങ്ങളുണ്ടാകുകയും ചെയ്യുന്നതിലാണ് അവയ്ക്ക് പറക്കാൻ കഴിയാഞ്ഞത്. ചിറകുകൾ മുറിച്ചിട്ടുള്ളതുകൊണ്ട് പറക്കാൻ കഴിയാത്ത ചുവന്ന വാത്തകളും മറ്റു ചില പക്ഷികളും ബന്ധനത്തിൽ മുട്ടയിടുകയില്ലെന്ന് അനുഭവം തെളിയിച്ചിട്ടുണ്ട്.

പ്രാകൃതിക സാഹചര്യങ്ങളിൽ പക്ഷികൾ - ഒറ്റയ്ക്കൊറ്റയ്ക്കു പോലും തങ്ങളുടെ വർഗ്ഗം ശീലിച്ചുപോന്നിട്ടുള്ള കൂട്ടുകെട്ടൽ സമ്പ്രദായത്തിൽ നിന്ന് വ്യതിചലിക്കുന്നത് തീരെ അസാധാരണമാണ്.

അതുകൊണ്ട്, ഒരു കഴുകന്റെ കൂട് നിലത്ത് കിടക്കുന്നത് കണ്ടപ്പോൾ ഞാൻ അത്ഭുതപ്പെട്ടു. കഴുകൻമാർ കൂട്ടുകെട്ടുന്നത് പൊക്കമുള്ള മരങ്ങളുടെ മുകളിലാണെന്ന് എല്ലാവർക്കും അറിയാമല്ലോ. കഴുകന്റെ കൂട്ടിനടിയിൽ നിന്നും മരക്കൊമ്പുകളുടേയും എല്ലുകളുടേയും ഒരു വലിയ കുമ്പാരം മാറ്റിനോക്കിയപ്പോൾ, മരുഭൂമികളിൽ വളരുന്ന സക്സൗൾ എന്ന മരത്തിന്റെ ജീർണ്ണിച്ച ഒരു കുറ്റി ഞാൻ കണ്ടു.

ആ കഴുകൻ സ്വവർഗ്ഗത്തിന്റെ ശീലത്തിൽ നിന്നോ പ്രതികരണത്തിൽ നിന്നോ വ്യതിചലിച്ചിട്ടില്ലെന്ന് അപ്പോൾ എനിക്ക് മനസ്സിലായി. പെൺകഴുകൻ സക്സൗൾ മരത്തിന്റെ മണ്ടയിൽ ആയിരുന്നിരിക്കണം ആദ്യം കൂട്ടുകൂട്ടിയത്. പുതിയ സാധനങ്ങൾ കൊണ്ട് ഓരോ വർഷവും കൂട്ടു പുതുക്കിക്കൊണ്ട് അത് കഴുകൻമാരുടെ പല തലമുറകളേയും അവിടെ വളർത്തിയെടുത്തിട്ടുണ്ടാവും. കൂടിന്റെ ഭാരം കൂടിക്കൂടി വന്നതിന്റെ ഫലമായി ദുർബ്ബലമായ ആ മരം ഒടിഞ്ഞുപോവുകയും കഴുകന്റെ കൂട്ടു നിലം പതിക്കുകയും ചെയ്തതാകാനാണ് സാധ്യത.

കൂട്ടുകെട്ടാൻ ആവശ്യമായ സ്വാഭാവിക സാഹചര്യങ്ങളെക്കൂടാതെ മറ്റു ചിലതും പക്ഷികളുടെ ഇണചേരലിനെ നിയന്ത്രിക്കുന്നു.

ഉദാഹരണത്തിന് റൂക്കുകൾ കൂട്ടുകെട്ടുന്നത് ഒരു വലിയ പറ്റമായി ട്ടാണ്. അവയുടെ കൂടുകൾ ഒന്നിനോടൊന്ന് തൊട്ടിരിക്കും.

ഞങ്ങളുടെ മൃഗശാലയിൽ അവ ഒരിക്കലും മുട്ടയിട്ടിട്ടില്ല. കൂടുകൾക്കു പുറമെ റൂക്ക് കോളനിയിൽ കേട്ടു പഴകിയിട്ടുള്ള ശബ്ദങ്ങളും ചിറകടികളും കൂടിയുണ്ടെങ്കിലേ അവ ഇണചേരുകയുള്ളുവെന്നു തോന്നുന്നു. കടൽക്കരയിൽ കാണുന്ന സ്വാലോ, റോസി സ്റ്റാർലിംഗ് മുതലായ സമൂഹമായി കൂട്ടുകെട്ടുന്ന മറ്റു പക്ഷികൾക്കും ഇതാവശ്യമാണ്.

ഒറ്റയ്ക്കൊറ്റയ്ക്ക് ജീവിക്കുന്ന പക്ഷികൾ അവയുടെ കൂടിന്റെ പരിസരങ്ങളിലാണ് സാധാരണയായി ആഹാരം തേടുന്നത്, അതുകൊണ്ട് ഭക്ഷണം തേടാനുള്ള സ്ഥലം വേണ്ടത്ര ലഭിക്കാൻ വേണ്ടി അവ അകത്തി അകത്തിയാണ് കൂട്ട കെട്ടുന്നത്. കൂടുകൾ തമ്മിലുള്ള ദൂരം പക്ഷികൾ സ്വയം പാലിക്കാറുണ്ട്. ഈ സംഗതി ഇണചേരുന്ന ജോടികളുടെ ഇടയിൽ പലപ്പോഴും സമൂഹകലഹത്തിന് കാരണമായിത്തീരുന്നു.

സമൂഹത്തിൽ ജീവിക്കുന്ന പക്ഷികൾ (റുക്ക്, സീഗൾ, സ്വാലോ മുതലായവ) ആഹാരം തേടി വളരെ ദൂരം സഞ്ചരിക്കുന്നവയാണ്. കൂട്ടിനടുത്തുതന്നെ വേണ്ടത്ര ഭക്ഷണസാധനങ്ങൾ ഉണ്ടായിരിക്കണമെന്ന് അവയ്ക്ക് നിർബന്ധമില്ല. വേട്ടപ്പക്ഷികൾ ഇരതേടുന്നതും വിസ്തൃതമായ പ്രദേശത്തുനിന്നാണ്. കാരണം ചെറിയൊരു സ്ഥലത്തുനിന്ന് അവയ്ക്ക് വേണ്ടത്ര ഭക്ഷണം ലഭിക്കാനിടയില്ല.

മനുഷ്യനു പ്രയോജനകമരമായ വിവിധ തരം പക്ഷികൾക്ക് കൂട്ടുകെട്ടാനാവശ്യമുള്ള സാഹചര്യങ്ങളെപ്പറ്റി ആവശ്യം പഠിക്കേണ്ടതാണെന്നാണ് ഇതിൽ നിന്നെല്ലാം അനുമാനിക്കേണ്ടത്. അവയ്ക്ക് കൂട്ടുണ്ടാക്കാൻ ഏറ്റവും പറ്റിയ സ്ഥലങ്ങൾ സംരക്ഷിക്കേണ്ടതുണ്ട്. പക്ഷിക്കൂടുകളിൽ പെട്ടികൾ വച്ചുകൊണ്ടുമാത്രം നമ്മുടെ ജോലി തീരുന്നില്ല. മരപ്പൊത്തുകളിൽ വസിക്കുന്ന പല ജാതി പക്ഷികൾ മാത്രമേ ഇത്തരം പെട്ടികൾ ഉപയോഗപ്പെടുത്തുകയുള്ളൂ.

സഞ്ചരിക്കുന്ന കൂട്

ഒടുവിൽ ഞങ്ങളുടെ ആവിക്കപ്പൽ യാത്രയാരംഭിച്ചു. കപ്പലിന്റെ പിൻഭാഗത്ത് പായ്മരക്കയറിന്റെ ഇടക്ക് ഞാൻ നിൽക്കുകയായിരുന്നു. കയറുകളും, നങ്കൂരച്ചങ്ങലകളും, തോണിക്കൊളുത്തുകളും, നാവികർക്കു മാത്രം എന്തെന്നറിയാവുന്ന മറ്റു പല സാധനങ്ങളും എന്റെ ചുറ്റും കൂടിക്കിടന്നിരുന്നു. ഞാൻ അവയെല്ലാം മാറ്റി മറിച്ചു നോക്കി. കാരണം അവയുടെ ഇടയിലെവിടെയോ ഒരു ജോടി പക്ഷികൾ ഒരു കൂടുണ്ടാക്കിയിട്ടുണ്ടെന്ന് എനിക്കറിയാമായിരുന്നു.

പടിപടിയായി എല്ലായിടവും പരിശോധിച്ചു. ഒടുവിൽ ഞാൻ അവയെ കണ്ടുപിടിച്ചു. കപ്പൽത്തട്ടിലുള്ള കട്ടിയുള്ള ഒരു കയറിന്റെ ചുരുളുകൾക്കുള്ളിൽ ഒരു ചീഫ് - ചാഫ് പക്ഷി വെടിപ്പുള്ള ഒരു കൊച്ചു കൂടുണ്ടാക്കിയിരുന്നു.

തൂവൽ മുളച്ചിട്ടില്ലാത്ത അഞ്ച് പക്ഷിക്കുഞ്ഞുങ്ങൾ ആഹാരത്തിനുവേണ്ടി നേർത്ത സ്വരത്തിൽ വിളിച്ചുകൊണ്ടിരുന്നു. അവയുടെ അച്ഛനമ്മമാർ കപ്പലിലുള്ള മനുഷ്യരുടെ ശബ്ദകോലാഹലങ്ങളൊന്നും ശ്രദ്ധിക്കാതെ കുട്ടികളെ തീറ്റുന്നതിൽ വ്യാപൃതരായിരുന്നു.

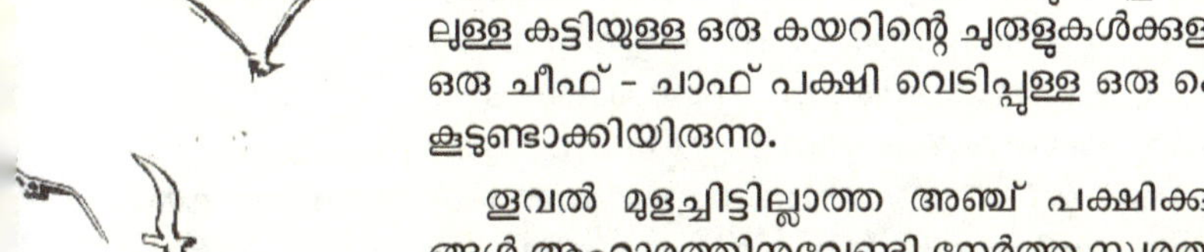

അയാൾ കടലിൽ വച്ച്, ഉണക്കമീൻ കൊണ്ടു പോകുന്ന ഒരു കപ്പലിലാണ് ഈ സംഭവം നടന്നത്. രണ്ടാഴ്ചയിൽ കൂടുതലായി കേടുപാടുകൾ തീർക്കാൻ വേണ്ടി കപ്പൽ നങ്കൂരമിട്ടു കിടക്കുകയായിരുന്നു. ആ സമയത്താണ് വരാനിരിക്കുന്ന അത്ഭുതമെന്തെന്നറിയാതെ, ചിഫ്-ചാഫുകൾ കപ്പൽത്തട്ടിൽ കൂടുണ്ടാക്കിയത്.

കപ്പൽ നീങ്ങിത്തുടങ്ങിയപ്പോൾ തങ്ങളുടെ സഞ്ചരിക്കുന്ന കൂടിനെ പിൻതുടരുകയല്ലാതെ ആ പക്ഷികൾക്ക് ഗത്യന്തരമുണ്ടായിരുന്നില്ല. അവയുടെ സ്വദേശമായ ആ കടൽപ്പുറത്തുനിന്ന് കപ്പൽ അകന്നകന്നുപൊയ്ക്കൊണ്ടിരുന്നു.

വിശന്നു കരയുന്ന സന്താനങ്ങളെ തീറ്റുവാനായി ചിഫ്-ചാഫുകൾ കപ്പലിൽ കണ്ടെത്താൻ കഴിഞ്ഞ ഈച്ചകളേയും മറ്റു പ്രാണികളേയും പിടിച്ചു. കാറ്റിന്റെ ശക്തികൊണ്ട് പ്രാണികൾ അകന്നകന്നുപോകുമ്പോൾ പക്ഷികൾ അവയെ വളരെ ദൂരം പിൻതുടർന്ന് തിരകൾക്ക് മുകളിൽ വച്ച് പിടിച്ചിട്ട് കപ്പലിലേക്ക് മടങ്ങും.

കപ്പലിലുണ്ടായിരുന്ന ആളുകൾ പക്ഷികളെ ഒരു തരത്തിലും ശല്യപ്പെടുത്തിയില്ല.

ഞങ്ങൾ കരയോടടുത്തപ്പോൾ പക്ഷികൾ കരയിലേക്കു പറന്നുപോയി. കുറെ സമയം കഴിഞ്ഞ് കൊക്കിൽ നിറയെ പ്രാണികളേയും ശേഖരിച്ചുകൊണ്ട് അവ മടങ്ങിയെത്തി.

പക്ഷിക്കൂട്ടുകൾ ഏതാനും വാര അകലത്തേക്ക് ആരെങ്കിലും മാറ്റിവെച്ചാൽ പക്ഷികൾക്ക് അവ കണ്ടുപിടിക്കാൻ സാധിക്കയില്ല എന്ന സിദ്ധാന്തത്തെ ഈ പക്ഷികളുടെ പെരുമാറ്റം നിരാകരിക്കുയാണെന്ന് തോന്നിയേക്കാം. എന്നാൽ ഈ ഉദാഹരണത്തിൽ കപ്പൽ ഒരു ദ്വീപുപോലെയായിരിന്നു.- നീങ്ങിക്കൊണ്ടിരിക്കുന്ന ഒരു ദ്വീപ്. അതിൽ പക്ഷിക്കൂട് ഇരുന്നിടത്തുതന്നെ ഇരിക്കുകയായിരുന്നു. കപ്പലിലെ മറ്റ് സാധനങ്ങളുടെ സ്ഥാനവുമായി ബന്ധപ്പെടുത്തി നോക്കുമ്പോൾ അതിന്റെ സ്ഥാനം മാറുന്നില്ല എന്ന് ഓർമ്മിക്കണം.

പ്രാണികളുടെ ജന്മവാസന

നല്ല വെയിലുള്ള ഒരു മെയ്ദിനപ്രഭാതത്തിൽ എന്റെ യുവസുഹൃത്തുക്കളോടൊപ്പം ഞാനും ഘോഷയാത്രയിൽ പങ്കെടുത്തു. നിരത്തുകൾ ജനനിബിഡമായിരുന്നു. നടപ്പാതകളിലും അങ്കണങ്ങളിലും ജനങ്ങൾ തിങ്ങിക്കൂടിയിരുന്നു.

ഞങ്ങളുടെ നിര നടപ്പുനിർത്തി. മുകളിൽ വിമാനങ്ങൾ ചീറിപ്പാഞ്ഞു കൊണ്ടിരുന്നു. 'ഉരുക്കുപക്ഷികൾ' ഒന്നിന് പുറകെ മറ്റൊന്ന് പറന്നുകൊണ്ടിരുന്നു. പിന്നാലെ അവയുടെ നിഴലുകൾ നിലത്തുകൂടി പാഞ്ഞുപോയി.

പെട്ടെന്ന് ഒരു ചെറിയ കറുത്ത പൊട്ട് ഞാൻ കണ്ടു. അതൊരു ബംബിൾ ബീ (ഒരു തരം വൻ തേനീച്ച) ആയിരുന്നു. അത് നേരെ പറന്നു വന്ന് കുട്ടികൾ എന്റെ ബട്ടൺ ഹാളിൽ തിരുകിവച്ചിരുന്ന പൂക്കളുടെ മീതെ ഇരുന്നു.

എന്റെ കൂടെയുണ്ടായിരുന്ന യുവജീവശാസ്ത്രജ്ഞർ എല്ലാവരും ഇതുകണ്ട് അത്ഭുതം പ്രകടിപ്പിച്ചു. ചുട്ടുപഴുത്ത ആസ്ഫാൾട്ടിൽ നിന്നുയർന്ന അനേകം രൂക്ഷഗന്ധങ്ങളുടെ ഇടയിൽ നിന്ന് പൂവിന്റെ മണം ബംബിൾ ബീ തിരിച്ചറിഞ്ഞിരിക്കുന്നു.

പ്രാണികളുടെ സൂക്ഷ്മഗ്രഹണശക്തിയെക്കുറിച്ച് അനേകം ചോദ്യങ്ങൾ എന്റെ മേൽ വർഷിക്കപ്പെട്ടു. മറുപടിയായി ഞാൻ അവർക്ക് പല ദൃഷ്ടാന്തങ്ങളും വിവരിച്ചുകൊടുത്തു.

ഞാനൊരു വിദ്യാർത്ഥിയായിരുന്ന കാലത്ത് ഒരു കൊള്ളുണിൽ നിന്നും, ദുർല്ലഭമായി മാത്രം കാണാറുള്ള, ഒരു ശലഭത്തെ ഒരു ഓർഗിയ അന്റീക്വ

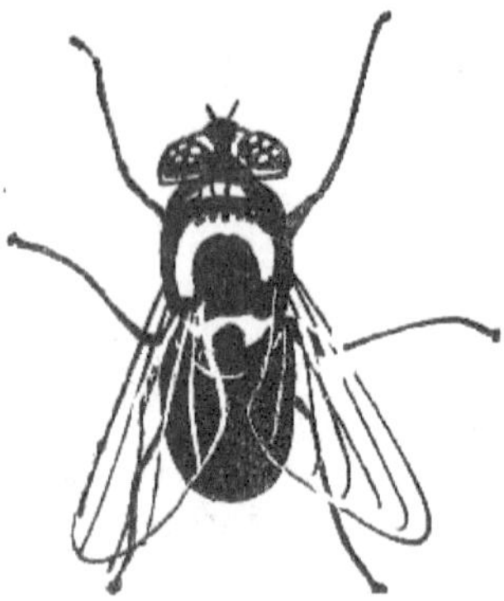

ആയിരുന്നു. ഈ ഇനത്തിലെ ആൺ ശലഭങ്ങൾക്ക് തവിട്ടു കലർന്ന ചുവപ്പുനിറവും വെള്ള പൊട്ടുകളുള്ള വലിയ ചിറകുകളും തടിച്ച കങ്കതാകാരശൃംഗികളും (Rectinate antennae) ഉണ്ട്. പെൺശലഭത്തിന് ചിറകുകളില്ല. അതിന്റെ ശൃംഗികൾ നീണ്ട് ചരടു പോലെയുള്ളതാണ്. കൊക്കൂണിൽ നിന്ന് പുറത്തു വന്ന പെൺശലഭത്തെ ഞാൻ നേർത്ത തുണികൊണ്ടുണ്ടാക്കിയ ഒരു സഞ്ചിയിൽ സൂക്ഷിച്ചു. ഈ ജാതി ശലഭങ്ങളുടെ വാസസ്ഥാനമായ കാടുകളിൽ വച്ചു പോലും ഇത്തരമൊരു ശലഭത്തെ കണ്ടുകിട്ടുക അപൂർവ്വമാണ്.

വൈകുന്നേരം ഞാൻ സഞ്ചി, വരാന്തയിൽ തൂക്കിയിട്ടു.

എന്റെ വേനൽക്കാല വസതിക്ക് ഏതാണ്ട് ഒരു മൈൽ അകലെയുള്ള വനത്തിൽ നിന്ന് അനേകം ആൺ ശലഭങ്ങൾ പാടങ്ങൾക്കു മുകളിലൂടെ പറന്നു വരുന്നതു കണ്ടപ്പോൾ എനിക്കുണ്ടായ അത്ഭുതം എത്രയെന്ന് പറയേണ്ടതില്ലല്ലോ. ശലഭങ്ങൾ കാറ്റിനെതിരെ പറന്ന് നേരെ തുണിസഞ്ചിയുടെ അടുത്തെത്തി. അവ തുണിയുടെ ഉള്ളിൽക്കൂടി കടന്ന് അകത്തുള്ള പെൺശലഭത്തിന്റെയടുത്തെത്താൻ സഞ്ചിയുടെ എല്ലാ ഭാഗത്തുനിന്നും ശ്രമം നടത്തി. ഒരു മൈലിൽ കൂടുതൽ ദൂരം നിന്നും ആൺശലഭങ്ങളെ ആകർഷിച്ച് പെൺശലഭത്തിന്റെയടുത്തേക്ക് കൊണ്ടു വന്ന ഈ 'പരിമളം' അത്ഭുതകരമായ ഒന്നാണെന്ന് തോന്നുന്നില്ലേ?

ചവറ്റുകൂനകളുടെ മീതെ ഈച്ചകൾ കൂട്ടം കൂടി നടക്കുന്നത് നാം കാണാറുണ്ട്. എന്നാൽ അവ എങ്ങനെ അതു കണ്ടുപിടിക്കുന്നുവെന്ന് നാം ആലോചിക്കാറില്ല. ജനലിൽക്കൂടി ഒരു കഷ്ണം അഴുകിയ മാംസം പുറത്തേക്കെറിഞ്ഞു നോക്കൂ. സ്വർണ്ണനിറമുള്ള വലിയ ഈച്ചകൾ ഉടൻതന്നെ അതിനു ചുറ്റും കൂട്ടം കൂടുന്നു. അവ അതിനു വേണ്ടി അവിടെ കാത്തിരിക്കുകയായിരുന്നുവെന്നേ നമുക്കു തോന്നുകയുള്ളൂ. എന്നാൽ യഥാർത്ഥത്തിൽ അവയിൽ പല ഈച്ചകളും അനേകം കെട്ടിടങ്ങൾക്കപ്പുറത്തുനിന്നും വന്നവയായിരിക്കും.

വടക്കൻ പ്രദേശത്തെ മാനുകളെ പീഢിപ്പിക്കുന്ന മാട്ടീച്ചകൾ ചിലപ്പോൾ ഇരയെ അന്വേഷിച്ച് 24 കിലോമീറ്റർ ദൂരം വരെ സഞ്ചരിക്കാറുണ്ട്. പത്തോ പതിനഞ്ചോ മിനിട്ടു മുമ്പു മാത്രം കൊല്ലപ്പെട്ട ഒരു പക്ഷിയുടെ അടുത്തേക്ക് വളരെ ദൂരെ നിന്ന് സെക്സ്റ്റൺ ബീറ്റിലുകൾ

പറന്നുവരുന്നത് ഞാൻ കണ്ടിട്ടുണ്ട്. മൃതദേഹം അഴുകാൻ തുടങ്ങുന്നതിന് മുമ്പ് തന്നെ ഈ വണ്ടുകളും ചില ഇനം ഈച്ചകളും ചത്ത പക്ഷിയുടെ അടുത്തേക്ക് പറന്നു തുടങ്ങുന്നു. സാർത്ഥവാഹകന്മാരുടെ ഒട്ടകം മരുഭൂമിയിൽ ചാണകമിട്ടാൽ ഉടൻ തന്നെ പരിശുദ്ധ ചാണകവണ്ട് എന്നറിയപ്പെടുന്ന ഒരു തരം വലിയ വണ്ടുകൾ എവിടെ നിന്നോ പറന്നെത്തും.

ശൃംഗികളുടെ ആധാരസന്ധിയുടെ അടുത്ത് കപ്പിന്റെ ആകൃതിയിൽ കാണുന്ന ക്യാവിറ്റിയിലുള്ള അതിസൂക്ഷ്മ ഗ്രഹണശക്തിയുള്ള നാഡീകോശങ്ങളാണ് പ്രാണികളുടെ ഈ അസാധാരണ സവിശേഷതക്ക് നിദാനം.

ആൺചിത്രശലഭങ്ങൾ, നിശാശലഭങ്ങൾ, ചിലതരം വണ്ടുകൾ മുതലായ പ്രാണികളുടെ സ്പർശിനികൾ ചിലപ്പോൾ കങ്കതാകാരമായിരിക്കും, അതായത് ചീപ്പിന്റെ പല്ലുകൾ പോലെയുള്ളതായിരിക്കും. ഈ ഘടന ആ അവയവത്തിന്റെ സൂക്ഷ്മഗ്രഹണശക്തിയുള്ള ഉപരിതലത്തെ പല മടങ്ങു വർദ്ധിപ്പിക്കുന്നു. കാറ്റ് ദശക്കണക്കിന് കിലോമീറ്ററുകൾക്കകലെയുള്ള പ്രാണികളുടെ അടുക്കലേക്ക് ഗന്ധം കൊണ്ടു ചെല്ലുന്നു. ഗന്ധം മാത്രമാണോ, അതോ മറ്റെന്തെങ്കിലും കൂടി കാറ്റുകൊണ്ടുവരുന്നുണ്ടോയെന്ന് ഇതേ വരെ കണ്ടുപിടിച്ചിട്ടില്ല. പ്രാണികൾ ആഹാരം തേടിയും പെൺപ്രാണികളെ തേടിയും കാറ്റിനെതിരെ വളരെ ദൂരം പറക്കുന്നത് സൂക്ഷ്മ നിരീക്ഷകരായ പ്രകൃതിപ്രേമികൾ കണ്ടിട്ടുണ്ട്.

1936 ലെ വേനൽക്കാലത്ത് എന്റെ കഴിവിലുള്ള യുവജീവശാസ്ത്രജ്ഞരിലൊരാൾ ഒരു ചാണകക്കൂനയുടെ മുകളിൽനിന്നും നീലയും പച്ചയും കലർന്ന നിറമുള്ള മുപ്പത് ഈച്ചകളെ പിടിച്ചു. അവയുടെ മേൽ ധാന്യപ്പൊടി വിതറിയിട്ട് പല അകലങ്ങളിൽ നിന്ന് അവയെ അയ്യഞ്ചെണ്ണിത്തിനെ വീതം വിമുക്തരാക്കി. ചാണകക്കൂനയിൽ നിന്ന് അരമൈൽ ദൂരെ കൊണ്ടുവിട്ടാലും അവയ്ക്ക് തിരിച്ച് ചാണകക്കൂനയിലെത്താൻ കഴിയുമെന്ന് ആ കുട്ടി സ്ഥാപിച്ചു. പൊടി ഈച്ചകളുടെ മുള്ളൻ രോമങ്ങളുള്ള ദേഹത്ത് പറ്റിപ്പിടിച്ചിരുന്നതുകൊണ്ട് കുട്ടിക്ക് അവയെ തിരിച്ചറിയാൻ കഴിഞ്ഞു.

പ്രാണികളുടെ സ്പർശിനികൾ മെഴുക്കുകൊണ്ട് പൊതിഞ്ഞാൽ ആഹാരസാധനങ്ങൾ - അവയുടെ ഗന്ധം എത്ര രൂക്ഷമായിരുന്നാലും - കണ്ടെത്താനുള്ള അവയുടെ കഴിവ് നഷ്ടപ്പെടുമെന്ന് പരീക്ഷണങ്ങൾ തെളിയിച്ചിട്ടുണ്ട്.

യുവശാസ്ത്രജ്ഞൻമാരുടെ കണ്ടുപിടുത്തങ്ങൾ

ശാസ്ത്രീയപ്രഭാഷണം നടത്തിക്കൊണ്ടിരുന്ന ആൾ നീളം കുറഞ്ഞ നിക്കറും യംഗ്പയനിയർ ടൈയ്യും ധരിച്ചിരുന്നു. ബാലശ്രോതാക്കൾ അയാളുടെ ഓരോ വാക്കും ശ്രദ്ധിച്ചു കേട്ടു.

മോസ്കോ മൃഗശാലയിലെ യുവജീവശാസ്ത്രജ്ഞ സംഘത്തിന്റെ വാർഷികയോഗമാണ് നടന്നുകൊണ്ടിരുന്നത്. വേനൽക്കാലത്ത് തങ്ങൾ നടത്തിയ ഗവേഷണങ്ങളെപ്പറ്റി കുട്ടികൾ സംസാരിച്ചു. അവർ ഓരോരുത്തരും എഴുന്നേറ്റ് നിന്ന് അവരവരുടെ റിപ്പോർട്ട് സമർപ്പിച്ചു. അവർ ഉത്തേജകങ്ങളായ അനേകം പരീക്ഷണങ്ങൾ നടത്തുകയും രസകരങ്ങളായ അനേകം നിഗമനങ്ങളിൽ എത്തിച്ചേരുകയും ചെയ്തിരുന്നു.

അലക്സാണ്ടർ ഗൊർഷ്ക്കോവ് രസകരമായ ഒരു കഥയാണ് പറഞ്ഞത്. ചിതൽപ്പുറ്റിനു മുകളിലൂടെ ഇണചേർന്നുള്ള പറക്കലിനു ശേഷം ഉറുമ്പുകൾക്ക് അവയുടെ ചിറകുകൾ നഷ്ടപ്പെടുന്നതെങ്ങിനെയെന്ന് അയാൾ നോക്കി മനസ്സിലാക്കി. അലക്സാണ്ടർ അനേകം ഉറുമ്പുകളെ പിടിച്ച് പ്രത്യേകം തയ്യാറാക്കിയ ഒരു ഭരണിയിൽ സൂക്ഷിച്ചു. അയാൾ അവയെ നിരന്തരം നിരീക്ഷിച്ചുകൊണ്ടിരുന്നു. രണ്ടാമത്തെ ദിവസം ഉറുമ്പുകൾ ഉൽക്കണ്ഠാകുലരാകുന്നതുപോലെ കാണപ്പെട്ടു. ചിറകുകൾ അവയെ ക്ലേശിപ്പിക്കുന്നതായി തോന്നി. ഉറുമ്പുകൾ ഓരോന്നും ചുരുണ്ടുകൂടി അവരവരുടെ ചിറകുകൾ രണ്ടും കടയ്ക്കൽ വച്ചുതന്നെ കടിച്ചു കളഞ്ഞു.

ഉറുമ്പുകൾ അവയുടെ ചിറകുകൾ സ്വയം കടിച്ചുകളയുകയാണെന്നും ഒരുറുമ്പ് ഇക്കാര്യത്തിൽ മറ്റൊന്നിനെ സഹായിക്കുന്നില്ലെന്നും അലക്സാണ്ടർ നിസ്സംശയമായും തെളിയിച്ചു.

ഉറുമ്പുകൾ അവയുടെ കൂട്ടിൽ ശേഖരിച്ചുവയ്ക്കുന്ന ആഹാരസാധനങ്ങൾ എന്തെല്ലാമാണെന്ന് കണ്ടുപിടിക്കുന്നതിലാണ് ബൊരിസ് വസീലിയെവും വളദീമിർ സീത്തിനും മുഴുകിയിരുന്നത്. ഉറുമ്പുകൾ പതിവായി പൊയ്ക്കൊണ്ടിരുന്ന ഒരു വഴിയിൽ ഈ കുട്ടികൾ കാത്തിരുന്നു. അവർ ഉറുമ്പുകളെ തടഞ്ഞു നിർത്തി അവ കൊണ്ടു പോയ്ക്കൊണ്ടിരുന്ന സാധനങ്ങൾ എല്ലാം ഒരു ജാറിൽ ശേഖരിച്ചു. ഉറുമ്പുകളുടെ ആഹാരം നിരുപദ്രവകാരികളായ പ്രാണികളും ഒച്ചുകളുമാണെന്ന് അവർ കണ്ടുപിടിച്ചു. ഈ കുട്ടികൾ ഉറുമ്പുകളുടെ ഒരു പാതയുടെ അടുത്ത് രണ്ടു മണിക്കൂർ കാത്തിരുന്നു. ഉറുമ്പിൻ കൂട്ടിലേക്ക് ഒരു ദിവസം എത്ര ആഹാരം കൊണ്ടുപോകുന്നുവെന്ന് അവർ ലളിതമായി കണക്കുകൂട്ടി. ആ വഴിയിൽക്കൂടി കൊണ്ടുപോയ ആഹാരസാധനങ്ങളുടെ അളവിനെ അഞ്ചുകൊണ്ട് ഗുണിച്ചു. കാരണം, ഉറുമ്പിൻകൂട്ടിലേക്ക് നയിക്കുന്ന അത്തരം അഞ്ചു പാതകൾ ഉണ്ടായിരുന്നു. ഉറുമ്പുകൾ ആ സമയത്ത് ശരാശരി പത്തു മണിക്കൂർ ജോലി ചെയ്യാറുണ്ടായിരുന്നതിനാൽ അവർ ഈ സംഖ്യയെ ഒരിക്കൽക്കൂടി അഞ്ചു കൊണ്ട് ഗുണിച്ചു.

മോസ്ക്കോ പ്രദേശത്തുള്ള പൊദുഷ്ക്കിനോ എന്ന ഗ്രാമത്തിലെ ഒരു യുവജീവശാസ്ത്രജ്ഞനായ യൂറിയ് സൊക്കൊലൊവ്, ഒരു പഴയ മൺകൂനയിൽ അളകരടികൾ മാളങ്ങൾ തുരന്നിരിക്കുന്നത് കണ്ടുപിടിച്ചു. അയാൾ പ്രകൃതിപഠനത്തോടൊപ്പം പുരാതത്വഗവേഷണവും കൂടി കൂട്ടിച്ചേർത്തു. അളകരടികൾ മണ്ണു തുരന്നപ്പോൾ ആ മൺകൂന ഉണ്ടാക്കിയ പൗരാണിക ജനതയുടെ നിത്യോപയോഗസാധനങ്ങളിൽപ്പെട്ട ചെറിയ വസ്തുക്കൾ ചിലത് പുറത്തെടുത്തു.

ബൊരിസ് ഗർക്കാവി ക്രൈമിയയിലെ റിസർവ്വേഷനിലാണ് വേനൽക്കാലം ചിലവഴിച്ചത്. അയാൾ മാൻപേടകളെ നിരീക്ഷിച്ചു. കുറ്റിച്ചെടികൾക്കിടയിലിരുന്ന് അവ മനുഷ്യരുടെ നേരെ കുരയ്ക്കാറുണ്ടെന്ന് ഈ കുട്ടി കൂട്ടുകാരോടു പറഞ്ഞു. ഒരു ശത്രുവോ ശത്രുവെന്ന് സംശയം തോന്നിക്കുന്നയാളോ പെട്ടെന്ന് പ്രത്യക്ഷപ്പെടുമ്പോൾ എല്ലാ മാൻപേടകളും ഇങ്ങനെ ചെയ്യാറുണ്ട് എന്നും അയാൾ പറഞ്ഞു. അവ കുരയ്ക്കുന്നത് വളരെ ഉറക്കെയാണ്.

ഉറുമ്പുകളെപ്പറ്റി മറ്റൊരു റിപ്പോർട്ടുകൂടി വ്ളദീമിർ സീത്തിൻ സമർപ്പിച്ചു. വേനൽക്കാലത്ത് ചെറിയ കറുത്ത ഉറുമ്പുകൾ അലമാരിയിൽ കയറി പഞ്ചസാരയും മറ്റു സാധനങ്ങളും ഭക്ഷിക്കുന്നത് അയാൾ കണ്ടു.

'ഞാൻ അവയുടെ കൂടു കണ്ടുപിടിച്ചു' വ്ളദീമിർ പറഞ്ഞു. 'ഞങ്ങളുടെ പാർപ്പിടത്തിന് അടുത്തുതന്നെയായിരുന്നു അത്. ഇഴഞ്ഞുപോകുന്ന

ഉറുമ്പുകളുടെ അനുസ്യൂതമായ ഒരു ശൃംഖല എന്നെ അങ്ങോട്ടു നയിച്ചു. ഞാൻ കൂട്ടിൽ മണ്ണെണ്ണ ഒഴിച്ച് തീവച്ചു. ഉറുമ്പുകളുടെ ശല്യം അതോടെ തീർന്നു. പക്ഷെ ഞങ്ങളുടെ വേനൽക്കാല വസതിയിൽ ചെള്ളുകൾ പ്രത്യക്ഷപ്പെട്ടു തുടങ്ങി. അവ ദിവസം പ്രതി വർദ്ധിച്ചു.'

വ്ളദീമിർസ്വയം ചോദിച്ചു: മുമ്പ് ചെള്ളുകൾ ഇല്ലാതിരുന്നത് എന്തുകൊണ്ടാണ്? തറയിലെ മരപ്പലകകൾക്കിടയിൽ ജീവിക്കുന്ന ഇവയുടെ പുഴുക്കളെ ഉറുമ്പുകൾ തിന്നൊടുക്കിയിരുന്നോ?

ഇവാൻ ദനീലൊവിന് മൂങ്ങകളിലായിരുന്നു താല്പര്യം മൂങ്ങാക്കുഞ്ഞുങ്ങൾ വലിയ ഭക്ഷണപ്രിയന്മാരാണെന്ന് ആ കുട്ടി മനസ്സിലാക്കി.

'ഞാൻ നിരീക്ഷിച്ചുകൊണ്ടിരുന്ന ചെവിയൻ മൂങ്ങകൾ, അവയുടെ മൂന്നു കുഞ്ഞുങ്ങൾക്ക് ഒരു രാത്രിയിൽ ഇരുപത് എലികളെ കൊണ്ടു കൊടുത്തു,' ഇവാൻ വിശദീകരിച്ചു. '

എന്നിട്ടും മൂങ്ങാക്കുഞ്ഞുങ്ങൾക്ക് മതിയായില്ല, അവ കൂടുതൽ കിട്ടാൻ ബഹളം കൂട്ടി.'

വരൾച്ചയുണ്ടാകുമ്പോൾ മൃഗങ്ങളോട് പെരുമാറ്റം എങ്ങനെയാണെന്ന് മറ്റൊരു യുവജീവശാസ്ത്രജ്ഞനായ യൂറിയ് സ്തെയ്ക്കെർ നോക്കി മനസ്സിലാക്കി. അടുത്തൊരു കുളത്തിലുള്ള തവളകൾ തിന്നൊടുക്കിക്കൊണ്ടിരുന്ന തേനീച്ചകൾ കിണറ്റിൽ ഇറങ്ങാൻ ശ്രമം നടത്തി. തേനീച്ചവളർത്തുകാർ പ്രത്യേകം വെള്ളത്തൊട്ടികൾ അവയ്ക്കുവേണ്ടി നിർമ്മിച്ചു.

വരൾച്ചക്കാലത്ത് ഗോൾഡ് ഫിഞ്ച്, കാക്ക മുതലായ പക്ഷികൾക്ക് വെള്ളത്തിൽ നിന്ന് കയറാൻ തീരെ ഇഷ്ടമില്ലാത്തതിനാൽ പുഴയിൽ മനുഷ്യർ വളരെ അടുത്തു ചെന്നാൽപ്പോലും അവ പറന്നു പോവുകയില്ല.

താരതമ്യേന ചെറിയൊരു സംഘം യുവജീവശാസ്ത്രജ്ഞരുടെ പരിശ്രമത്തിന്റെ ഫലങ്ങളാണ് മേല്പറഞ്ഞത്. കുട്ടികൾ എത്ര നല്ല നിരീക്ഷകരാണെന്ന് ഈ ഉദാഹരണങ്ങൾ തെളിയിക്കുന്നു. രസകരമായ പല പരീക്ഷണങ്ങളും നടത്താൻ അവർക്കു കഴിയും. അവയിൽ ചിലത് വളരെ പ്രധാനപ്പെട്ട ചില ശാസ്ത്രനിഗമനങ്ങളിലേക്ക് വഴി തെളിക്കുന്നവയാണ്.

അസ്ക്കാനിയ - നോവ

(യാത്രക്കുറിപ്പുകൾ)

അസ്ക്കാനിയ - നോവ റിസർവ്വേഷൻ സ്ഥിതി ചെയ്യുന്നത് വിശാലമായ ഉക്രേനിയൻ സ്റ്റെപ്പിയുടെ മദ്ധ്യത്തിലാണ്. 1934 ലാണ് ഞാൻ ആദ്യമായി അവിടം സന്ദർശിച്ചത്. അവിടത്തെ നിബിഢമായ വലിയ വനം കണ്ടപ്പോൾ നന്നായി ജലസേചനം ചെയ്യപ്പെട്ടതും അസാധാരണ ഫലപുഷ്ടിയുള്ളതുമായ ആ മണ്ണിനെപ്പറ്റി എനിക്ക് മതിപ്പുതോന്നി. മരങ്ങളും, കുറ്റിച്ചെടികളും, പുല്ലുകളും അവിടെ അവിശ്വസനീയമായി വേഗതയോടെ തഴച്ചുവളരുന്നു.

പ്രാകൃതികവും കാർഷികവുമായ ഒരു ഗവേഷണശാലയാണ് അസ്ക്കാനിയ-നോവ. അവിടെ പരീക്ഷണങ്ങൾ നടത്തപ്പെടുന്നത് എലികളുടെയും മുയലുകളുടെയും മേലല്ല, പിന്നെയോ ഔറോച്ചസ് ബൈസണുകൾ പ്ര ്ഷെവാൽസ്ക്കി കാട്ടുകുതിരകൾ*, ആന്റിലോപ്പുകൾ, ഒട്ടകപ്പക്ഷികൾ, മാനുകൾ, കന്നുകാലികൾ, ആടുകൾ, പന്നികൾ മുതലായവയുടെ മേലാണ്.

പരീക്ഷണത്തിനുള്ള മൃഗങ്ങളെ കൂടുകളിലല്ല ഇട്ടിരിക്കുന്നത്. അവ റിസർവ്വേഷനിലും, വന്യമായ സ്റ്റെപ്പിയിലും,

വലിയ വളപ്പുകൾക്കുള്ളിലും യഥേഷ്ടം വിഹരിക്കുകയാണ് ചെയ്യുന്നത്.

മൃഗങ്ങളെപ്പറ്റി അസ്ക്കാനിയ -നോവയിൽ പഠനം നടത്തുകമാത്രമല്ല ചെയ്യുന്നത്. അവയെ അവിടെ സൃഷ്ടിക്കുകകൂടി ചെയ്യുന്നു. ആ പ്രദേശത്തുള്ള സ്റ്റെപ്പിപ്പന്നിയേയും ഇംഗ്ലീഷ് വെള്ളപ്പന്നിയേയും ഇണചേർത്ത് തികച്ചും ഒരു പുതിയ ഇനമായ ഉക്രേനിയൻ വെള്ളപ്പന്നികളെ വളർത്തിയെടുത്തത് ഇതിനൊരു ഉദാഹരണമാണ്. സ്റ്റെപ്പിയിലെ പൂർവ്വികന്മാരിൽ നിന്ന് ഈ സങ്കരത്തിന് ലളിതമായ വാസനകളും ചുറുചുറുക്കും, ക്രൂരമായ കാറ്റിൽ നിന്നും രക്ഷിക്കുന്നു. മൃദുവായ കുറ്റി രോമങ്ങളും പാരമ്പര്യമായി കിട്ടി. അതിന്റെ ബ്രിട്ടീഷ് പൂർവ്വികരിൽ നിന്ന് വലിപ്പവും മാംസളമായ ശരീരവുമാണ് ഒസ്യത്തായി കിട്ടിയത്.

ചുവന്ന സറ്റെപ്പി പശുവിന്റേയു അറേബ്യൻ സിബുവിന്റെയും സങ്കരസന്താനത്തെ എനിക്ക് വളരെ ഇഷ്ടമായി. ചാരനിറമുള്ള ഒരു ഉക്രേനിയൻ പശുവിനെയും ഒരു ഇന്ത്യൻ കാളയുടെയും (ഗോയൽ) സന്തതികളായ കറുത്ത കിടാക്കളുടെ ഭംഗി ഒന്നു വേറെ തന്നെയായിരുന്നു. ഉക്രേനിയൻ കന്നുകാലികളെ, യാക്ക്, സിംബ്യു, ബാൻതെങ്ങ് എന്നിവയുമായി ഇണചേർത്ത് വളർത്തിയെടുത്ത സങ്കീർണ്ണസങ്കരജന്തുക്കളുടെ വലിയതും വർണ്ണശബളവുമായ വളപ്പിനരികിൽ ഞാൻ ഏറെ നേരം നോക്കിനിന്നു. ഇംഗ്ലീഷ് ഓട്ടക്കുതിരയേയും പ്ഷെവാൽസ്ക്കി കാട്ടുകുതിരയേയും ഇണചേർത്തുണ്ടാക്കിയ ശക്തിയും സൗന്ദര്യവും ഒത്തിണങ്ങിയ കുതിരകൾ ഉറസ്സായ സ്റ്റെപ്പിയിൽ വിഹരിക്കുന്ന കാഴ്ച ഞാൻ അത്ഭുതത്തോടെ നോക്കി നിന്നു.

ഔറോച്ച് -ബൈസൺ, സൈബീരിയൻ കലമാൻ, ചുവപ്പുമാൻ, പുള്ളിമാൻ, മുതലായവയെ 90 കിലോമീറ്റർ അകലെയുള്ള റിസർവ്വേഷന്റെ മറ്റൊരു ഭാഗത്താണ് താമസിപ്പിച്ചിരുന്നത്. ബുർക്കുതി എന്നപേരുള്ള ആ വനം ദ്നീപ്പർ നദിയുടെ കരയിലായിരുന്നു സ്ഥിതി ചെയ്തിരുന്നത്. അസ്ക്കാനിയ -നോവയിൽ നിന്നും ഒരു പറ്റം മാവുകളേയും ഔറോച്ച് -ബൈസണുകളേയും ആ കാട്ടിലേക്ക് ഒരിക്കൽ കൊണ്ടുപോവുകയുണ്ടായി. അഞ്ചു ദിവസം കൊണ്ടാണ് അവ 100 കിലോമീറ്റർ സഞ്ചരിച്ചത്. ആദ്യം അവ ഇടയൻമാരെ അനുസരിച്ച് മുമ്പോട്ടു പോയി. എന്നാൽ അപരിചിതമായ പ്രദേശത്ത് എത്തിയ ഉടൻ തന്നെ അവ ക്ഷുഭിതരാകുകയും തിരിഞ്ഞ് അസ്ക്കാനിയയിലേക്ക് ഓടിപ്പോവുകയും ചെയ്തു. ഇടയൻമാരുടെ സാമർത്ഥ്യംകൊണ്ട് അവയെ വീണ്ടു ബുർക്കതിയിലേക്കുള്ള വഴിയിലൂടെ നയിക്കാൻ കഴിഞ്ഞു. എന്നാൽ ബുർക്കുതിയിൽ

എത്തിക്കഴിഞ്ഞപ്പോൾ ഒരു പുള്ളിമാൻ ഇടയനെ അനുസരിക്കാൻ കൂട്ടാക്കിയില്ല. ആ ഭംഗിയുള്ള മൃഗം അസ്ക്കാനിയ -നോവയിലേക്ക് ഓടിപ്പോയി. അഞ്ചു മണിക്കൂറുകഴിഞ്ഞ് അത് ആ റിസർവ്വേഷന്റെ വേലിക്കട്ടത്തെത്തി.

ബുർക്കുതിയിലെ ഇടയന്മാരിലൊരാൾ എന്നോടു പറഞ്ഞു, 'ഞാൻ പറയുന്നതെല്ലാം ഈ മാനുകൾക്ക് മനസ്സിലാകും.' അയാൾ അവയോട മനുഷ്യരോട് സംസാരിക്കുന്നതുപോലെ സംസാരിച്ചു. ഒരു പറ്റം സാധാരണ കന്നുകാലികളെപ്പോലെ അവ അയാളുടെ ചുറ്റും നിന്ന് മേഞ്ഞുകൊണ്ടിരുന്നു. അയാൾ എന്നോട് സംസാരിച്ചുകൊണ്ടു നിന്നപ്പോൾ ഒരു മാൻ കൂട്ടം വിട്ട് ഓടി.

'ഹേയ്, നീ എവിടെയാണ് പോകുന്നത്?' അയാൾ ഉറക്കെ വിളിച്ചുപറഞ്ഞു.

മാൻ നിന്നു. ചെവികൾ കൂർപ്പിച്ചിട്ട് അനുസരണയോടെ പറ്റത്തിലേയ്ക്ക് തിരിച്ചുപോയി.

ബൈസൂണുകളെ വളപ്പിലേക്ക് കയറ്റിക്കൊണ്ടിരുന്നപ്പോൾ, അവ പെട്ടെന്ന് പൊടിപടലം ഉയർത്തിക്കൊണ്ട് തിരിഞ്ഞു നിന്നു. ആ കൂറ്റൻ മൃഗങ്ങൾ ഭീഷണിപ്പെടുത്തും വിധം തല ഉയർത്തിപ്പിടിച്ചു. അവയുടെ കുളമ്പുകൾക്കിടയിൽ ഭൂമി കിടിലം കൊണ്ടു. ഞങ്ങളെ കണ്ടതുകൊണ്ടാണ് അവ ക്ഷോഭിച്ചതെന്ന് ഇടയന്മാർ പറഞ്ഞു. തൂക്കം നോക്കുക, അളവെടുക്കുക, മുതലായ പലതരം അസുഖകരമായ പ്രവർത്തനങ്ങളെപ്പറ്റിയും പുതിയ ആളുകൾ അവയെ ഓർമ്മപ്പെടുത്തിയെന്നതാണ് അതിന് കാരണം.

നീണ്ട രോമമുള്ള ഈ കാളകളേയും അഴകുറ്റ മാനുകളെയും മനുഷ്യർ മേച്ചുകൊണ്ടുനടക്കുന്നത് അനിതരസാധാരണമായ ഒരു കാഴ്ചയാണ്. അസ്ക്കാനിയ -നോവയിലെ സ്റ്റെപ്പികളിൽ അവയെ വീട്ടുമൃഗങ്ങളാക്കി മാറ്റിക്കൊണ്ടിരിക്കയാണ്. എന്നാൽ ഉസ്സൂറി പ്രദേശത്തു നിന്നു കൊണ്ടു വന്നിട്ടുള്ള പുള്ളിമാനുകളെ ഈറൽക്കൂട്ടങ്ങളിൽ നിന്ന് അകറ്റി നിർത്തുന്നു കാരണം ഈറലുകൾക്കിടയിൽ കടന്നുകൂടിക്കഴിഞ്ഞാൽ അവ ഉസ്സൂരിയിലെ ഈറൽക്കാടുകളിൽ വസിച്ചിരുന്ന കാലത്തെപ്പോലെ മെരുക്കമില്ലാത്തവയായിത്തീരുന്നു.

കോക്കസ്സസിലും വിദൂരപൂർവ്വപ്രദേശത്തും ഉള്ള വണ്ടാരകോഴികൾ ഈ റിസർവ്വേഷനിലെ പഴയ താമസക്കാരാണ്. അവയിൽ നിന്ന് 'വേട്ടക്കാരന്റെ' വണ്ടാരക്കോഴികൾ എന്നറിയപ്പെടുന്ന സ്ഥിരമായ സങ്കരങ്ങളെ ഉൽപ്പാദിപ്പിച്ചിട്ടുണ്ട്. ഈ ഭംഗിയുള്ള പക്ഷികൾ റിസർവ്വേഷൻ അവയുടെ വീടായി കരുതുന്നു. എന്നാൽ അവയിൽ ചില സാഹസികന്മാർ അവിടം വിട്ട് അനേക ഡസൻ

കിലോമീറ്ററുകൾക്കകലെയുള്ള അസോവ് കടൽത്തീരത്തെ ഈറൽ ക്കാടുകളിൽ താമസമാക്കിയിട്ടുണ്ട്. ഒരിക്കൽ ആരോ തങ്ങളെ സമീ പിക്കുന്നതു കണ്ടു ഭയന്ന് ഇത്തരം അനേകം പക്ഷികൾ അസ്ക്കാ നിയ - നോവയിലെ ബൊട്ടാണിക്കൽ റിസർവ്വേഷനിലെ പൊക്കം കുറഞ്ഞ കൊസാക്ക് ജൂണിപ്പർ ചെടികളുടെ ഇടയിൽ നിന്ന് പറന്ന് പുറത്തുകടന്ന്, വയറു തറയോടു ചേർത്ത് പിടിച്ചുകൊണ്ട്, ധൃതിയിൽ ഓടിപ്പോയി. എന്നാൽ ഇത്ര ഭയവും ഇണക്കമില്ലായ്മയും കാണിക്കുന്ന ഈ പക്ഷികൾ, കോഴികൾക്കും താറാവുകൾക്കും തീറ്റികൊടുക്കുന്ന സമയമാകുമ്പോൾ കോഴികളുടെ വളപ്പിലേക്കു പറന്നു ചെല്ലാറുണ്ടാ യിരുന്നു. അവിടെ അവ ചുറ്റുമുള്ള മനുഷ്യരെ ശ്രദ്ധിക്കാതെ, വളർത്തു പക്ഷികളോടൊപ്പം തീറ്റി കൊത്തിപ്പെറുക്കി തിന്നുകൊണ്ടിരുന്നു.

ശരൽക്കാലത്ത് വടക്കുനിന്നും തെക്കോട്ട് പറക്കുന്ന പ്രവാസി പ്പക്ഷികൾ അസ്ക്കാനി - നോവയിൽ ദീർഘനേരം വിശ്രമിക്കുക പതിവാണ്. നവംബർ മദ്ധ്യത്തിൽ കറുത്ത മൈനകളുടെ ഉറക്കെയുള്ള പാട്ട് അവിടെ മുഴങ്ങുന്നു. രാജ്യത്തെ ഏറ്റവും ചെറിയ പക്ഷികളായ മഞ്ഞ തലയുള്ള കിങ്ലേറ്റുകൾ ഫർമരങ്ങളിൽ തത്തിക്കളിക്കുന്നു. വടക്കൻ കാടുകളിൽ വച്ച് ചിലപ്പോൾ വലിയ തണുപ്പില്ലാത്ത ശൈത്യകാലങ്ങളിൽ ഇവയെ കണ്ടുമുട്ടാൻ കഴിയും. അതുകൊണ്ട് കിങ്ലൈറ്റുകൾ പ്രവാസം ചെയ്യുന്നില്ലെന്ന് ആളുകൾ വിശ്വസിച്ചു. അവയുടെ വലിപ്പക്കുറവാണ് ഇതിന്റെ കാരണമെന്നും എല്ലാവരും കരുതി.

എന്നാൽ അവ സ്റ്റെപ്പിയിൽ ആയിരക്കണക്കിനു കിലോമീറ റുകൾ പറക്കുന്നുണ്ടെന്ന് ഒടുവിൽ കണ്ടുപിടിക്കപ്പെട്ടു. നവംബർ 12-ാം നു റിസർവ്വേഷൻ മഞ്ഞത്തലയുള്ള കിങ്ലൈറ്റ് പക്ഷികളെ ക്കൊണ്ടു നിറഞ്ഞിരുന്നു. പിറ്റേന്ന് ഒരെണ്ണത്തെപ്പോലും അവിടെ കാണാനുണ്ടായിരുന്നില്ല.

സിസ്കിൻ പക്ഷികളുടെ കാര്യവും ഇതുതന്നെയാണ്. ഒരു പ്ര ഭാതത്തിൽ അവയുടെ ഒരു വലിയ പറ്റം അലസമായി ആൾഡർ വിത്തുകൾ കൊത്തിതിന്നുകൊണ്ടിരിക്കുന്നത് ഞാൻ കണ്ടു. ഉച്ച യായപ്പോൾ ആരുടേയോ കല്പനയനുസരിച്ചിട്ടെന്നപോലെ അവ വായുവിൽ ഉയർന്ന് തെക്കോട്ട് പറന്നുപോയി.

ഈ റിസർവ്വേഷനിൽ ഇരുമ്പുകലപ്പയുടേയോ മരക്കലപ്പയുടെയോ സ്പർശനം ഏറ്റിട്ടില്ലാത്ത അനേകായിരം ഏക്കർ കന്നിമണ്ണുണ്ട്. ഫെദർ ഗ്രാസ്, വേംവുഡ്, കാട്ടുപുല്ല്, തവിട്ടു മുയലുകൾ, സസ്ലി ക്കുകൾ, കിരീടമുള്ള വാനം പാടികൾ, സ്റ്റെപ്പി കഴുകൻമാർ.... അവിടുത്തെ പുല്ലുപോലും മുറിച്ചു മാറ്റപ്പെടുന്നില്ല. വേട്ടയാടലും

വെടിവയ്പും അവിടെ വിലക്കിയിരിക്കുന്നു. സുഖക്കേടുപിടിച്ച ആഫ്രിക്കൻ ആൻലോപ്പുകൾക്കും, പ്രഷെവാൽസ്ക്കി കുതിരകൾക്കും അസ്ക്കാനിയ -നോവയിലെ മറ്റു നിവാസികൾക്കും വേണ്ടി അവിടവിടെയായി ഏതാനും 'സാനട്ടോറിയങ്ങൾ' ഉണ്ടാക്കപ്പെട്ടിട്ടുണ്ട് എന്നത് നേരുതന്നെ.

സ്റ്റെപ്പിയുടെ ചില ഭാഗങ്ങളിൽ വളരെയധികം സസ്‌ലിക്കുകൾ ഉണ്ട്. ഇനിയും സസ്‌ലിക്കുകൾ ഉണ്ടായാൽ അവയ്ക്ക് അവിടെ സ്ഥലം കാണുകയില്ലെന്ന് നമുക്ക് തോന്നിപ്പോകും. സസ്‌ലിക്കുകൾ ഇത്രയേറെ കൂട്ടം കൂടിയിട്ടും അവിടെ പുല്ല് നിബിഡമായി വളർന്നിരുന്നു. സസ്‌ലിക്കുകൾ കരണ്ടു തിന്നുന്ന പുല്ലുകൾ അതിവേഗം തഴച്ചുവളരും എന്നാണ് അവിടെയുള്ള ഇടയന്മാർ പറയുന്നത്.

മുയലുകൾ സസ്‌ലിക്കുകളേക്കാൾ കൂടുതലുണ്ട്. കൃഷിചെയ്യപ്പെട്ടിട്ടില്ലാത്ത ആ പ്രദേശത്തുകൂടി കുതിരയോടിച്ചുപോയപ്പോൾ തവിട്ടുനിറമുള്ള പത്തിരുപതു മുയലുകൾ ഞങ്ങളുടെ മുമ്പിൽ ഓടിക്കൊണ്ടിരിക്കുന്നു. തറ നിരപ്പായിരുന്നതുകൊണ്ട് ഞങ്ങൾ ഒരു മണിക്കൂറിൽ 40 കിലോമീറ്റർ വേഗത്തിലാണ് സഞ്ചരിച്ചിരുന്നത്. എന്നിട്ടും മുയലുകൾ ഞങ്ങളേക്കാൾ വളരെ മുമ്പിൽ ഓടിക്കൊണ്ടിരുന്നു. മുയലുകളുടെ ഈ വേഗത ഒരു റിക്കാർഡ് ആണെന്ന് പറഞ്ഞുകൂടാ. കാരണം മുയലുകൾക്ക് 70 കിലോ മീറ്ററോ അതിൽ കൂടുതലോ ഒരു മണിക്കൂറിൽ ഓടാൻ കഴിയുമെന്ന് ഡ്രൈവർമാരിലൊരാൾ തീർത്തു പറഞ്ഞു.

അവിടെ കുറുക്കന്മാരും ധാരാളമുണ്ട്. അവ മൂഷികവർഗ്ഗത്തിൽപ്പെട്ട ചെറിയ ജന്തുക്കളെയാണ് അധികവും തിന്നുന്നത്. അതിവേഗം ഓടുന്ന മുയലുകളെ പിടിക്കുന്നതിലും വളരെ എളുപ്പമാണല്ലോ അവയെ പിടിക്കാൻ. അവിടുത്തെ മുയലുകൾക്ക് കുറുക്കൻമാരെ കണ്ടുശീലമായിക്കഴിഞ്ഞതിനാൽ അവയെ മുയലുകൾ ശ്രദ്ധിക്കാറേയില്ല.

രണ്ടു തവിട്ടു മുയലുകൾ പ്രാതൽ കഴിച്ചുകൊണ്ടിരിക്കുന്നത് ഞാൻ കണ്ടു. ഉദ്ദേശം നാൽപതു ചുവടകലെ ഒരു കുറുക്കൻ നിൽക്കുന്നുണ്ടായിരുന്നു. മുയലുകൾ അതിനെ ഒന്ന് നോക്കിയിട്ട് പിൻകാലുകളിൽ എണീറ്റിരുന്നു. പക്ഷേ ഓടിപ്പോകാൻ കൂട്ടാക്കിയില്ല.

അനേകം മുയലുകൾ തൊട്ടടുത്തുള്ള മേച്ചിൽസ്ഥലത്തേക്ക് ക്രമേണ താമസം മാറ്റുന്നു. അവിടെയുള്ള ഒരു നായാട്ടുസംഘടനയ്ക്ക് വർഷം പ്രതി അയ്യായിരം മുയലുകളെ വേട്ടയാടാനുള്ള അനുവാദം കൊടുത്തിട്ടുണ്ട്.

ഈ സാധാരണ സംരംഭത്തിൽ ഞാനും ഭാഗഭാക്കായി. ഞങ്ങളുടെ വയലുകളിലും വനങ്ങളിലും നടത്താറുള്ള സാധാരണ വേട്ടകളിൽ നിന്നും അത് വിഭിന്നമായിരുന്നു. സൂര്യൻ ഉദിക്കുന്നതിനു മുമ്പു തന്നെ

ഞങ്ങൾ റിസർവ്വേഷനിൽ നിന്നും ഒരു കിലോമീറ്റർ അപ്പുറത്ത് പശുക്കൾ ചവിട്ടിമെതിച്ചിട്ടുള്ള തുറന്ന സ്റ്റെപ്പിയിൽ എത്തിയിരുന്നു. അവിടെ ഞങ്ങൾ ഒരു വരിയായി കിടന്നു.

സൂര്യനുദിച്ചാലുടനെ സ്റ്റെപ്പിയിൽ മുയലുകൾ ഓടിച്ചാടി നടക്കുന്ന കാഴ്ച കാണേണ്ടതാണ്. ഒരു ഉഗ്രമായ ആക്രമണത്തെ തുരത്താനാവശ്യമായത്ര വെടിയുണ്ടകൾ വർഷിക്കപ്പെട്ടെന്ന് തോന്നി. ഓരോരുത്തരും മൂന്നു മുയലുകളെ മാത്രമെ കൊല്ലുകയുള്ളുവെന്ന് ഞങ്ങൾ നേരത്തെ തീരുമാനിച്ചിരുന്നതുകൊണ്ട് വെടിവെയ്പ്പ് പെട്ടെന്ന് തന്നെ നിലച്ചു. പേടിച്ച മുയലുകൾ കൂട്ടം കൂട്ടമായി ഞങ്ങളുടെ മുമ്പിലൂടെ ഓടിപ്പോയി. ഞാൻ ചുരുങ്ങിയത് നൂറെണ്ണത്തിനെയെങ്കിലും കണ്ടു.

വിമാനത്തിലാണ് ഞാൻ അസ്ക്കാനിയ-നോവയിൽ നിന്ന് തിരിച്ചുപോന്നത്. രണ്ടാൾക്കു സഞ്ചരിക്കാവുന്ന ഞങ്ങളുടെ ലഘുവിമാനത്തെ വിറപ്പിച്ചുകൊണ്ട് കാറ്റ് ശക്തിയായി വീശിക്കൊണ്ടിരുന്നു. പൈലറ്റ് എൻജിൻ പ്രവർത്തിപ്പിച്ചു. ഒരു കാറ് പോകുന്നതുപോലെ വിമാനം സ്റ്റെപ്പിയിൽക്കൂടി ചക്രത്തിന്മേൽ ഓടിത്തുടങ്ങി. പ്രൊപ്പെല്ലർ മൂളിത്തുടങ്ങി. ഞങ്ങൾ അന്തരീക്ഷത്തിലേക്ക് ഉയർന്നു.

ഞങ്ങൾ താണു പറക്കുകയായിരുന്നു. പുല്ലിനിടയിൽ നിന്ന്, ഭയപ്പെട്ട മുയലുകൾ ഓടിപ്പോകുന്നതും സസ്‌ലിക്കുകൾ തിരക്കുകൂട്ടി മാളങ്ങളിലേക്ക് കയറുന്നതും ഞാൻ കണ്ടു. അപ്പോൾ ശരൽക്കാലമായിരുന്നു. സസ്‌ലിക്കുകൾ ആ സമയത്ത് സാധാരണയായി ശിശിരനിദ്രയിൽ ആണ്ടിരിക്കുകയാണ് പതിവ്.

അവിശ്വസനീയമായി തോന്നുമെങ്കിലും വാസ്തവത്തിൽ, ഇങ്ങനെ ശിശിരനിദ്ര ചെയ്യുകയും ശരീരോഷ്മാവ് 0^0 സെന്റീഗ്രേഡിനടുത്തെത്തുകയും ചെയ്യുന്ന മൃഗങ്ങൾ പുറത്തെ ചൂട് അതിലും താഴുമ്പോൾ മരവിച്ചു പോകുന്നില്ല. നേരെ മറിച്ച് അവയുടെ ശരീരം കൂടുതൽ ചൂടാകുകയാണ് ചെയ്യുന്നത്. രക്തത്തിലെ മൂലകങ്ങളും, കൊഴുപ്പും ഓക്സിഡൈസുചെയ്യുന്ന ഒരു പ്രക്രിയയിലൂടെ ചൂടിന്റെ ആന്തരിക ഉറവിടങ്ങൾ പ്രയോജനപ്പെടുത്തുന്നതുകൊണ്ടാണ് ഇതു സാധ്യമാകുന്നത്.

തെക്കോട്ടു പറക്കുന്ന, പാടുന്ന പക്ഷികളുടെ പറ്റങ്ങൾ, അനുനിമിഷം ശക്തി വർദ്ധിച്ചുകൊണ്ടിരുന്ന കാറ്റിനോട് മല്ലടിക്കുന്നത് ഞാൻ കണ്ടു. അവ നിലത്തോട് വളരെ അടുത്താണ് പറന്നിരുന്നത്. വിദൂര തുന്ദ്രയിൽ നിന്ന് പറന്നെത്തിയ, കാലിൽ നീണ്ട രോമമുള്ള ബ്യൂസാർഡുകളും വിമാനത്തേക്കാൾ വളരെ താണാണ് പറന്നിരുന്നത്.

അസോവ് കടലിന്റെ, ഉള്ളിലേക്കു കയറിക്കിടക്കുന്ന ഒരു ഭാഗത്തിന് മീതെക്കൂടി വിമാനം കടന്നുപോയപ്പോൾ എനിക്ക് അവിടെ നിന്നും കണ്ണെടുക്കാൻ കഴിഞ്ഞില്ല - തെക്കോട്ടുള്ള യാത്രയ്ക്കിടയിൽ ആയിരക്കണക്കിന് ജലപക്ഷികൾ അവിടെ വിശ്രമിക്കുന്നുണ്ടായിരുന്നു.

ജലസസ്യങ്ങൾ ധാരാളമുള്ള സ്ഥലങ്ങളിൽ ഞാൻ പലതരം അരയന്നങ്ങളെ കണ്ടു. നിർമ്മലമായ വെള്ളത്തിനടിയിൽ കടലിന്റെ അടിത്തട്ടും അതിലെ ഓരോ വിശദാംശങ്ങളും എനിക്കു കാണാൻ കഴിഞ്ഞു. തിളങ്ങുന്ന വെള്ളിച്ചെതുമ്പലുകളുള്ള മത്സ്യക്കൂട്ടങ്ങൾ നീന്തിനടന്നിരുന്നു.

അസ്ക്കാനിയ - നോവ സ്റ്റെപ്പിയുടെ അതിരിൽ ഞങ്ങളുടെ വിമാനം എത്തിയപ്പോൾ ഭയന്ന് ഒരു കുറുക്കൻ അങ്ങോട്ടും ഇങ്ങോട്ടും ഓടുന്നത് ഞാൻ കണ്ടു. പിന്നീട് അത് തലയുയർത്തി വിമാനം നോക്കിക്കൊണ്ട് നിന്നു. അസ്ക്കാനി -നോവയിൽ ഞാൻ കണ്ട അവസാനത്തെ മൃഗം അതായിരുന്നു.

വിമാനം കൂടുതൽ മുകളിലേക്കുയർന്നു. മൂടൽമഞ്ഞ് താഴെയുള്ളതൊക്കെ മറച്ചു കളഞ്ഞു.

www.ingramcontent.com/pod-product-compliance
Lightning Source LLC
LaVergne TN
LVHW101234071026
849558LV00053B/13
9789389804140